ഐ വി ദാസ്

ഹൃദയപക്ഷത്തിലെ സൂര്യശോഭ

i v das
hridhayapakshathile sooryasobha
biography

•

pavithran mokeri

•

first edition
october 2017

•

typesetting & published
chintha publishers, thiruvananthapuram

•

cover
midas

വിതരണം

ദേശാഭിമാനി ബുക്ക് ഹൗസ്

H O തിരുവനന്തപുരം–695 035
phone: 0471-2303026, 6063026
www.chinthapublishers.com
chinthapublishers@gmail.com

ബ്രാഞ്ചുകൾ

ഹെഡ്ഡാഫീസ് ബ്രാഞ്ച് കുന്നുകുഴി • സ്റ്റാച്യു തിരുവനന്തപുരം • കെ എസ്
ആർ ടി സി ബസ് സ്റ്റേഷൻ ആലപ്പുഴ • കെ എസ് ആർ ടി സി ബസ്
സ്റ്റേഷൻ എറണാകുളം • മച്ചിങ്ങൽ ലെയ്ൻ തൃശൂർ • ഐ ജി റോഡ് കോഴി
ക്കോട് • മാവൂർ റോഡ് കോഴിക്കോട് • എൻ ജി ഒ യൂണിയൻ ബിൽഡിങ്
കണ്ണൂർ • സെൻട്രൽ ബസ് ടെർമിനൽ കോംപ്ലക്സ് താവക്കര കണ്ണൂർ

CO - 2587 / 4481
ISBN - 978-93-86637-56-7

ഐ വി ദാസ്
ഹൃദയപക്ഷത്തിലെ സൂര്യശോഭ
ജീവചരിത്രം

പവിത്രൻ മൊകേരി

ചിന്ത പബ്ലിഷേഴ്സ്
തിരുവനന്തപുരം-695 035

പവിത്രൻ മൊകേരി

കണ്ണൂർ ജില്ലയിൽ, തലശ്ശേരിയിൽ, മൊകേരി ഗ്രാമത്തിൽ ജനിച്ചു. അച്ഛൻ: കെ വി അച്യുതൻ. അമ്മ: കെ പി ദേവൂട്ടി. ആരോഗ്യവകുപ്പിൽനിന്ന് ഹെൽത്ത് ഇൻസ്പെക്ടറായി വിര മിച്ചു. ലൈബ്രറി കൗൺസിൽ, പുരോഗമന കലാസാഹി ത്യസംഘം, ഐ വി ദാസ് ഗ്രന്ഥാലയം & പഠന ഗവേ ഷണ കേന്ദ്രം എന്നിവയുടെ പ്രവർത്തകനാണ്. അമേചർ നാടകവേദിയോടൊപ്പം പ്രവർത്തിക്കുന്നു. നാടക സംവി ധാനം, ചെറുകഥാരചന എന്നിവയ്ക്ക് വിവിധ പുരസ്കാര ങ്ങൾ ലഭിച്ചിട്ടുണ്ട്. കൃതികൾ: *കനലെരിയുന്ന നാട്ടുപാത കൾ* (കഥാസമാഹാരം), *പെരുന്തീ പെയ്യുന്ന താഴ്വാരങ്ങൾ* (സാമൂഹിക നാടകം), *രക്ഷകൻകുന്നിന്റെ കൂട്ടുകാർ* (കുട്ടി കളുടെ നാടക സമാഹാരം), *ആരോഗ്യം വിചാരം* (കുറി പ്പുകൾ).

ഭാര്യ   : ഷജിന എം
മക്കൾ   : അക്ഷയ് പി ഷജിൻ, ഋതവർണ്ണ പി എസ്
വിലാസം : ശാരദ നിലയം
           പി ഒ ചമ്പാട്-670 694
ഫോൺ   : 9446449978

ഉള്ളടക്കം

പ്രസാധകക്കുറിപ്പ്

സാമൂഹിക-സാംസ്കാരിക രാഷ്ട്രീയ മേഖലയിൽ വ്യക്തി മുദ്ര പതിപ്പിച്ച മഹാപ്രതിഭയായിരുന്നു ഐ വി ദാസ്. തന്റെ കർമ്മ പഥങ്ങളിലെല്ലാം അടയാളങ്ങൾ അവശേഷിപ്പിച്ചാണ് അദ്ദേഹം കടന്നുപോയത്. ഗ്രന്ഥശാലാപ്രസ്ഥാനത്തിന്റെ നേതാവ്, എഴുത്തുകാരൻ, പത്രപ്രവർത്തകൻ, രാഷ്ട്രീയ പ്രവർത്തകൻ, കേരള സാഹിത്യ അക്കാദമി സെക്രട്ടറി എന്നിങ്ങനെ നിരവധി മേഖലകളിൽ ഐ വി ദാസ് തിളങ്ങി. അദ്ദേഹത്തിന്റെ ശിഷ്യനും എഴുത്തുകാരനുമായ പവിത്രൻ മൊകേരിയാണ് ഈ ജീവചരിത്രം തയ്യാറാക്കിയിരിക്കുന്ന ത്. ഐ വി ദാസിന്റെ ജീവിതവും പ്രവർത്തനങ്ങളും വരും തലമുറയെ കൂടി അടുത്തറിയാൻ ഈ ഗ്രന്ഥം ഉപകരിക്കും.

ചിന്ത പബ്ലിഷേഴ്സ്

സാമൂഹ്യബന്ധങ്ങളുടെ
സംഘാതമല്ലാതെ മറ്റൊന്നുമല്ല മനുഷ്യൻ.
കാൾ മാർക്സ്

സമർപ്പണം

രാഷ്ട്രീയ നേതാവ്, പത്രപ്രവർത്തകൻ, ഗ്രന്ഥശാലാ പ്രവർത്ത കൻ, പുരോഗമന സാഹിത്യ പ്രസ്ഥാനത്തിന്റെ നായകൻ, കേരള സാഹിത്യ അക്കാദമി സെക്രട്ടറി, ദേശാഭിമാനി വാരിക പത്രാധിപർ, ഗ്രന്ഥ കാരൻ എന്നിങ്ങനെ നിരവധി മേഖലകളിൽ കൈയ്യൊപ്പ് ചാർത്തിയ വ്യക്തിത്വമാണ് ഐ വി ദാസിന്റേത്. മൊകേരിയുടെയും വിശിഷ്യ പാനൂർ മേഖലയുടെയും അഭിമാനമായിരുന്നു സഖാവ്. ദാസൻ മാസ്റ്ററുടെ സൗഹൃ ദവലയവും സ്നേഹബന്ധങ്ങളും ആകാശംപോലെ അതിരുകളില്ലാത്ത തായിരുന്നു. അതിന്റെ മാധുര്യം അനുഭവിക്കാത്തവർ വിരളമായിരിക്കും.

ഒരു നല്ല രാഷ്ട്രീയ പ്രവർത്തകൻ, ഒരു നല്ല സാംസ്കാരിക പ്രവർത്ത കൻ കൂടിയായിരിക്കണം എന്നുള്ള മഹാവചനത്തിന്റെ സാക്ഷാത്കാര മായിരുന്നു അദ്ദേഹം. ആ മഹാനുഭാവന്റെ ജീവിതത്തെ കണ്ടറിഞ്ഞും കേട്ടറിഞ്ഞും വായിച്ചറിഞ്ഞും ലിഖിതപ്പെടുത്തിയതാണ് ഈ ജീവ ചരിത്രം. കൂടുതലറിയാൻ വേണ്ടി ഐ വി ദാസിന്റെ സമകാലികരായി രുന്ന പലരുമായും ബന്ധപ്പെട്ടിരുന്നു. ആ മഹാ വ്യക്തിത്വങ്ങളെയെല്ലാം ഈ കൃതിയിലൂടെ സ്മരിക്കുകയാണ്. ഈ ജീവചരിത്രം അദ്ദേഹത്തിന്റെ ശിഷ്യനായ ഞാൻ ആദരവോടെ വായനയുടെ ലോകത്തേക്ക് ഗുരുദക്ഷി ണയായി സമർപ്പിക്കുന്നു.

ഐ വി ദാസിന്റെ കർമ്മപഥങ്ങളിലൂടെയും മനുഷ്യബന്ധങ്ങളിലൂ ടെയും സഞ്ചരിച്ച് കാലവും ദേശവും സാക്ഷിയാകുന്ന ഈ ജീവചരിത്ര ഗ്രന്ഥത്തിന് അവതാരിക എഴുതിത്തന്ന സ: പി ജയരാജന് നന്ദിയും കടപ്പാടും ഹൃദയപൂർവ്വം സമർപ്പിക്കുകയാണ്.

പവിത്രൻ മൊകേരി

ഈ ജീവചരിത്ര രചനയ്ക്ക് ഉപദേശ നിർദ്ദേശങ്ങളും പ്രോത്സാഹനവും നൽകിയവർക്ക് ഹൃദയം നിറഞ്ഞ നന്ദി.

കവിയൂർ രാജഗോപാലൻ
(പ്രസിഡന്റ്, കണ്ണൂർ ജില്ലാ ലൈബ്രറി കൗൺസിൽ)

കെ കെ പവിത്രൻ മാസ്റ്റർ
(സെക്രട്ടറി സി പി ഐ (എം) പാനൂർ ഏരിയാ കമ്മിറ്റി)

ശ്രീധരൻ ചമ്പാട് (പത്രപ്രവർത്തകൻ, തിരക്കഥാകൃത്ത്),
വി.കെ.സുശീല, പി ആർ നായർ, ടി ചന്ദ്രൻ, പി കെ പ്രസീദ്,
ഋഷികേശൻ (ഐ സോഫ്റ്റ് ഡിസൈനേർസ്, തലശ്ശേരി)

ഐ വി ദാസിനെ ഓർക്കുമ്പോൾ

പിണറായി വിജയൻ

സി പി ഐ (എം) സംസ്ഥാന കമ്മിറ്റിയംഗവും *ദേശാഭിമാനി* പത്രാ ധിപരുമായിരിക്കെയാണ് ഐ വി ദാസ് നമ്മെ വിട്ടുപിരിഞ്ഞത്. കമ്മ്യൂ ണിസ്റ്റുകാരല്ലാത്തവരുടെയടക്കം ആദരവ് നേടിയെടുക്കാൻ ഉത്തമ കമ്മ്യൂ ണിസ്റ്റായ അദ്ദേഹത്തിന് കഴിഞ്ഞു. സാഹിത്യ രംഗത്തും പത്രപ്ര വർത്തന രംഗത്തും വ്യക്തിമുദ്ര പതിപ്പിച്ച സഖാവ് അധ്യാപകവൃത്തി യിലൂടെ വൻ ശിഷ്യസമ്പത്തിനും ഉടമയായിരുന്നു. ആദ്യംമുതലേ ഗ്രന്ഥ ശാലാ രംഗത്ത് അദ്ദേഹം പ്രവർത്തിച്ചു. ഇങ്ങനെ നിരവധി മേഖലക ളിൽ വ്യക്തിമുദ്ര പതിപ്പിച്ച സഖാവിനെയാണ് ഐ വി ദാസിന്റെ നിര്യാ ണത്തിലൂടെ നഷ്ടമായത്.

കേരളമാകെ അറിയപ്പെടുന്ന വ്യക്തിത്വമാണെങ്കിലും സഖാവിന്റെ രാഷ്ട്രീയ പ്രവർത്തനത്തിന്റെ പ്രധാന തട്ടകം പാനൂർ മേഖലയായിരു ന്നു. പാനൂർ മേഖലയിലെ പാർട്ടിക്ക് ദീർഘകാലം നേതൃത്വം നൽകിയ സഖാവ് എന്ന നിലയിൽ പാർട്ടിയുടെ വളർച്ചയ്ക്ക് അടിത്തറയിടാൻ ഐ വി ദാസ് പ്രധാന പങ്കുവഹിച്ചു. ഒരു പ്രത്യേക ഘട്ടത്തിൽ കടുത്ത എതിർപ്പും ആക്രമണവും പാനൂർ ഭാഗത്ത് പാർട്ടിക്ക് നേരിടേണ്ടിവന്നു. ആക്രമണങ്ങളെ നേരിടുന്നതിലും ജനങ്ങളിൽ ആത്മവിശ്വാസം വളർത്തു ന്നതിലും രൂപീകരിച്ച ആക്ഷൻ കമ്മിറ്റിയുടെ പ്രധാന നേതാവ് ഐ വി ദാസായിരുന്നു. ഇത്തരം പ്രവർത്തനങ്ങളിലൂടെ ജനങ്ങൾക്കിടയിൽ പൊതുസ്വീകാര്യത അദ്ദേഹം നേടി.

ഗ്രന്ഥശാലാ രംഗത്ത് ദശാബ്ദങ്ങൾ പ്രവർത്തിച്ചു. അദ്ദേഹം രണ്ട് തവണ ജനറൽ സെക്രട്ടറിയായതും സംസ്ഥാനത്താകെയുള്ള ഗ്രന്ഥ ശാലാ പ്രവർത്തകർ ആദരവോടെ ഓർക്കുന്ന കാര്യമാണ്.

എഴുത്തുകാരനെന്ന നിലയ്ക്ക് നിരവധി പുസ്തകങ്ങൾ തയ്യാറാ

ക്കിയ അദ്ദേഹം സംസ്ഥാനത്താകെയുള്ള സാഹിത്യ നായകന്മാരുമായി അടുത്ത ബന്ധം പുലർത്തിയിരുന്നു..... ദേശാഭിമാനി വാരികയുടെ പത്രാ ധിപരെന്ന നിലയ്ക്ക് വാരികയെ അഭിവൃദ്ധിപ്പെടുത്താൻ അദ്ദേഹം പ്രധാന പങ്കുവഹിച്ചു. അദ്ദേഹത്തിന്റെ പ്രതികരണം എന്ന കോളം വായ നക്കാർക്ക് വളരെയേറെ സ്വീകാര്യമായി....... രാഷ്ട്രീയ പ്രത്യയശാസ്ത്ര പ്രശ്നങ്ങളിൽ നല്ല അവഗാഹമുണ്ടായിരുന്നു. കമ്മ്യൂണിസ്റ്റ് രീതികളിൽ നിന്ന് അന്യമായ നിലപാടുകൾ സഖാക്കൾ സ്വീകരിക്കുന്ന ഘട്ടങ്ങളിൽ പരുക്കൻ ഭാഷയിൽ വിമർശനമുന്നയിക്കാൻ അദ്ദേഹം മടിച്ചില്ല. പല കുടുംബങ്ങളിലെയും സുഹൃത്തായിരുന്നു അദ്ദേഹം. അത്തരം വീടുക ളിൽ നിനച്ചിരിക്കാതെ കടന്നുചെല്ലുന്ന അദ്ദേഹത്തെ കുടുംബാംഗത്തെ പ്പോലെ സ്വീകരിക്കുന്ന നിരവധി പേരെ കാണാൻ കഴിയും.

മനുഷ്യസ്നേഹിയും ഉത്തമകമ്മ്യൂണിസ്റ്റുമായ ഐ വി ദാസിന്റെ ദീപ്തസ്മരണയിൽ ഈ കുറിപ്പ് അവസാനിപ്പിക്കുന്നു.

(ഐ വി ദാസ് ഓർമ്മപ്പുസ്തകത്തിൽനിന്ന്)

സൗമ്യം ദീപ്തം

സാമൂഹികബന്ധങ്ങളുടെ സമുച്ചയമാണ് മനുഷ്യൻ. ഒരു വ്യക്തി യുടെ ശരീരഭാഷയോ വേഷഭൂഷാദികളോ അവന്റെ രക്തമോ അല്ല അവനെ മനുഷ്യനാക്കുന്നതെന്നും അവൻ സ്ഥാപിക്കുന്ന ബന്ധങ്ങളാണ് എന്നും മാർക്സ് പറയുന്നു. ഈ പ്രസ്താവന ഐ വി ദാസിനെ സംബ ന്ധിച്ച് തികച്ചും അന്വർത്ഥപൂർണ്ണമാണെന്ന് ഞാൻ വിശ്വസിക്കുന്നു. അതുപോലെ സാമൂഹിക വളർച്ചയുടെ പല ഘട്ടങ്ങളേയും ആശ്രയി ച്ചാണ് ഒരു ചരിത്രപുരുഷൻ അല്ലെങ്കിൽ നേതാവിന്റെ സാമൂഹിക സ്ഥാനം അടയാളപ്പെടുത്തപ്പെടുന്നത്. ജനങ്ങളാണ് ചരിത്രം സൃഷ്ടിക്കു ന്നത് എന്ന് പറയാറുണ്ട്. എന്നാൽ ആ ജനങ്ങളിൽ നിന്ന് തന്നെ ചില പ്രധാനപ്പെട്ട വ്യക്തികൾ രൂപപ്പെടും. ഓരോ നിശ്ചിത കാലഘട്ടത്തി ലെന്നും സാമൂഹിക ഉൽപ്പന്നമാണ് അത്തരം ചരിത്രപുരുഷന്മാർ അല്ലെ ങ്കിൽ നേതാക്കൾ. ഇങ്ങനെ ചരിത്രത്തെ മുന്നോട്ട് നയിച്ച നേതാക്കളുടെ ഗണത്തിൽപ്പെടുന്ന ഒരാളാണ് സ: ഐ വി ദാസ്. അദ്ദേഹത്തെക്കുറി ച്ചുള്ള വിവരണങ്ങൾ പുതിയ തലമുറയ്ക്ക് പ്രചോദനമായിത്തീരും, അനു കരണീയ മാതൃകയുമായിത്തീരും. അതിന് സഹായകമാണ് ഈ ജീവ ചരിത്രഗ്രന്ഥം എന്നതിന് സംശയമില്ല.

സ. ഐ വിയെ ഞാൻ നേരിട്ട് കാണുന്നത് എന്റെ ഹൈസ്കൂൾ വിദ്യാഭ്യാസ കാലത്താണ്. എന്റെ അച്ഛനുമായി അദ്ദേഹത്തിന് നേരത്തെ നല്ല പരിചയമുണ്ടായിരുന്നു. ആ കാലത്ത് അദ്ദേഹത്തിന്റെ പത്രാധിപ ത്യത്തിൽ ഒരു പ്രസിദ്ധീകരണമുണ്ടായിരുന്നു, 'റോക്കറ്റ്'. ആ മാസിക യുടെ പരസ്യശേഖരണത്തിന്റെ ഭാഗമായി അച്ഛൻ നടത്തിവരുന്ന ഹോട്ട ലിന്റെ പരസ്യം ലഭിക്കാൻ സമീപിച്ച ഘട്ടത്തിലായിരുന്നു ഞാൻ ആദ്യ മായി അദ്ദേഹത്തെ കാണുന്നത്. പിന്നീട് വിവിധ വേദികളിൽ അദ്ദേഹ ത്തിന്റെ പ്രസംഗങ്ങളും കേൾക്കാൻ കഴിഞ്ഞു. ഗ്രന്ഥശാലാ പ്രസ്ഥാന

ത്തിന്റെ സംഘാടകൻ എന്ന നിലയിൽ കതിരൂരിലും പരിസരങ്ങളിലും വരുന്ന സന്ദർഭങ്ങളിൽ ദൂരെ നിന്ന് കാണുവാൻ മാത്രമാണ് എനിക്ക് കഴിഞ്ഞിരുന്നത്.

കേരള രാഷ്ട്രീയത്തിൽ നിന്നും വേറിട്ട് നിന്ന പാനൂർ രാഷ്ട്രീയ ത്തിലെ നേതാവ് എന്ന നിലയ്ക്കാണ് അദ്ദേഹം ശ്രദ്ധേയനായത്. മറ്റിട ങ്ങളിൽ കമ്മ്യൂണിസ്റ്റ് പാർട്ടി കോൺഗ്രസ്സുമായിട്ടാണ് ഏറ്റുമുട്ടിയിരുന്നത്. പക്ഷെ, പാനൂരിൽ പി ആർ കുറുപ്പിന്റെ ഏകാധിപത്യ രാഷ്ട്രീയത്തിനെ തിരെ പോരാടേണ്ടിവന്നു. അതിന് പാനൂരിൽ കമ്മ്യൂണിസ്റ്റ് പാർട്ടിയും കോൺഗ്രസ്സും മുസ്ലീം ലീഗും യോജിച്ചുനിന്ന് ആക്ഷൻ കമ്മിറ്റിയുണ്ടാ യിക്കി പ്രവർത്തിക്കുകയായിരുന്നു. പി ആറിന്റെ രാഷ്ട്രീയത്തെ എതിർത്ത തികച്ചും വ്യത്യസ്തമായ രാഷ്ട്രീയമാണ് പാനൂരിൽ നിലനിന്നിരുന്നത്. ആ മാടമ്പി രാഷ്ട്രീയത്തെ ചെറുത്ത് തോൽപ്പിക്കാനുള്ള പോരാട്ടത്തിൽ സ. ഐ വി ദാസിന്റെ നേതൃത്വപരമായ പങ്ക് സുപ്രധാനമായിരുന്നു.

രാഷ്ട്രീയരംഗത്തെ പ്രവർത്തനത്തിനോടൊപ്പം കലാസാഹിത്യ രംഗത്തും പാർട്ടിയേൽപ്പിച്ച ചുമതലകൾ അദ്ദേഹം ഫലപ്രദമായി നിർവ ഹിച്ചിരുന്നു. ആദ്യകാലത്ത് ദേശാഭിമാനി സ്റ്റഡി സർക്കിളിന്റെ സംഘാ ടനത്തിലെ മുൻനിര നേതാക്കളിലൊരാളായിരുന്നു. വ്യത്യസ്ത അഭി പ്രായമുള്ള കലാകാരന്മാരെയും സാഹിത്യകാരന്മാരെയും പാർട്ടിയുടെ കാഴ്ചപ്പാടിന് അനുസൃതമായി ഏകോപിപ്പിക്കുന്നതിൽ അദ്ദേഹം പ്രധാന പങ്കുവഹിക്കുകയുണ്ടായി. ചുരുക്കത്തിൽ പാർട്ടിയേൽപ്പിച്ച എല്ലാ ചുമതലകളും ഫലപ്രദമായി നിർവ്വഹിച്ച ഉത്തമനായ ഒരു കമ്മ്യൂ ണിസ്റ്റ് നേതാവായിരുന്നു സ: ഐ വി ദാസ്. ഉൾപാർട്ടി പ്രശ്നങ്ങളിൽ വ്യത്യസ്ത നിലപാടുകൾ സ്വീകരിക്കുന്നവരോട് സൗഹൃദം പുലർത്തുന്ന വിശാലമായ കാഴ്ചപ്പാടാണ് അദ്ദേഹത്തിന് ഉണ്ടായിരുന്നത്. എന്നാൽ പ്രത്യയശാസ്ത്ര പ്രതിബദ്ധത മുറുകെ പിടിക്കുന്നതിൽ നിന്ന് അൽപ്പം പോലും വ്യതിചലിച്ചുമില്ല. നാനാമേഖലയിലുള്ളവരുമായി വ്യക്തിപര മായി ബന്ധങ്ങൾ നിലനിർത്തുന്നതിൽ അദ്ദേഹം ശ്രദ്ധിച്ചിരുന്നു. എല്ലാ യ്പ്പോഴും പാർട്ടി താൽപര്യം ഉയർത്തിപ്പിടിക്കുവാൻ അതീവ ശ്രദ്ധാലു വായിരുന്നു സ: ഐ വി.

രോഗംമൂലം ശയ്യാവലംബിയായ ഘട്ടത്തിൽ ഒരു ദിവസം അദ്ദേ ഹത്തെ കാണാൻ ഞാൻ അദ്ദേഹത്തിന്റെ വീട്ടിൽ പോയിരുന്നു. മുറിയി ലുണ്ടായിരുന്ന മറ്റുള്ളവരോടും മകൻ ബാബുവിനോടും മാറി നിൽക്കാൻ പറഞ്ഞു. എന്നിട്, അപ്പോഴും പാർട്ടിയുടെ നയപരമായ കാര്യങ്ങളാണ് എന്നെ മാത്രം മുറിയിലിരുത്തി ദീർഘനേരം സംസാരിച്ചുകൊണ്ടിരുന്നത്.

വിദ്യാർത്ഥി ജീവിതകാലം മുതൽ പത്രപ്രവർത്തനത്തിൽ അദ്ദേഹം ആകൃഷ്ണനായിരുന്നു. അപ്പോഴും സാമൂഹിക പ്രശ്നങ്ങളോട് പ്രതിക രിച്ച എഴുത്തുകാരനായിരുന്നു സ. ഐ വി ദാസ്. പിന്നീട് രാഷ്ട്രീയ സംഭ വവികാസങ്ങളോട് പ്രതികരിച്ചുകൊണ്ട് ഒട്ടേറെ ലേഖനങ്ങൾ എഴുതു കയുണ്ടായി. ദേശാഭിമാനിയിലെ 'പ്രതികരണങ്ങൾ' വായനക്കാരെ ചിന്തി

പ്പിക്കുന്നതും ആസ്വദിപ്പിക്കുന്നതുമായിരുന്നു എന്ന് ഞാൻ ഓർക്കുകയയാ ണ്. സാമൂഹിക ജീവിതവുമായി ബന്ധപ്പെടുന്നതിനാണ് ദാസ് അധ്യാ പകവൃത്തി തെരഞ്ഞെടുത്തിരുന്നത്. അധ്യാപക ജീവിതത്തിലൂടെ വിപു ലമായ ശിഷ്യസമ്പത്തിന്റെ ഉടമയാവുകയും ചെയ്തു. അദ്ദേഹത്തിന്റെ രാഷ്ട്രീയ-സാംസ്കാരിക-പത്രപ്രവർത്തന രംഗങ്ങളുമായി ബന്ധപ്പെട്ട വിലപ്പെട്ട സംഗതികളെല്ലാം സ: പവിത്രൻ മൊകേരി രചിച്ച ഈ ജീവച രിത്ര പുസ്തകത്തിൽ വിശദമായി പ്രതിപാദിച്ചിട്ടുണ്ട്.

കേരളത്തിന്റെ രാഷ്ട്രീയ സാംസ്കാരിക ചരിത്രം രചിക്കുമ്പോൾ സ. ഐ വി ദാസിന് പ്രധാനപ്പെട്ട ഒരു സ്ഥാനമുണ്ട്. അവ ജീവചരിത്ര മായി രേഖപ്പെടുത്തുന്നത് ഭാവി തലമുറയ്ക്ക് പ്രയോജനപ്രദമായിത്തീ രുകതന്നെ ചെയ്യും. കാരണം ചരിത്രത്തെ മാത്രമല്ല ഐതിഹ്യങ്ങൾ പോലും വർത്തമാനകാലത്ത് സങ്കുചിത രാഷ്ട്രീയ ലക്ഷ്യങ്ങൾക്കായി ഉപയോഗപ്പെടുത്തുവാൻ ശ്രമിക്കുന്ന ചില നിഗൂഢശക്തികൾ തലപൊ ക്കുന്ന കാലത്താണ് നാം ജീവിക്കുന്നത്. ഈ ഒരു സാഹചര്യത്തിൽ സമകാലീന ചരിത്രം രൂപപ്പെടുത്തുന്നതിൽ ഐ വി ദാസിനെപ്പോലു ള്ളവരുടെ പങ്കും, സ്ഥാനവും ശരിയായ നിലയിൽ ഭാവി തലമുറയറി യണം. അതാണ് ഈ ജീവചരിത്രത്തിന്റെ പ്രാധാന്യം.

നവോത്ഥാനത്തിന്റെ ഉണർവ്വിലൂടെ ദേശീയപ്രസ്ഥാനത്തിന്റെ ആശ യത്തിലൂടെ കമ്മ്യൂണിസ്റ്റ് പ്രത്യയശാസ്ത്രത്തിലേക്കുള്ള യാത്രയായി രുന്നു ദാസിന്റേത്. ഒപ്പം ഗ്രന്ഥശാലാ പ്രസ്ഥാനം, പുരോഗമന സാഹി ത്യപ്രവർത്തനം, പത്രപ്രവർത്തനം അങ്ങിനെ സർവ്വ മണ്ഡലങ്ങളിലും ഐ വി ദാസിന്റെ സജീവ സാന്നിധ്യം പ്രകടമായിരുന്നു. വ്യക്തിജീവി തത്തിലെ സൗമ്യഭാവവും ലാളിത്യവും കൊണ്ടാണ് ജനമനസ്സുകളിൽ അദ്ദേഹം മായാത്ത ഓർമ്മയായിത്തീരുന്നത്.

അദ്ദേഹത്തിന്റെ സവിശേഷതകളെല്ലാം സത്യസന്ധമായി ഇഴപി രിച്ചെടുത്ത് കാലത്തെയും വ്യക്തിജീവിതത്തെയും സമന്വയിപ്പിച്ചാണ് ഈ ജീവചരിത്രരചന സ: പവിത്രൻ മൊകേരി പൂർത്തീകരിച്ചിട്ടുള്ളത്. ഈ ജീവചരിത്രഗ്രന്ഥം അഭിമാനപൂർവ്വം ജനങ്ങൾക്ക് മുമ്പാകെ ഞാൻ അവതരിപ്പിക്കുന്നു.

അഭിവാദനങ്ങളോടെ,
പി ജയരാജൻ
സെക്രട്ടറി
സി പി ഐ (എം) കണ്ണൂർ ജില്ല.

കേരളത്തിന്റെ മാനം ചുവക്കുന്നു

കേരളത്തിന്റെ രാഷ്ട്രീയ മാനം ചുവക്കാൻ തുടങ്ങിയത് 1930കളോ ടെയാണ്. കേരള നവോത്ഥാന പ്രസ്ഥാനത്തിന് രാഷ്ട്രീയവും വർഗപ രവുമായ മാനങ്ങൾ ശക്തിപ്പെടുന്നതും, ഇന്ത്യൻ നാഷണൽ കോൺഗ്ര സ്സിൽ സോഷ്യലിസ്റ്റ് ആശയഗതി രൂപപ്പെടുന്നതും, തുടർന്ന് സോഷ്യ ലിസ്റ്റ് പ്രസ്ഥാനം രൂപീകൃതമാകുന്നതും ഈ ദശാസന്ധിയിലാണ്.

എന്നാൽ 1930ൽ കേരളത്തിൽ തിരുവനന്തപുരത്താണ് 'കമ്മ്യൂ ണിസ്റ്റ്' എന്ന് പേരുള്ള ഒരു സംഘടന ആദ്യമായി രൂപംകൊള്ളുന്നത്. പിന്നീട് എൻ സി ശേഖർ അടക്കമുള്ള യുവവിപ്ലവകാരികൾ 'കമ്മ്യൂ ണിസ്റ്റ് ലീഗ്' എന്ന സംഘടനയുണ്ടാക്കി. പക്ഷെ അതിന് കേരളത്തി ലെ മറ്റേതെങ്കിലും കമ്മ്യൂണിസ്റ്റ് ആശയങ്ങളുമായി ബന്ധമുണ്ടായിരു ന്നില്ല, പ്രാദേശിക സംഘടന മാത്രമായിരുന്നു അത്.

നിയമലംഘന പ്രസ്ഥാനത്തിൽ പങ്കെടുത്ത് അറസ്റ്റ് വരിച്ച നിരവ ധിപ്പേർ ജയിലിലടക്കപ്പെട്ടു. പക്ഷെ സമരം പിൻവലിക്കപ്പെട്ടു. സമര പോരാളികളെ നിരാശപ്പെടുത്തിയ സംഭവമായിരുന്നു ഇത്. എന്നാൽ നിരാ ശയിൽ നിന്ന് വർദ്ധിത വിപ്ലവ വീര്യമായി കോൺഗ്രസ്സ് സോഷ്യലിസ്റ്റ് പാർട്ടി എന്ന സംഘടനാ രൂപമുണ്ടായി, അത് രാഷ്ട്രീയ പരിവർത്തന മായി മാറുകയും ചെയ്തു.

1935 കളിലെത്തുമ്പോഴേക്കും കൃഷിക്കാരുടെ വർഗ സംഘടന രൂപംപ്രാപിച്ചു തുടങ്ങി. തൊഴിലാളികളുടെ സംഘടനാ പ്രവർത്തനം വ്യാപകവും ശക്തിയാർജ്ജിച്ചതുമായി വളർന്നു. ഇത് സാമൂഹിക രംഗത്ത് വലിയ മാറ്റങ്ങളുടെ ചുവടുവെപ്പാണുണ്ടാക്കിയിരുന്നത്. 1935 ജൂലൈ 13ന് കൊളച്ചേരിയിൽ വിഷ്ണു ഭാരതീയന്റെ ഭവനമായ 'ഭാര തീയ മന്ദിര'ത്തിൽ 28 പേർ ചേർന്ന് നടത്തിയ ആദ്യയോഗത്തിലാണ്

മലബാറിലെ കർഷക പ്രസ്ഥാനത്തിന് നാന്ദിക്കുറിക്കപ്പെടുന്നത്. വിഷ്ണു ഭാരതീയൻ പ്രസിഡണ്ട്, കെ എ കേരളീയൻ സെക്രട്ടറി, കെ പി ഗോപാലൻ എന്നിവരും ആ യോഗത്തിൽ പങ്കെടുത്തിരുന്നു. 1936 സപ്തംബറിൽ സ. എ വി കുഞ്ഞമ്പുവിന്റെ നേതൃത്വത്തിൽ കരിവള്ളൂർ കർഷക സംഘം രൂപീകൃതമായി.

1936ലെ ക്ഷേത്രപ്രവേശന വിളംബരമാണ് വലിയ സാമൂഹിക ചലനങ്ങൾക്ക് കാരണമായ സംഭവങ്ങളിൽ ഒന്ന്. രാഷ്ട്രീയ രംഗത്ത് 1937ൽ ആദ്യ കമ്മ്യൂണിസ്റ്റ് ഘടകത്തിന്റെ പിറവിയുണ്ടായി. ഔപചാരികമായി രൂപീകൃതമായ പാർട്ടിയുടെ കേരള ഘടകം ഒളിവിലായിരുന്നു പ്രവർത്തിച്ചിരുന്നത്. 1936 ജുലൈ ഒന്നാം തീയ്യതി മലബാറിന്റെ വടക്കേയറ്റം (കണ്ണൂർ) മുതൽ തെക്കേയറ്റം വരെയും അവിടുന്ന് തമിഴ്നാട്ടിലേക്കും തുടർന്ന് മദിരാശിയിലേക്കും യൂനിഫോറം ധരിച്ച 40 വളണ്ടിയർമാർ എ. കെ.ജിയുടെ നേതൃത്വത്തിൽ 800 കി.മീ. ദൂരം കാൽനടയായി 55 ദിവസം സഞ്ചരിച്ച പട്ടിണി ജാഥയുടെ കാലവും ഇത് തന്നെയായിരുന്നു. വിപ്ലവ ഗാനം ആലപിച്ച് നാടും നഗരവും ഉണർത്തിയ ജാഥയിൽ സർദാർ ചന്ദ്രോത്ത്, കെ പി ആർ, കെ എ കേരളീയൻ എന്നിവരും ഉണ്ടായിരുന്നു. ഈ നിവേദന സംഘത്തെ അധികൃതർ നിരാകരിക്കുകയും ജാഥാംഗങ്ങളെ ഒരു വർഷം തടവിന് ശിക്ഷിക്കുകയും ചെയ്തു. ഇത് പിൽക്കാലത്ത് ശക്തമായ കർഷകസംഘ പ്രസ്ഥാനം വളർത്തുന്നതിന് കാരണമായി. 1938ൽ ആലപ്പുഴയിൽ തൊഴിലാളികൾ ഒരു രാഷ്ട്രീയ പൊതുപണിമുടക്ക് നടത്തുകയുണ്ടായി. കമ്മ്യൂണിസ്റ്റ് പാർട്ടിയുടെ പിന്തുണയും പ്രേരണയും ഈ പണിമുടക്കിനുണ്ടായിരുന്നു.

1940 സപ്തംബർ 15ന് മർദ്ദന പ്രതിഷേധദിനം - തലശ്ശേരി ജവഹർ ഘട്ടിൽ അബു മാസ്റ്റർ, ചാത്തുക്കുട്ടി എന്നീ രണ്ട് സമരഭടന്മാർ ബ്രിട്ടീഷ് പോലീസിന്റെ വെടിവെപ്പിൽ രക്തസാക്ഷിത്വം വരിച്ചു. 1943ൽ മാർച്ച് 29നാണ് കയ്യൂർ സഖാക്കളെ തൂക്കിലേറ്റിയത്. ഇതും മാറുന്ന കേരളത്തിന്റെ വിപ്ലവവീര്യം തിളപ്പിച്ച സംഭവമായിരുന്നു. 1946 സപ്തംബർ 30നാണ് കാവുമ്പായിയിൽ കർഷക സമരത്തിന്റെ ഭാഗമായി അഞ്ച് സഖാക്കളെ ബ്രിട്ടീഷ് പോലീസ് വെടിവെച്ച് കൊന്നത്. 3 സഖാക്കളെ തൂക്കികൊല്ലാനും വിധിച്ചു. പിന്നീടത് ജീവപര്യന്തമാക്കി മാറ്റി. 1946ൽ പുന്നപ്ര-വയലാർ സമരവും. ഇങ്ങനെയുള്ള ധാരാളം രാഷ്ട്രീയ സംഭവ വികാസങ്ങൾക്ക് കാലം സാക്ഷ്യം വഹിക്കുകയായിരുന്നു.

സാംസ്കാരിക രംഗത്ത് ജീവൽ സാഹിത്യ സംഘത്തിന്റെ രൂപീകരണമുണ്ടായി. ജന്മിത്തത്തിന്റെ കൊടിയ ചൂഷണവും അടിമത്തവും അത് സൃഷ്ടിച്ച വേദനയും അക്കാലത്ത് നടമാടിയ അനീതിയും ഇതിവൃത്തമാക്കി മലയാളത്തിന്റെ എക്കാലത്തേയും ശ്രദ്ധേയമായ കവിത 'വാഴക്കുല' ചങ്ങമ്പുഴ കൃഷ്ണപിള്ള രചിച്ചത് ഈ വേളയിലാണ്. കെ ദാമോദരന്റെ 'പാട്ടബാക്കി' എന്ന ചിന്തോദ്ദീപകമായ, ജീവിതഗന്ധിയായ നാടകം പിറന്നതും ഈ കാലത്തോട് കലഹിച്ചുകൊണ്ടാണ്.

കേരളത്തിന്റെ തെക്ക് നവോത്ഥാന പ്രസ്ഥാനത്തിന്റെ നെടുനായക നായി മാറിയ ശ്രീനാരായണഗുരുവിലൂടെ വിപ്ലവകരങ്ങളായ പരിവർത്ത നങ്ങൾക്ക് കേരളം സാക്ഷിയായി. ശ്രീനാരായണഗുരുവിന്റെ സന്ദേശ ങ്ങൾ കേരളത്തിന്റെ ഹൃദയ ഭൂമികയിൽ സ്വീകാര്യമായിതീർന്നു കൊണ്ടി രുന്നു. മലബാറിൽ ജാതീയതയ്ക്കും അന്ധവിശ്വാസത്തിനും എതിരെ നിരന്തരം പോരാടിക്കൊണ്ടിരുന്ന വാഗ്ഭടാനന്ദ ഗുരുവിന്റെ 'ആത്മവിദ്യാ സംഘത്തി'ന്റെ ആശയം സാമാന്യജനങ്ങളിൽ ആഴത്തിൽ സ്വാധീ നിച്ചുകൊണ്ടിരിക്കുന്ന സന്ദർഭവുമായിരുന്നു അത്. കേരളത്തിന്റെ ചരിത്ര പശ്ചാത്തലം ഓർത്തെടുക്കുമ്പോൾ 'മനുഷ്യനെ സൃഷ്ടിക്കുക' എന്ന തായിരുന്നു നവോത്ഥാന പ്രസ്ഥാനത്തിന്റെ ദൗത്യവും സന്ദേശവും എന്നു കാണാം. ശ്രീനാരായണഗുരുവും, വാഗ്ഭടാനന്ദ ഗുരുവും സൃഷ്ടിച്ച നവോത്ഥാനത്തിന്റെ പുതിയവെളിച്ചവും, മാനവമോചന ആശയങ്ങളും മനുഷ്യ സ്വാതന്ത്ര്യത്തിലേക്കുള്ള പാതയൊരുക്കുന്നതിൽ കരുത്തു പകർന്നു.

1920 കളിലും 30 കളിലും ബ്രിട്ടീഷ് അധികാരികളോട് വിട്ടുവീഴ്ച കാട്ടിയ കോൺഗ്രസ്സിന്റെ നയത്തിൽ പ്രതിഷേധിച്ച യുവ വിപ്ലവകാരിക ളുടെ പ്രതിനിധികളായിരുന്നു ഭഗത്സിംഗും സഖാക്കളും. "ആ കാല ഘട്ടത്തിലെ വിപ്ലവകാരികൾ സോഷ്യലിസം ലക്ഷ്യമായി സ്വീകരിച്ചു. മനുഷ്യൻ മനുഷ്യനെയും രാഷ്ട്രം രാഷ്ട്രത്തെയും ചൂഷണം ചെയ്യാത്ത വർഗ്ഗരഹിത സമൂഹത്തിന് വേണ്ടി അവർ വാദിച്ചു. ബ്രിട്ടീഷ് സാമ്രാജ്യ ത്വത്തോട് മാത്രമല്ല സാമ്രാജ്യത്വ സമ്പ്രദായത്തോട് മുഴുവനുമായാണ് തങ്ങളുടെ എതിർപ്പെന്ന് അവർ പ്രഖ്യാപിച്ചു.

ഇങ്ങനെ സാമൂഹ്യ വിപ്ലവത്തിന്റെ പുതിയ ധാരകൾ സൃഷ്ടിച്ച സ്വാതന്ത്ര്യ സമര പോരാട്ടങ്ങളുടെ സവിശേഷ ചരിത്ര സന്ധിയിലൂടെ യാണ് ഐ വി ദാസിന്റെ ബാല്യകൗമാരങ്ങൾ കടന്നുപോയത്. മനു ഷ്യന്റെ സാമൂഹ്യബോധത്തിലും ജീവിതാനുഭവങ്ങളിലും പരിവർത്ത നത്തിന്റെ നൂതന ദിശാബോധം രൂപപ്പെട്ടുവരുന്ന കാലവും കൂടിയായി രുന്നു ഇത്. ഈ ചരിത്ര സന്ധിയിൽ നിന്നും ആവാഹിച്ചെടുത്ത പുരോ ഗമന ചിന്താധാരകളിൽ നിന്നാണ് പിൽക്കാലത്ത് കേരളത്തിന്റെ സാമൂ ഹിക, സാംസ്കാരിക, രാഷ്ട്രീയ മണ്ഡലങ്ങളിൽ തനതായ വ്യക്തിത്വം അടയാളപ്പെടുത്തിയ സ. ഐ വി ദാസ് എന്ന കർമ്മനിരതനായ കമ്മ്യൂ ണിസ്റ്റ് രൂപപെട്ടുവന്നത്. പാരമ്പര്യവും, പരിതസ്ഥിതിയുമാണ് ഒരളവോളം മനുഷ്യന്റെ വ്യക്തിത്വത്തിന്റെ പ്രചോദനമാകുന്നത്. കേരളത്തിലേയും, ഭാരതത്തിലേയും വ്യത്യസ്ത സമരമുഖങ്ങളിൽ നിന്നും ആവേശഭരിത രായ യുവമനസ്സുകൾ കൂടുതൽ ദേശീയ ബോധത്തിലേക്കും, സാമ്രാജ്യ വിരുദ്ധ നിലപാടിലേക്കും കമ്മ്യൂണിസ്റ്റ് പ്രത്യയശാസ്ത്രത്തിലേക്കും ആകർഷിക്കപ്പെടുകയായിരുന്നു. ഐ വി ദാസിന്റെ ചിന്തയിലും ചുവപ്പുരാശി പടരാൻ ഈ രാഷ്ട്രീയ സംഭവങ്ങൾ കാരണമായിരിക്കാം.

പുസ്തകങ്ങളെ കൂട്ടുകാരാക്കി

കണ്ണൂർ ജില്ലയിൽ തലശ്ശേരി താലൂക്കിൽ പാനൂരിന് പടിഞ്ഞാറ് മാറി മൊകേരി ഗ്രാമത്തിൽ കൂരാറ ഇല്ലത്ത് വയലക്കര വീട്ടിൽ ശിവ രാജ വർമ്മ എന്ന ത്രിവിക്രമൻ നായരുടെയും പാർവ്വതി അമ്മ എന്ന അമ്മാളുഅമ്മയുടെയും മൂത്ത മകനായി 1932 ജൂലൈ 7 ന് ജനിച്ച ത്രിഭു വനദാസൻ നായരാണ്, രാഷ്ട്രീയ സാംസ്കാരിക കേരളത്തിന്റെ സാര ഥികളിൽ ഒരാളായി മാറിയ സാക്ഷാൽ ഐ വി ദാസ്.

ഐ വി ദാസിനെ അറിയാത്തവർ വളരെ ചുരുക്കമായിരിക്കും. പക്ഷെ ഇല്ലത്ത് വയലക്കര വീട്ടിൽ ത്രിഭുവനദാസൻ നായരെ ജന്മദേശ മായ മൊകേരിയിലോ പരിസര പ്രദേശങ്ങളിലോ ആർക്കും പരിചയമു ണ്ടാകാനിടയില്ല. തറവാട്ട് മഹിമയും പാരമ്പര്യവും പഴയകാലത്തിന്റെ സർവ്വാവശിഷ്ടങ്ങളും ഉപേക്ഷിച്ച് നിസ്വവർഗ്ഗത്തിന്റെ ഹൃദയതാളം തേടി പുറപ്പെട്ട മനുഷ്യസ്നേഹിയാണ് ഐ വി ദാസ്. താനടക്കമുള്ള സമൂഹ ത്തിന്റെ മുഖഛായ മാറ്റിത്തീർക്കുന്നതിന് വേണ്ടി പലവിധ വേഷങ്ങളു മായി ജീവിതത്തിന്റെ പകർന്നാട്ടം നടത്തിയ വ്യക്തിത്വം കൂടിയായിരുന്നു അദ്ദേഹം. അധ്യാപകൻ, സാംസ്കാരിക പ്രവർത്തകൻ, ഗ്രന്ഥശാലാ പ്രവർത്തകൻ, പത്രപ്രവർത്തകൻ, രാഷ്ട്രീയ നേതാവ് അങ്ങനെ നീളു കയാണ് അദ്ദേഹത്തിന്റെ പ്രവർത്തന മണ്ഡലം. നാടുവാഴിത്തത്തിന്റെ പ്രതാപ ചിഹ്നമായ ത്രിഭുവനദാസൻ നായർ എന്ന ഭാരം നിറഞ്ഞപേരു പോലും ചുരുക്കി ഐ വി ദാസനായി മാറുകയും ചെയ്തത് കേവലം യാദൃച്ഛികമല്ല.

മൊകേരിയിലെ കൂരാറയില്ലം പഴയ ജന്മി കുടുംബമാണ്. ഇരുപ ത്തയ്യായിരം പറ വാരം പാട്ടം വരവുണ്ടായിരുന്നുവത്രെ. പിന്നീടത് എഴു പത്തിനാല് കുടുംബങ്ങളുള്ള വലിയയതറവാടായി തീരുമ്പോഴേക്കും

പ്രതാപം പതുക്കെ അസ്തമയത്തിലേക്ക് പ്രവേശിക്കുകയായിരുന്നു.

പ്രതാപ കാലത്തിന്റെ നല്ല നാളുകളിൽ കൂരാറയില്ലത്തെ അപ്പനാ
യർ, ശങ്കരൻ നായർ എന്നീ കാരണവരുടെ പേരുകൾ ആളുകൾ ബഹു
മാനത്തോടെയാണ് ഓർക്കുന്നത്. ഇവർ നാട്ടിലെ പ്രമാണിമാരും കാര്യ
പ്രാപ്തിയുള്ള മധ്യസ്ഥരുമായിരുന്നു. ആ നാളുകളിൽ കൂരാറ നാട്ടിൽ
ഇവർ ഇടപെട്ടാൽ തീരാത്ത വഴക്കുകളോ പ്രശ്നങ്ങളോ ഉണ്ടായിരുന്നില്ല.
തർക്കങ്ങളും, കുഴപ്പങ്ങളും പൊലീസ് സ്റ്റേഷനിലോ, കോടതിയിലോ
എത്തേണ്ടതായും വന്നില്ല. അത്രമാത്രം നീതിപൂർവ്വമായിട്ടായിരുന്നു
പ്രശ്നങ്ങളെ ഇവർ സമീപിച്ചിരുന്നത്. ദാസിന്റെ അമ്മാവന്മാരായിരുന്നു
അപ്പനായരും, ശങ്കരൻ നായരും. ദാസിന്റെ അമ്മയ്ക്ക് മറ്റൊരു സഹോ
ദരൻ കൂടിയുണ്ടായിരുന്നു. അദ്ദേഹമാണ് ഐ വി കരുണാകരൻ നായർ.

ദാസിന്റെ അച്ഛൻ മയ്യഴി ദേശത്തിനടുത്ത ഒളവിലം ദേശവാഴികളാ
യിരുന്ന കുറുങ്ങോട്ട് നായർ കുടുംബാംഗമായിരുന്നു. ബ്രിട്ടീഷ് ഭരണ
വാഴ്ചകാലത്ത് പ്രതിമാസം മുപ്പത് രൂപാവീതം മാലീഖാൻ വാങ്ങിയവ
രായിന്നു ആ കുടുംബം. ദാസിന്റെ അച്ഛന്റെ അച്ഛൻ കാസർഗോഡിന
പ്പുറം കുമ്പളദേശം നാടുവാഴിയായിരുന്നു.

കുടുംബമഹിമയും, തറവാടിത്തവും തണൽ പരത്തിയ ബാല്യം
അഞ്ച് വയസ്സ് തികഞ്ഞപ്പോൾ ഹരിശ്രീ കുറിച്ച് പള്ളിക്കുടത്തിലേക്ക്
പുറപ്പെട്ടു. അമ്മാവനായ ഐ വി കരുണാകരൻ നായർ അധ്യാപക
വൃത്തി ചെയ്തുവരുന്ന കഴുങ്ങുംവെള്ളി എൽ പി സ്കൂളിലായിരുന്നു
ദാസിന്റെ സ്കൂൾ വിദ്യാഭ്യാസം. കൂരാറയില്ലത്തു നിന്നും കൂരാറകുന്നിന്റെ
പടിഞ്ഞാറുഭാഗത്തുള്ള കുണ്ടനിടവഴികൾ താണ്ടി ഏകദേശം ഒന്നര
മൈൽ അകലെയുള്ള സ്കൂളിൽ നിത്യവും അമ്മാവനോടൊപ്പമാണ്
പോയിരുന്നത്. അവിടെ അഞ്ചാംക്ലാസ് പൂർത്തിയായതോടെ തുടർന്നുള്ള
പഠനം ചമ്പാട് ദേശത്തെ കുന്നുമ്മൽ യു പി സ്കൂളിലായി, ഏഴാം ക്ലാസ്
വരെ. പിന്നീട് ഹൈസ്കൂൾ വിദ്യാഭ്യാസം കുത്തുപറമ്പ് ഹൈസ്കൂളി
ലായിരുന്നു.

കൂരാറയില്ലത്തു നിന്നും വിസ്താരമേറിയ കൂരാറവയൽ മുറിച്ചുക
ടന്നു ആറ്റുപുറം വഴി മുതുവനപ്പാറയിലൂടെയും പത്തായക്കുന്നിലൂടെ
യുമാണ് ഹൈസ്കൂളിലേക്കുള്ള ദാസിന്റെ യാത്ര. നിത്യേനയുള്ള ആ
യാത്രയിൽ കണ്ടുമുട്ടുന്നവരെല്ലാം പരിചയക്കാരും സുഹൃത്തുക്കളുമായി.
നാൾക്കുനാൾ ആ സൗഹൃദത്തിന്റെ വിസ്തൃതി വർദ്ധിക്കുകയും
ചെയ്തു.

പാഠ്യവിഷയങ്ങൾക്ക് പുറമെ മറ്റ് വിജ്ഞാനമേഖലയിലേക്ക് കൂടി
ആ കൗമാര മനസ്സിന്റെ ജിജ്ഞാസ കടന്നു ചെന്നിരുന്നു. ബാല്യത്തിൽ
പുസ്തകങ്ങളായിരുന്നു ദാസിന്റെ ഉറ്റ ചങ്ങാതിമാർ. അമ്മാവൻ കരു
ണാകരൻ നായരുടെ പുസ്തകശേഖരത്തിൽ നിന്നും സ്കൂൾ ലൈബ്ര
റികളിൽ നിന്നും അധ്യാപകരിൽ നിന്നും പുസ്തകങ്ങൾ വാങ്ങി വായി
ക്കുന്ന ശീലമായിരുന്നു. സ്കൂൾ അവധി ദിവസങ്ങളിൽ ഇല്ലത്തെ മറ്റ്

കുട്ടികളോടൊപ്പം കൂട്ടുകൂടി കളിക്കുന്നതിലൊന്നും ദാസിനെ കാണുക യില്ല. ഇല്ലത്തിന്റെ മുകൾത്തട്ടിലെ തന്റെ പഠനമുറിയിൽ വായനയിൽ മുഴുകിയിരിക്കുകയായിരിക്കും പലപ്പോഴും അദ്ദേഹം. പിൽക്കാലത്ത് സഹധർമ്മിണിയായിത്തീർന്ന സുശീല ഏടത്തി പറയുന്നത്: നിറയെ കുട്ടികളുള്ള ഇല്ലത്ത് ദാസിനെ ആ കൂട്ടത്തിൽ അപൂർവ്വമായി മാത്രമേ കാണാറുള്ളൂ; എപ്പോഴും പഠനമുറിയിലായിരിക്കും.

ഹൈസ്കൂളിൽ പഠിക്കുന്ന കാലത്ത് പ്രഗത്ഭരായ അധ്യാപകരുടെ ശിക്ഷണമാണ് ദാസിന് കിട്ടിയിരുന്നത്. ദാസിന്റെ വ്യക്തിത്വത്തെയും അഭിരുചിയെയും വളർത്താനും പ്രോത്സാഹിപ്പിക്കുവാനും ആ സ്കൂൾ ജീവിതം സഹായകമായി. കെ കെ അപ്പുക്കുട്ടി അടിയോടി, കവി എൻ കോയിത്തട്ട, കുഞ്ഞികൃഷ്ണൻ നായർ, സംസ്കൃതപണ്ഡിതനായ ഗോവിന്ദൻ ഗുരുക്കൾ തുടങ്ങിയവർ ദാസിന്റെ ഓർമ്മയിൽ എന്നും ഒളി മങ്ങാത്ത ആദരണീയരായിരുന്നു.

പിതാവായ ത്രിവിക്രമൻ നായർ കാലം വെളുക്കാൻ തുടങ്ങിയിട്ടും യാഥാസ്ഥിതിക ബോധത്തിൽ നിന്നും മാറാൻ മടി കാണിക്കുന്ന മന സ്സിന്റെ ഉടമയായിരുന്നു. തറവാടിത്തവും ധാരാളിത്തവും വേണ്ടുവോളം കൈമുതലായിരുന്നു ആ നായർ പ്രമാണിയിൽ. ദാസിന്റെ ബാല്യത്തെ ഏറെ സ്വാധീനിച്ചിരുന്നത് അമ്മാവനായ കരുണാകരൻ നായർ ആയി രുന്നു. ഈ അമ്മാവന്റെ അകമ്പടിയിലായിരുന്നുവല്ലോ അഞ്ചുകൊല്ലം കഴുങ്ങുംവെള്ളി എൽ പി സ്കൂളിൽ പഠിച്ചിരുന്നത്. കരുണാകരൻ നായർ നന്മനിറഞ്ഞ നല്ലൊരു വ്യക്തിത്വത്തിന്റെ ഉടമസ്ഥനായിരുന്നു. അദ്ദേഹം ദാസിന്റെ ജീവിതത്തിന്റെ വഴികാട്ടിയുമായിരുന്നു.

സാംസ്കാരിക ചിന്തകളും പുതുവഴികളും

ഹൈസ്കൂൾ പഠനകാലത്താണ് സാഹിത്യ ചിന്തകൾ ദാസിന്റെ മനസ്സിൽ മൊട്ടിട്ടുതുടങ്ങിയത്. സർഗ്ഗാത്മക ചിന്തകൾക്ക് പരിലാളനം കിട്ടിയ സ്കൂൾ അന്തരീക്ഷത്തിൽ കൈയ്യെഴുത്തുമാസികകൾ പ്രസി ദ്ധീകരിക്കുന്നതിലും അതിൽ രചനകൾ നടത്തുന്നതിലും അതിന്റെ പത്രാധിപരാകുന്നതിലും ഉത്സാഹിയായിരുന്നു ദാസ്. ഇതിനെല്ലാം അധ്യാപകരുടെ പൂർണ്ണമായ പ്രോത്സാഹനവും ലഭിച്ചിരുന്നു. ആ കാലത്ത് ഏവർക്കും ആദരണീയനായിരുന്നു, ശ്രീ. വി വി കെ എന്ന പ്രസിദ്ധനായ അധ്യാപകൻ. പേരെടുത്ത കവി, ഒപ്പം ദേശസ്നേഹ ത്തിന്റെ നെയ്ത്തിരികൾ എങ്ങും തെളിഞ്ഞുനിൽക്കുന്ന മനസ്സുമായി രുന്നു അദ്ദേഹത്തിന്. നീളൻ തൂവെള്ള ഖദർ ജുബ്ബയും മധുരമായ സംഭാ ഷണവും ഏവർക്കും മാതൃകയും പ്രചോദനവും ആയിരുന്ന അദ്ദേഹം കതിരൂർ ഹൈസ്കൂളിൽ അധ്യാപകനായിരുന്നു. ശ്രീ. വി വി കെയുടെ സ്നേഹവാത്സല്യങ്ങൾ സമ്പാദിക്കാൻ സാധിച്ചതിൽ ദാസ് വളരെയേറെ സന്തോഷിക്കുകയും അഭിമാനിക്കുകയും ചെയ്തിരുന്നു.

വി വി കെയുടെ ഒരു ഛായാചിത്രം സാഹിത്യകാരനായ ശ്രീ. കെ പൊന്ന്യം (കരുണാകരൻ) വിവരിക്കുന്നത് ഇപ്രകാരമാണ്: മണി മുഴ ങ്ങുന്നതുപോലെയുള്ള ശബ്ദം; കവിത ചൊല്ലലും, കുട്ടികളോടൊത്തുള്ള വാത്സല്യം നിറഞ്ഞുള്ള പെരുമാറ്റവുമാണ് എന്നെ സംസ്കൃതം ക്ലാസ്സിൽ നിന്നും ചാടിച്ചത്. എന്റെ ജ്യേഷ്ഠൻ രാഘവൻ അദ്ദേഹത്തിന്റെ ശിഷ്യ നായിരുന്നു. അതുകൂടി മനസ്സിലാക്കിയപ്പോൾ എന്റെ മനസ്സിൽ കവിത യുടെ കൂമ്പെടുപ്പിക്കാനുള്ള ശ്രമം കൂടി ആരംഭിച്ചു. നല്ല ബാഡ്മിന്റൺ കളിക്കാരൻ കൂടിയായിരുന്നു അദ്ദേഹം. വി വി കെ എന്നത് ഒരു വ്യക്തി യല്ല. ഒരു പ്രസ്ഥാനമാണെന്നുതന്നെ പറയാം. ശരിക്കും പറഞ്ഞാൽ വി

വി കെ കളരിയിൽ പഠിച്ചവരെല്ലാം പിൽക്കാലത്ത് പ്രസിദ്ധരായിത്തീർന്ന എഴുത്തുകാരായിരുന്നു. അദ്ദേഹത്തിന്റെ ആദർശശുദ്ധി രാഷ്ട്രീയ നേതാ ക്കൾക്കും ലഭിച്ചിരുന്നു. തായാട്ട് ശങ്കരൻ, കെ പാനൂർ, കെ പി ബി പാട്യം, കെ തായാട്ട്, തായാട്ട് ബാലൻ, പാട്യം രാമകൃഷ്ണൻ.... വി വി കെ യുടെ വീട്ടിൽ പതിവുകാരായിത്തീർന്നു. സാഹിത്യ ലഹരി കയറി സമയം പോകുന്നതറിയാതെ കഴിയുമ്പോൾ അവരുടെ വിശപ്പിന്റെ വിളി അദ്ദേ ഹത്തിന്റെ സഹധർമ്മിണി രോഹിണിയമ്മയ്ക്കും കേൾക്കുവാൻ കഴി യുമായിരുന്നു.

സ. എ കെ ജി ഡൽഹിയിൽ നിന്നും നാട്ടിൽ വന്നാൽ പതിവ് തെറ്റാതെ വി വി കെ യെ ചെന്നുകാണുമായിരുന്നു. വി വി കെയുടെ സ്നേഹ വാത്സല്യങ്ങൾ അനുഭവിക്കുന്നതോടൊപ്പം രുചികരമായ ഭക്ഷണം കഴിച്ചിട്ടേ പോവുകയുള്ളൂ. അവർ ബന്ധുക്കളുമായിരുന്നു.

സാഹിത്യ സദസ്സുകളിൽ നിന്ന് പരിചയപ്പെട്ടതിന് ശേഷം വി വി കെയ്ക്ക് ദാസിനോട് വലിയ മമതയും വാത്സല്യവുമായിരുന്നു. പല പ്പോഴും "മകനേ..." എന്നാണ് വി വി കെ; ദാസിനെ വിളിച്ചിരുന്നത്. പിൽക്കാലത്ത് ആ മഹാ പണ്ഡിതനോടൊപ്പം പലവേദികളിലും പ്രസം ഗിക്കുകയും ചെയ്തിരുന്നതായി ദാസ് തന്റെ ഓർമ്മയിൽ അയവിറക്കു മായിരുന്നു. ദാസിന്റെ യൗവ്വനകാലത്തെ വസ്ത്രധാരണ രീതിപോലും വി വി കെയുടേതിനോട് സാമ്യവും സാദൃശ്യവും തോന്നുംവിധത്തിലാ യിരുന്നു.

കൂത്തുപറമ്പ് (തൊക്കിലങ്ങാടി) ഹൈസ്കൂളിൽ നിന്നും ദാസിന് എസ് എസ് എൽ സി പരീക്ഷയ്ക്ക് ഇരിക്കുവാൻ പ്രായം തികയാത്ത തിനാൽ പിന്നീടാണ് പരീക്ഷ വിജയിക്കുവാൻ സാധിച്ചത്.

കൂത്തുപറമ്പ് സ്കൂളിൽ പഠിക്കുന്ന കാലത്ത് ദാസിന് കോൺഗ്രസ് ആശയങ്ങളോടായിരുന്നു താൽപര്യം. അങ്ങനെ ഒരു വിദ്യാർത്ഥി കോൺഗ്രസ് പ്രവർത്തകനായി. അതുവഴി പൊതുരംഗത്തേക്ക് പ്രവേ ശിക്കാനുള്ള താൽപര്യവും ദാസിൽ രൂപപ്പെട്ടുവരികയായിരുന്നു.

1940 ലാണ് പാട്യം പത്തായക്കുന്നിൽ വാഗ്ഭടാനന്ദ ഗുരുവിന്റെ നാമ ധേയത്തിൽ ഒരു ഗ്രന്ഥാലയം സ്ഥാപിതമായത്. ആ സ്ഥാപനം പത്താ യക്കുന്നിലെയും പരിസരപ്രദേശങ്ങളിലെയും വിജ്ഞാന കുതുകികൾക്ക് ഒരു അനുഗ്രഹമായിരുന്നു. അന്ന് പത്തായക്കുന്ന് വലിയ ഒരു സാംസ്കാ രിക കേന്ദ്രം കൂടിയായിരുന്നു. ഗ്രന്ഥാലയത്തിൽ നിന്നും പുസ്തകമെ ടുക്കാൻ വരുന്ന വായനക്കാരുടെ നിരതന്നെ കൗതുകം ജനിപ്പിക്കുന്ന കാഴ്ചയായിരുന്നുവെന്ന് ദാസ് തന്നെ പറഞ്ഞിട്ടുണ്ട്. അന്ന് ദാസ് അട ക്കമുള്ള കുറെ ചെറുപ്പക്കാരുടെ സഹവാസകേന്ദ്രമായിരുന്നു ആ ഗ്രന്ഥാ ലയം. അവിടെ ദാസിന്റെ നേതൃത്വത്തിൽ "എവർ മെറി യൂത്ത് ലീഗ്" എന്ന ഒരു സംഘടന പ്രവർത്തനം തുടങ്ങിയിരുന്നു. ആ കാലത്ത് ഇട ക്കിടെ നടക്കുന്ന സാഹിത്യ ചർച്ചകളിൽ പാട്യം രാമകൃഷ്ണൻ, എ ക രുണൻ, കെ സി ഗോപാലൻ വൈദ്യർ, കെ പി ബി പാട്യം, പാട്യം

ഗോപാലൻ എന്നിവർ സജീവ പങ്കാളികളായിരുന്നു.

ഒരു സാഹിത്യ സമ്മേളനത്തിൽ ക്ഷണിതാവായി വന്നെത്തിയത് ശ്രീ. എം എം നാണു നമ്പ്യാരായിരുന്നു. അദ്ദേഹത്തിന്റെ ഗാംഭീര്യം മുറ്റിനിൽക്കുന്ന വാഗ്ധോരണി ഏവരെയും നന്നായി ആകർഷിച്ചിരുന്നു. പ്രസംഗകലയിൽ അക്കാലത്ത് നാണു നമ്പ്യാർ ഒരു അതിശയംതന്നെ യായിരുന്നുവത്രെ. സ: കോടിയേരി ബാലകൃഷ്ണന്റെ അമ്മാവനാണ് എം എം നാണു നമ്പ്യാർ. സ്വാതന്ത്ര്യസമര സേനാനിയും, അധ്യാപ കനും പിന്നീട് കമ്മ്യൂണിസ്റ്റുകാരനും ആയ ശ്രീ. എം എം നാണു നമ്പ്യാർ പിൽക്കാലത്തെ കോടിയേരി പഞ്ചായത്ത് ബോർഡ് വൈസ് പ്രസിഡണ്ടുമായിരുന്നു. 1940 കളിൽ അദ്ദേഹം ദേശീയപ്രസ്ഥാനത്തിലും ഇടതുപക്ഷ പ്രസ്ഥാനത്തിലും പ്രവൃത്തിക്കുകയുണ്ടായി. തുടർന്ന് കമ്മ്യൂണിസ്റ്റ് പാർട്ടിയുടെ സജീവ പ്രവർത്തകനായി. എ കെ ജിയുടെ നേതൃത്വത്തിലുള്ള സമരജാഥയിൽ അദ്ദേഹവും അംഗമായിരുന്നു. അതിന്റെ ഫലമായി അറസ്റ്റും ജയിൽ മർദ്ദനവും അനുഭവിക്കേണ്ടിവ ന്നിട്ടുണ്ട്. തലശ്ശേരി താലൂക്ക് ഗ്രന്ഥശാലാ പ്രസിഡണ്ട് കൂടിയായിരുന്നു. 1982 ആഗസ്ത് 6ന് അദ്ദേഹം അന്ത്യയാത്രയായി. "ഈ ദിനം എന്റെ മനസ്സിൽ കഠിനമായ വ്യഥയുടെ കൂരമ്പേറ്റ ഒരു ദുർദ്ദിനമായിരുന്നു"- ഐ വി ദാസ് അദ്ദേഹത്തെ അനുസ്മരിച്ചുകൊണ്ടെഴുതിയ ഒരു ലേഖനം തുടങ്ങുന്നത് മേൽപറഞ്ഞ വാക്കുകളിലൂടെയാണ്.

ഹൈസ്കൂൾ പഠനം പൂർത്തിയായതോടെ തുടർ പഠനത്തിനായി ദാസ് തലശ്ശേരി ഗവ. ബ്രണ്ണൻ കോളജിൽ ഇന്റർമീഡിയേറ്റിന് ചേർന്നു. അമ്മാവനായ ഐ വി കരുണാകരൻ നായർ ഒപ്പം ചെന്നുകൊണ്ടാണ് കോളജ് അഡ്മിഷൻ വാങ്ങിയത്. അന്നത്തെ കോളജ് പ്രിൻസിപ്പാൾ കരിമ്പുഴ രാമകൃഷ്ണൻ അറിയപ്പെടുന്ന സാഹിത്യകാരനായിരുന്നു. പക്ഷേ, ദാസിന്റെ കോളജ് വിദ്യാഭ്യാസത്തിന് അൽപ്പായുസ്സ് മാത്രമേ ഉണ്ടായിരുന്നുള്ളു. അമ്മാവനായ കരുണാകരൻ നായർ മരിച്ചു. ആ മരണം ദാസിന്റെ ജീവിതത്തിന്റെ വലിയ ആഘാതമായിരുന്നു. ദാസിന്റെ വിദ്യാഭ്യാസ കാര്യങ്ങൾ ശ്രദ്ധിച്ചിരുന്ന അമ്മാവന്റെ ആകസ്മികമായ മരണം ആ മനസ്സിനെ പ്രക്ഷുബ്ധമാക്കിയ സന്ദർഭം കൂടിയായിരുന്നു. മന സ്സിൽ നിയന്ത്രിക്കാനാവാത്ത വികാരങ്ങളുടെ വേലിയേറ്റമായിരുന്നു. തന്റെ ജീവിതം വഴിമുട്ടിപ്പോയെന്ന തോന്നൽ. പാരമ്പര്യവും ആചാരമ ര്യാദകളും വലിച്ചെറിഞ്ഞ് ഇസ്ലാം മതവിശ്വാസത്തിലേക്ക് പോകുന്നതി നെപ്പറ്റി പോലും ചിന്തിക്കുകയുണ്ടായി എന്ന് ആ പോയ കാലം അയ വിറക്കിക്കൊണ്ട് ദാസ് തന്നെ ഒരു മുഖാമുഖത്തിൽ പറഞ്ഞിട്ടുണ്ട്. അന്നത്തെ നായർ തറവാടുകളിലെ പല ആചാരമര്യാദകളും ബന്ധ ങ്ങളും പലപ്പോഴും മനുഷ്യത്വരഹിതമായ സമീപനങ്ങളായി മാറിയതാണ് അദ്ദേഹത്തെ ചിന്തിപ്പിച്ചത്. സുമനസ്സുകൾക്ക് സമാധാന ജീവിതം ഉണ്ടാ യിരുന്നില്ല.

ദാസിന്റെ പഠനം നിലച്ചു. മനസ്സിൽ പച്ചപിടിച്ചിരുന്ന ആഗ്രഹാഭി

ലാഷങ്ങൾ പൊടുന്നനെ അസ്തമിച്ചതിന്റെ ദുഃഖവും അദ്ദേഹത്തെ നിഴൽപോലെ പിന്തുടർന്നു. ഒരു തൊഴിൽ നേടുക എന്നതായിരുന്നു പിന്നീടുള്ള ചിന്ത. ആയിടയ്ക്കാണ് കൃഷി വകുപ്പിൽ ഒരു ഗുമസ്ത ജോലി തരപ്പെട്ടത്. ആദ്യ നിയമനം കണ്ണൂരിലായിരുന്നു. താമസിയാതെ കോഴിക്കോട്ടേക്ക് സ്ഥലംമാറ്റമുണ്ടായി. ഈ വേളയിൽ മലബാറിൽ സർക്കാർ ജീവനക്കാരുടെ ഒരു സംഘടന പ്രവർത്തിച്ചുതുടങ്ങിയിരുന്നു. ആ സംഘടനയിൽ അംഗമാകാൻ ദാസിനെ പ്രേരിപ്പിച്ചത് സ: സി എച്ച് കണാരനായിരുന്നു.

സ. സി എച്ച് കണാരൻ 1909ൽ തലശ്ശേരി പുന്നോലിലാണ് ജനിച്ചത്. തലശ്ശേരി ബി ഇ എം പി സ്കൂളിൽ നിന്നും ഹൈസ്കൂൾ പഠനം പൂർത്തിയാക്കി അധ്യാപകവൃത്തിയാരംഭിച്ചു. പക്ഷേ, ദേശീയപ്രസ്ഥാനത്തിൽ ആകൃഷ്ടനായി. 1932ൽ അദ്ദേഹത്തെ ബ്രിട്ടീഷ് പൊലീസ് അറസ്റ്റ് ചെയ്തു. 1934 മുതൽ കോൺഗ്രസ്-സോഷ്യലിസ്റ്റ് പാർട്ടിയുടെ പ്രവർത്തകനായി. തുടർന്ന് കമ്മ്യൂണിസ്റ്റുകാരനുമായി. കമ്മ്യൂണിസ്റ്റ് പാർട്ടിയുടെ കേരള സംസ്ഥാന സെക്രട്ടറിയായി. കേരള അസംബ്ലിയിൽ 1952ലും 1957ലും അംഗമായിരുന്നു. സ. സി എച്ച്; ഐ വി ദാസിന്റെ ഏറ്റവും ആദരണീയ നേതാവായിരുന്നു. സ. സി എച്ച് അന്തരിച്ചതിന് ശേഷം ഒരനുസ്മരണ ലേഖനത്തിൽ സി എച്ചിന്റെ സവിശേഷതകെക്കുറിച്ച് വിവരിക്കുന്ന വേളയിൽ, സ. ഇ എം എസ് പറഞ്ഞ വാക്കുകൾ ഉദ്ധരിച്ചുകൊണ്ടാണ് ദാസ് ആരംഭിക്കുന്നത്. "പരിതസ്ഥിതികളിൽ വരുന്ന മാറ്റങ്ങളെല്ലാം കണക്കിലെടുത്ത് ഓരോ ഘട്ടത്തിലും പ്രയോജനപ്പെടുന്ന നയസമീപനങ്ങളും പ്രവർത്തനരീതിയും അംഗീകരിച്ച് പ്രസ്ഥാനത്തെ വളർത്തി ശക്തിപ്പെടുത്തുവാൻ ശ്രമിച്ച വിപ്ലവ നേതാക്കളിൽ സ: കൃഷ്ണപ്പിള്ളയെ കഴിച്ചാൽ ഏറ്റവും സമർത്ഥനായ സഖാവായിരുന്നു സ: സി.എച്ച്......, സി എച്ചിന്റെ വേർപാട് നമ്മുടെ വിപ്ലവ പ്രസ്ഥാനത്തിന് സൃഷ്ടിച്ചിട്ടുള്ള വിടവ് നികത്താനിനിയും കുറേക്കാലം പിടിക്കും....... എന്നിങ്ങനെയുള്ള പ്രതികരണങ്ങളായാണ് ലേഖനം അവസാനിക്കുന്നത്.

ബ്രിട്ടീഷ് അധിനിവേശ പ്രദേശമായിരുന്ന അന്നത്തെ മലബാറിൽ സർക്കാർ ജീവനക്കാരുടെ സംഘടനാ പ്രവർത്തനങ്ങളൊന്നും അനുവദനീയമായിരുന്നില്ല. ആ ഒരു സ്ഥിതി നിലനിന്നിരുന്ന ഘട്ടത്തിലാണ് ജീവനക്കാരുടെ മലബാർ മേഖലാ പ്രവർത്തക കൺവെൻഷൻ നടന്നത്. ആ കൺവെൻഷനിൽ 50 പേർ പങ്കെടുത്തിരുന്നു. കൺവെൻഷൻ അതീവ രഹസ്യമായിരുന്നുവെങ്കിലും ബ്രിട്ടീഷ് അധികൃതർ വിവരം മണത്തറിഞ്ഞു. കൺവെൻഷനിൽ പങ്കെടുത്തവർക്കെതിരെ ശിക്ഷാ നടപടികളും ആരംഭിച്ചു. പലരെയും സർവ്വീസിൽ നിന്ന് നീക്കം ചെയ്തുകൊണ്ടുള്ളതായിരുന്നു നീചമായ ശിക്ഷാ നടപടികൾ. ആ കൺവെൻഷനിൽ പങ്കെടുത്തുവെന്ന ആരോപണത്തിന്റെ ഭാഗമായി കൃഷിവകുപ്പിലെ ഒരു ഉന്നത ഉദ്യോഗസ്ഥന് ജോലി നഷ്ടപ്പെടുകയുണ്ടായി. സത്യത്തിൽ ദാസിന്

ഈ നീചമായ നിലപാടിനോട് അമർഷമായിരുന്നു. ചെയ്തുകൊണ്ടിരി ക്കുന്ന ജോലിയോട് പൊരുത്തപ്പെടാൻ സാധ്യമാകാതെ വന്നപ്പോൾ ദാസ് ആ ജോലി രാജിവെച്ചു.

ജനജീവിതവുമായി ഇടപെടാനാവുന്ന തൊഴിലാണ് തനിക്ക് ആവശ്യം എന്ന ചിന്ത മനസ്സിൽ ഉദിച്ചു. അപ്രകാരമാണ് അധ്യാപകനാ വുകയെന്ന തീരുമാനത്തിലെത്തിച്ചേർന്നത്. തുടർന്ന് അധ്യാപക പരി ശീലനത്തിന് വേണ്ടി കൂടുതൽ ആലോചനകളും അന്വേഷണവും നടത്തി. അധികം താമസിയാതെ കണ്ണൂരിൽ ടീച്ചേർസ് ട്രെയിനിംഗിന് ചേരുകയും ചെയ്തു. അധ്യാപക പരിശീലനം പൂർത്തീകരിക്കുന്നതിന് അവിടെ കേന്ദ്രീകരിച്ചുകൊണ്ടിരിക്കുമ്പോഴാണ് 'ജനമുന്നണി' എന്ന പത്രവുമായി ബന്ധപ്പെട്ടുതുടങ്ങിയത്. അത് ദാസിന്റെ ജീവിതത്തിലെ വലിയൊരു വഴിത്തിരിവായി പിൽക്കാലത്ത് പരിണമിക്കുകയും ചെയ്തു. ജനമുന്നണിയുടെ സംഘാടകരിൽ പ്രധാന പങ്കുവഹിച്ചവരിൽ ഒരാൾ പെരളശ്ശേരിയിലെ പി അനന്തേട്ടനായിരുന്നു.

കണ്ണൂരിലെ സഹവാസത്തിനിടയിലാണ് "ദേശമിത്ര"വുമായി ബന്ധപ്പെടുന്നത്. "ദേശമിത്രം" എന്ന വാരിക പ്രസിദ്ധീകരിച്ചിരുന്നത് കണ്ണൂരിൽ നിന്നായിരുന്നു. പി വി കെ നെടുങ്ങാടയിയായിരുന്നു അതിന്റെ പത്രാധിപർ. ദേശമിത്രം വാരികയിൽ ബാലപംക്തി കൈകാര്യം ചെയ്തി രുന്നത് ദാസായിരുന്നു. അതിലേക്ക് വരുന്ന സൃഷ്ടികളും എഴുത്തുകു ത്തുകളും പരിശോധിക്കാൻ പത്രാധിപർ ദാസിനെ ചുമതലപ്പെടുത്തു കയുണ്ടായി. അങ്ങനെ അധ്യാപക പരിശീലനത്തോടൊപ്പം ദേശമിത്ര വുമായുള്ള ചങ്ങാത്തം പത്രപ്രവർത്തനത്തിന്റെ ബാലപാഠങ്ങൾ ഹൃദി സ്ഥമാക്കാൻ സഹായകരമായി.

1947 കാലത്ത് സ്വാതന്ത്ര്യസമര പ്രസ്ഥാനങ്ങളുടെ പ്രവർത്തനങ്ങൾ, സമരപ്രക്ഷോഭങ്ങളുടെ വാർത്തകൾ അങ്ങിനെ സവിശേഷമായവ ദേശ മിത്രത്തിൽ എഴുതുന്നതും പതിവായിത്തീർന്നു. ഈ വേളയിലും അധ്യാ പക പരിശീലനം കൃത്യതയോടെ പുരോഗമിക്കുന്നുണ്ടായിരുന്നു. അധ്യാ പക പരിശീലനത്തിന്റെ കാലാവധി പൂർത്തിയായി. പിന്നീടും ദേശമിത്ര വുമായുള്ള ബന്ധം നല്ലനിലയിൽ തുടരുക തന്നെ ചെയ്തു. ഈ സന്ദർഭ ത്തിൽ വിപുലവും ആഴത്തിലുമുള്ള വായനാശീലം ദാസിന്റെ അറിവിന്റെ ചക്രവാളങ്ങളെ കൂടുതൽ വിസ്തൃതമാക്കുകയും ചെയ്തിരുന്നു. ആ ഒരുഘട്ടത്തിൽ ഹ്യൂമനിസത്തെ കുറിച്ച് കൂടുതൽ വിപുലമായ അറിവ് നേടാനായി. ആ അറിവിന്റെ അടിസ്ഥാനത്തിൽ അദ്ദേഹം തന്റെ ആശ യഗതിക്കൊത്ത് ദേശമിത്രത്തിന്റെ താളുകളിൽ ഹ്യൂമനിസത്തെ കുറിച്ച് ഒരു ലേഖനമെഴുതുകയും ചെയ്തു. ആ ലേഖനം വായനക്കാർക്കിടയിൽ വലിയ ചർച്ചാവിഷയമായിമാറി. വിമർശനാത്മകമായ ചർച്ചകളും ചില കോണുകളിൽ ഉയർന്നുവന്നിരുന്നു. എന്നാൽ അനുകൂലമായും പലരും അഭിപ്രായങ്ങൾ നടത്തിയിരുന്നു എന്നതും വസ്തുതയാണ്. ദാസിന്റെ പത്രപ്രവർത്തനത്തിലേക്കുള്ള വഴി തെളിയിച്ചതും സാംസ്കാരിക മണ്ഡ

ലത്തിലേക്കുള്ള വാതായനങ്ങൾ തുറക്കാൻ സാധ്യതയൊരുക്കിയതും ഈ ലേഖനങ്ങൾ സൃഷ്ടിച്ച ആത്മവിശ്വാസവും പ്രോത്സാഹനവും തന്നെ യായിരുന്നുവെന്ന് ആ ഓർമ്മകൾ പങ്കുവെക്കുന്നു.

ഇതേ കാലയളവിൽത്തന്നെയാണ് ബ്രഹ്മാനന്ദശിവയോഗിയുടെ ആശയപ്രചാരണത്തിനായി പ്രസിദ്ധീകരിച്ചിരുന്ന "സാരഗ്രാഹി" എന്ന മാസികയുമായി ബന്ധപ്പെടാൻ ദാസിന് അവസരമുണ്ടായത്. സാരഗ്രാ ഹിയുടെ പ്രസാധകനായിരുന്ന ശ്രീ. എ.കെ.നായരുമായി ദാസിന് പരി ചയപ്പെടാൻ സാഹചര്യമുണ്ടായി. പത്രപ്രസാധകനായ എ.കെ.നായർ ഒരു വ്യവസായ പ്രമുഖൻ കൂടിയായിരുന്നു.

കേരളത്തിന്റെ നവോത്ഥാന പ്രസ്ഥാനങ്ങളുമായി ബന്ധപ്പെട്ട് ബ്രഹ്മാനന്ദയോഗിയുടെ 'ആനന്ദസഭ'യും വാഗ്ഭടാനന്ദ ഗുരുവിന്റെ 'ആത്മ വിദ്യാസംഘ'വും ജനങ്ങളിൽ വലിയ സ്വാധീനം സൃഷ്ടിച്ചിരുന്നു. ഈ രണ്ട് പ്രസ്ഥാനങ്ങളും പൊരുതിക്കൊണ്ടിരുന്നത് അന്ധവിശ്വാസ ങ്ങൾക്കും അനാചാരങ്ങൾക്കുമെതിരെയായിരുന്നു. മാനവികതയെ ഉയർത്തിക്കൊണ്ടുവരുന്നതിനുള്ള ശക്തമായ സാമൂഹ്യ ഇടപെടലുക ളായിരുന്നു ഈ പ്രസ്ഥാനങ്ങളുടെ ദൗത്യം.

ബ്രഹ്മാനന്ദയോഗിയും വാഗ്ഭടാനന്ദ ഗുരുവും പുരോഗമനാശയ ത്തിന്റെയും സാമൂഹ്യ പരിഷ്ക്കരണത്തിന്റെയും വക്താക്കളും പ്രചാര കരുമായിരുന്നു. മാറ്റത്തിന്റെ ചാലകശക്തിയായി തങ്ങൾ ഉയർത്തുന്ന ആശയങ്ങൾ ജനങ്ങളിലേക്കെത്തിക്കാൻ ശ്രമിച്ചവരുമാണ് അവർ. അന്നത്തെ യുവമനസ്സുകളെ പുരോഗമന ചിന്താധാരകളിലേക്ക് ആകർഷി ക്കാൻ പോന്ന പ്രസ്ഥാനങ്ങളുമായിരുന്നു ഇവ രണ്ടും എന്നതിന് കാലം സാക്ഷിയാണ്.

വാഗ്ഭടാനന്ദ ഗുരുവിന്റെ ജന്മദേശമായ പാട്യം പത്തായക്കുന്നിലേ ക്ക്, മൊകേരി കൂരാറയിൽ നിന്നും ഏകദേശം രണ്ട് കിലോമീറ്റർ ദൂരം മാത്രമാണ് ഉള്ളത്. ആ ഗുരുശ്രേഷ്ഠന്റെ പാദസ്പർശമേറ്റ മണ്ണിൽനി ന്നാണ് ദാസ് സാംസ്കാരിക പ്രവർത്തനത്തിന്റെ ഉയരങ്ങളിലേക്കുയ രാൻ പ്രചോദനം നേടിയത്.

പാട്യം പ്രദേശത്തെ തേനംകണ്ടി വാഴവളപ്പിൽ കോരൻ ഗുരുക്കളു ടെയും വയലേരി ചീരു അമ്മയുടെയും മകൻ കുഞ്ഞിക്കണ്ണൻ വാഗ്ഭടാ നന്ദനായത് ആധുനിക കേരള ചരിത്രത്തിലെ ജ്വലിക്കുന്ന അധ്യായമാ ണ്. അന്ധവിശ്വാസങ്ങളും അനാചാരങ്ങളും ജാതിബോധങ്ങളും കൊണ്ട് കലുഷിതമായ കാലത്തിന് നേരെ യുക്തിഭദ്രവും ശക്തമായതുമായ വിമർശന ശരങ്ങളാണ് തന്റെ വാഗ്ധോരണിയിലൂടെ ഗുരു ആഞ്ഞടിച്ചു കൊണ്ടിരുന്നത്. ഗുരുവിന്റെ "ആത്മവിദ്യാ കാഹള"ത്തിലൂടെ യാഥാസ്ഥി കരുടെ കോട്ടകൊത്തളങ്ങളെ ഞെട്ടിച്ച ആശയപ്രചാരണങ്ങൾ യാഥാ സ്ഥിതിക ലോകത്തെയും വിറപ്പിച്ചു. വാഗ്ഭടാനന്ദനെന്ന പേര് കേട്ടാൽ ഉറക്കത്തിൽപോലും യാഥാസ്ഥിതികർ ഞെട്ടിവിറക്കുമായിരുന്നു.

സഗുണോപാസനയും, വിഗ്രഹാരാധനയും എതിർത്തിരുന്ന ബ്രഹ്മാ

നന്ദ ശിവയോഗിയാണ് കുഞ്ഞിക്കണ്ണന് വാഗ്ഭടാനന്ദനെന്ന പുനർനാമകരണം ചെയ്തത്.

"വിളിച്ചെതിർപ്പാൻ തുനിയുന്ന കൂട്ടരേ
കളിച്ചുകൊണ്ടാശു ജയിച്ചുകൊള്ളുക
വിളക്കുപോൽ കർമ്മം കൂരിരുട്ടതിൽ
വിളങ്ങെടോ ശിഷ്യാമദിയശാസനാൽ
സരസ്വതീ സൽഭടനായി വാക്കിനാൽ
സദസ്സിലാനന്ദമതീവ നൽകിയാൽ
സു'വാഗ്ഭടാനന്ദ' വിശേഷ സംജ്ഞയെ
സുഖേന കൈക്കൊൾക ജയിക്ക സംസ്ഥിതി"

കുഞ്ഞിക്കണ്ണൻ ഗുരുക്കളെ മേൽ ഉദ്ധരിച്ച പദ്യങ്ങൾ ചൊല്ലിക്കൊണ്ടാണ് ബ്രഹ്മാനന്ദ ശിവയോഗി വാഗ്ഭടാനന്ദനാക്കിയതെന്ന വസ്തുത ഇവിടെ പ്രത്യേകം ശ്രദ്ധേയമാണ്. 1917ലാണ് വാഗ്ഭടാനന്ദൻ ആത്മവിദ്യാസംഘം സ്ഥാപിച്ചത്.

സാമൂഹ്യ പരിഷ്ക്കരണത്തിന് ഏതൊരാൾക്കും അനുപേക്ഷണീയമായ ഒരു കർമ്മമാർഗ്ഗമാണ് പത്രപ്രവർത്തനം എന്ന് തിരിച്ചറിഞ്ഞ ക്രാന്തദർശിയായിരുന്നു വാഗ്ഭടാനന്ദൻ. ശിവയോഗി വിലാസം (1914), അഭിനവകേരളം (1921), ആത്മവിദ്യാകാഹളം(1929) എന്നിവ വാഗ്ഭടാനന്ദ ഗുരുദേവരുടെ നേതൃത്വത്തിൽ ആരംഭിച്ച പ്രസിദ്ധീകരണങ്ങളാണ്.

ചെറുപ്പം മുതൽ ദാസ് വാഗ്ഭടാനന്ദ ഗുരുവിന്റെ ആദർശങ്ങളും സന്ദേശങ്ങളും ഹൃദയത്തിൽ ഏറ്റുവാങ്ങിയ വ്യക്തിയാണ്. തന്റെ യൗവ്വനാരംഭത്തിൽ തന്നെ പത്രപ്രവർത്തനം സാമൂഹിക പരിഷ്ക്കരണ കർമ്മമായി സ്വയം സ്വീകരിച്ചിരുന്നു. അതാണ് പിൽക്കാലത്ത് പത്രപ്രവർത്തന രംഗത്ത് ഐ വി ദാസ് നിറസാന്നിധ്യമായത്.

"ഉണരുവിൻ അഖിലേശനെ സ്മരിപ്പിൻ
ക്ഷണമെഴുന്നേൽപ്പിൻ അനീതിയോടെതിർപ്പിൻ"   – എന്ന ഗുരുവിന്റെ സന്ദേശം ഉയർത്തിവിട്ട മൂല്യബോധത്തിന്റെ കരുത്തും കർമ്മ പ്രബുദ്ധതയും പൊതുജനങ്ങളുടെ ചിന്താസരണിയും ഏറ്റുപിടിച്ചു. അത് പ്രതിധ്വനി പോലെ മുഴങ്ങിക്കൊണ്ടിരിക്കുകയും ചെയ്തു. ആ സന്ദേശത്തിന്റെ മുഴക്കം ശ്രവിച്ച കാലത്തിന്റെ അനുരണനങ്ങളാണ് പിൽക്കാലത്ത് വാഗ്ഭടാനന്ദ ഗുരുവിന്റെ ലഘു ജീവചരിത്രം രചിക്കുവാൻ പ്രചോദനമായത്. തന്റെ 18-ാമത്തെ വയസ്സിലാണ് കേരളം കണ്ട ഏറ്റവും പ്രഗത്ഭനായ വാഗ്മികളിലൊരാളായ വാഗ്ഭടാനന്ദനെ കുറിച്ച് ദാസ് എഴുതിയത് എന്നത് ശ്രദ്ധേയമായ സംഗതികൂടിയാണ്.

"വാഗ്ഭടാനന്ദ ഗുരുദേവൻ" എന്ന പേരിലെഴുതിയ ജീവചരിത്രകൃതിയുടെ പ്രസിദ്ധീകരണത്തിന് പിന്നിൽ രണ്ട് സുപ്രധാന ഉദ്ദേശ്യങ്ങളുണ്ടായിരുന്നു എന്ന് ആ കൃതിയുടെ പ്രസ്താവനയിൽ ദാസ് സൂചിതമാക്കുന്നുണ്ട്.

"ഈ ലേഖനം കഴിഞ്ഞ കൊല്ലത്തെ 'ഗുരുദേവ സമാധിവാരാ

ഘോഷ കാലത്തെഴുതിയതാണെങ്കിലും പല അസൗകര്യങ്ങളാലുമാണ് ഇതുവരെയും മുദ്രണം ചെയ്യാതിരുന്നത്. ഈ സമയത്തെങ്കിലും മുദ്രണം ചെയ്ത് പ്രസിദ്ധീകരിക്കാൻ സാധിച്ചതിൽ എനിക്ക് അനല്പമായ ചാരി താർത്ഥ്യമുണ്ട്."

"എന്റെ ജന്മദേശമായ മൊകേരിയിൽ അഭിമാനാർഹമായ ഒരു വായ നശാലയും ഒരു ഗ്രന്ഥാലയവും വളർന്നുവരുന്നുണ്ട്. സാമ്പത്തികമായ പല വൈഷമ്യങ്ങളും ആ ശിശുസ്ഥാപനത്തിന് അഭിമുഖീകരിക്കേണ്ടി വരുന്നുണ്ട് എന്നത് ഒരു വാസ്തവം മാത്രമാണ്. ഈ ഗ്രന്ഥം വിറ്റഴിച്ച് കിട്ടുന്ന മിച്ച സംഖ്യ ആ സ്ഥാപനത്തിനായി സംഭാവന ചെയ്താൽ അതൊരു ചെറിയ സഹായമായേക്കും. ഇതിന്റെ വില കുറച്ചധികമായി പ്പോയെന്ന് എനിക്ക് തന്നെ തോന്നുന്നുണ്ട്. ഏതൊരു പൊതുസ്ഥാപന ത്തിന്റെയും അഭ്യുദയകാംക്ഷികളായ എന്റെ നാട്ടുകാർ ഈ പ്രവർത്ത നത്തിൽ നിസ്സഹകരിക്കുകയില്ലെന്ന് വിശ്വസിക്കുന്നു." -ഐ വി ദാസ്

ഈ കൃതി സമർപ്പണം ചെയ്യുന്നത് തന്റെ വഴികാട്ടിയായ അമ്മാ വൻ ശ്രീ. ഐ വി കരുണാകരൻ നായർക്കാണ്. അദ്ദേഹം വാഗ്ഭടാനന്ദ ഗുരുവിന്റെ ഉത്തമശിഷ്യനും, സഹൃദയനും, സാഹിത്യകാരനുമായിരു ന്നു. വളരെ കാലത്തോളം പാട്യം ആത്മവിദ്യാസഭയുടെ ഉപാധ്യക്ഷനു മായിരുന്നു ശ്രീ. ഐ വി കരുണാകരൻ നായർ.

ഇവിടെ ഐ വി ദാസിന് ഗ്രന്ഥങ്ങളോടും ഗ്രന്ഥശാലകളോടും ഗ്രന്ഥകാരന്മാരായ ഗുരുക്കന്മാരോടുമുള്ള ഹൃദ്യമായ വികാരവായ്പിന്റെ നിർവ്യാജമായ സമീപനമാണ് വ്യക്തമാകുന്നത്.

അന്വേഷണവും അവബോധവും

അധ്യാപക പരിശീലനം പൂർത്തിയാക്കിയതിന് ശേഷം ചിറ്റാരിപ്പ റമ്പ് എന്ന സ്ഥലത്ത് കൂത്തുപറമ്പിന് കിഴക്ക് - ഒരുസ്കൂളിൽ അധ്യാ പകനായി. കുറച്ചുകാലത്തേക്ക് മാത്രമായിരുന്നു എങ്കിലും, ആ കാല ത്താണ് ആശയപരമായ പുതിയ വീക്ഷണങ്ങളോട് ഇടപെടാൻ ദാസിന് സന്ദർഭമുണ്ടായത്. വായനയുടെയും, സാഹിത്യാവബോധത്തിന്റെയും പുതിയ കാഴ്ചപ്പാടിലേക്ക് ദാസിന്റെ ചിന്തകൾ ചെന്നെത്തിയതും ഇവി ടെവെച്ചുതന്നെ. പുരോഗമന വാദികളും, വിദ്യാസമ്പന്നരുമായ ഒട്ടനവധി സുഹൃത്തുക്കളുമായി ബന്ധപ്പെടാൻ അവിടെ അവസരമുണ്ടായിരുന്നു. ഈ വേളയിലാണ് 'കമ്മ്യൂണിസ്റ്റ് മാനിഫെസ്റ്റോ' ദാസ് ആദ്യമായി വായി ച്ചത്. ഒപ്പം മറ്റ് ചില കമ്മ്യൂണിസ്റ്റ് ഗ്രന്ഥങ്ങളും. അതോടെ ദാസിന്റെ ചിന്തയിലും മനോഭവത്തിലും കാര്യമായ മാറ്റമുണ്ടായി. നേരത്തെയു ണ്ടായിരുന്ന പല വിശ്വാസങ്ങളും തിരുത്തുവാനും പുതിയ ചിന്താധാര യിലേക്ക് പാദമൂന്നാനും സ്വയം സന്നദ്ധനാവുന്നത് അതോടെയാണ്. ഇവിടെ വെച്ചാണ് ഹ്യൂമനിസത്തിൽ നിന്ന് കമ്മ്യൂണിസത്തിലേക്കുള്ള പരിവർത്തനത്തിന്റെ ആരംഭം കുറിക്കുന്നത്. "Communism is the highest form of Humanism" എന്ന തിരിച്ചറിവിലേക്ക് എത്തിച്ചേരുന്നത് ഇവി ടെവെച്ചാണ്.

നാളിതുവരെ ഒരു കോൺഗ്രസ് അനുകൂലിയായിരുന്നു ദാസ്. ഗാന്ധിജി, നെഹ്റു തുടങ്ങിയ സ്വാതന്ത്ര്യസമര നേതാക്കളുടെ ആരാധ കനുമായിരുന്നു. ഈ കാലത്ത് മൊകേരിയിലോ പാനൂർ പ്രദേശങ്ങളിൽ തന്നെയോ കമ്മ്യൂണിസ്റ്റ് ചിന്താഗതിക്കാർ വിരലിലെണ്ണാവുന്നവർ മാത്ര മായിരുന്നു.

കോൺഗ്രസ്സിൽ നിന്ന് കോൺഗ്രസ്-സോഷ്യലിസ്റ്റ് പാർട്ടിയിലേക്കും

തുടർന്ന് കമ്മ്യൂണിസ്റ്റ് പാർട്ടിയിലേക്കും വിപ്ലവ ബോധമുള്ള രാഷ്ട്രീയ പ്രവർത്തകർ തങ്ങളുടെ കടമ നിർവ്വഹിച്ചുകൊണ്ട് പുതിയ രാഷ്ട്രീയ അന്തരീക്ഷം രൂപപ്പെടുത്തി. സ്വാതന്ത്ര്യപ്രാപ്തിയിലേക്ക് പ്രവേശിച്ചു കൊണ്ടിരിക്കുന്ന വേളയിൽ ഇന്ത്യയിലെ കമ്മ്യൂണിസ്റ്റ് നേതാക്കൾ പലരും തടവറയിലായിരുന്നു. അത് ഇന്ത്യ നേടുന്ന സ്വാതന്ത്ര്യത്തിന്റെ മുഖത്തെ ആദ്യത്തെ വൈകൃതം അടയാളപ്പെടുത്തിയ സംഭവവും ആയി രുന്നു. അങ്ങനെ ഒരു വിരോധാഭാസം പോലെ ഒരു പറ്റം കമ്മ്യൂണിസ്റ്റു കാർ തടവറയിൽ കിടക്കുന്ന വേളയിൽ ഭാരതത്തിൽ സ്വാതന്ത്ര്യം പിറ ന്നുവീണു.

1948 ഓടെ ഐ വി ദാസിന്റെ രാഷ്ട്രീയബോധത്തിൽ വലിയ പരി വർത്തനമാണ് സംഭവിച്ചത്. മഹാത്മാഗാന്ധിയെ പോലെ മഹാന്മാരായ നേതാക്കൾ അഹിംസയെ കുറിച്ച് ധാരാളം പ്രസംഗിക്കുകയും എഴുതു കയും ചെയ്യുമ്പോഴും ഒരുപറ്റം കോൺഗ്രസ്സുകാർ അക്രമികളും ഹിംസാ വാദികളുമായിരുന്നു. സ: പി കൃഷ്ണപിള്ളയെ കണ്ണൂർ നഗരത്തിൽവെച്ച് ആക്രമിച്ച് അവശനാക്കിയത് കോൺഗ്രസ്സുകാരായിരുന്നു. എ കെ ജി യെപ്പോലെയുള്ള സമുന്നതരായ നേതാക്കളുടെ പ്രസംഗവേദിപോലും കല ക്കിക്കളഞ്ഞ സംഭവവുമുണ്ടായിട്ടുണ്ട്. സി എച്ച് കണാരൻ, എൻ ഇ ബാൽറാം തുടങ്ങിയ നേതാക്കളെ റോഡിലൂടെ നടന്നുപോകുമ്പോൾ ക്രൂരമായി അക്രമിച്ച സംഭവങ്ങളും മറന്നുകൂടാ. ഈ സംഭവങ്ങളെല്ലാം കാണുകയും കേൾക്കുകയും ചെയ്ത ദാസിനെ വല്ലാതെ തളർത്തിക്ക ളഞ്ഞത്, മൊയാരത്ത് ശങ്കരൻ എന്ന ആ വലിയ മനുഷ്യനെ ഒരുപറ്റം കോൺഗ്രസ്സുകാരും ചില പൊലീസുകാരും ചേർന്ന് തല്ലിക്കൊന്ന സംഭ വമായിരുന്നു.

മൊയാരത്ത് ശങ്കരൻ മെഡിസിന് പഠിക്കാൻ കൽക്കട്ടയിലേക്ക് പോയതായിരുന്നു. പക്ഷേ സ്വാതന്ത്ര്യസമരത്തിന്റെ തീക്ഷണമായ മുന്നേറ്റം കണ്ട് ആവേശഭരിതനായി പിറന്നനാടിന്റെ സ്വാതന്ത്ര്യത്തിനായി പോരാടുവാൻ സ്വന്തം നാട്ടിലേക്ക് നെടുമ്പ്രത്തേക്ക് തിരിച്ചുവന്നു. ഇന്ത്യൻ നാഷണൽ കോൺഗ്രസ്സിന്റെ പ്രവർത്തകനായി. 1920 മുതൽ കേരളത്തിൽ വിശിഷ്യ മലബാറിന്റെ ഗ്രാമഗ്രാമാന്തരങ്ങളിൽ സാമ്രാജ്യ വിരുദ്ധ സമരത്തിന്റെ കൊടിക്കൂറ ഉയർത്തിപ്പിടിച്ച കോൺഗ്രസ്സിന്റെ സന്ദേശം പ്രചരിപ്പിച്ച നേതാവായിരുന്നു മൊയാരം. ആ കാരണം കൊണ്ട് തന്നെ ബ്രിട്ടീഷ് പൊലീസിന്റെ കടുത്ത മർദ്ദനങ്ങൾ അദ്ദേഹത്തിന് അനു ഭവിക്കേണ്ടിവന്നിരുന്നു. കോൺഗ്രസ്സുകാരനായി രാഷ്ട്രീയ ജീവിതമാരം ഭിച്ച മൊയാരം കോൺഗ്രസ്-സോഷ്യലിസ്റ്റുകാരനായതും കമ്മ്യൂണിസ്റ്റു കാരനായതും ചരിത്രനിയോഗമാണ്. 1948ലെ കമ്മ്യൂണിസ്റ്റ് വേട്ടക്കാലത്ത് ഒരു നാൾ ചുറ്റും മരണഭീഷണി ഫണമുയർത്തിനിൽക്കുന്ന സാഹചര്യ ത്തിൽ നിർഭയനായ മൊയാരം നെടുമ്പ്രത്തെ സ്വന്തം വീട്ടിൽ നിന്ന് ചെമ്പിലോട്ടെ ഭാര്യാഗൃഹത്തിലേക്ക് പോവുകയായിരുന്നു. കണ്ണൂർ എട ക്കാട് സ്റ്റേഷൻ പരിസരത്ത് വെച്ച് കോൺഗ്രസ് ഗുണ്ടകളും പോലീസും

ചേർന്ന് അദ്ദേഹത്തെ അടിച്ചുവീഴ്ത്തി. ഈ കൊടും മർദ്ദനത്തിന്റെ ഫല
മായി അർദ്ധമൃതപ്രാണനായ മൊയാരത്തിന്റെ ശരീരത്തെ കണ്ണൂർ
പോലീസ് ലോക്കപ്പിലേക്ക് നീക്കം ചെയ്തു. അവിടെവെച്ച് വീണ്ടും
മർദ്ദനം തന്നെ. ശരീരത്തിൽ കരിക്കുകൊണ്ട് അടിമുതൽ മുടിവരെ ഇടി
ക്കുകയായിരുന്നുവത്രെ. തലയോട് കഷ്ണം കഷ്ണമായി തകർക്കപ്പെട്ടു.
മാംസവും മജ്ജയും എല്ലിൻ കഷ്ണങ്ങളും അന്യോന്യം ബന്ധമറ്റു. ഈ
കൊടും മർദ്ദനത്തിന്റെ ഫലമായി ആ ധീരപുരുഷൻ അന്ത്യശ്വാസം വലി
ച്ചു. മൃതദേഹം ബന്ധുക്കൾക്ക് നൽകാതെ എവിടെയോ കുഴിച്ചുമൂടി.
ഈ സംഭവം നടന്നത് 1948 മെയ് 13നാണ്. അധികാരത്തിന്റെ അഹങ്കാ
രത്തിൽ ഒരു പറ്റം കോൺഗ്രസ് ഗുണ്ടകളും പൊലീസും ചേർന്ന് നട
ത്തിയ ഈ അരുംകൊല നാടാകെ അപലപിക്കപ്പെട്ടു. കമ്മ്യൂണിസ്റ്റുകാരെ
വേട്ടയാടാൻ കോൺഗ്രസ് രൂപീകരിച്ച ഒരു സേനയുണ്ടായിരുന്നു "ദേശ
രക്ഷാസേന". അതിന്റെ നേതാവ് കേരള ഗാന്ധി കെ കേളപ്പൻ. പക്ഷെ
മൊയാരത്തിന്റെ ദാരുണ കൊലപാതകം കേളപ്പനെ വല്ലാതെ ഞെട്ടി
ക്കുയും വേദനിപ്പിക്കുകയും ചെയ്തിരുന്നു. ഇന്ത്യൻ സ്വാതന്ത്ര്യത്തിന്
അന്നേരം 9 മാസം മാത്രമേ പ്രായമായിരുന്നുള്ളൂ. കേരളത്തിലെ
കോൺഗ്രസ്സിന്റെ ആദ്യകാല സംഘാടകനും ആചാര്യനും നേതാവും
ചരിത്രകാരനും പേരെടുത്ത സാഹിത്യകാരനുമായിരുന്നു മൊയാരത്ത്
ശങ്കരൻ.

ബുദ്ധിജീവികളും, രാജ്യസ്നേഹികളും കമ്മ്യൂണിസ്റ്റാവുന്നത് സഹി
ക്കാൻ കഴിയാത്ത കോൺഗ്രസ്സിന്റെ രാഷ്ട്രീയ കൊലപാതകത്തിന്റെ
ആരംഭം കുറിച്ച നീചമായ സംഭവമായിരുന്നു മൊയാരത്തിന്റെ കൊല
പാതകം. ഗാന്ധിജി ഉയർത്തിപ്പിടിച്ച അഹിംസാവാദമായിരുന്നില്ല കോൺ
ഗ്രസ്സിന്റെ മാർഗ്ഗം. പിൽക്കാലത്ത് ഐ വി ദാസ് തന്റെ രാഷ്ട്രീയ പ്രസം
ഗത്തിനിടയിൽ കോൺഗ്രസ്സിന്റെ അക്രമരാഷ്ട്രീയത്തിന്റെ വികൃതമുഖം
വെളിവാക്കാൻ ഈ സംഭവങ്ങളുടെ നേർചിത്രം വാക്കുകളിലൂടെ വിവ
രിക്കുമായിരുന്നു. കമ്മ്യൂണിസ്റ്റ് അക്രമമെന്ന് പ്രചരിപ്പിക്കുകയും കമ്മ്യൂ
ണിസ്റ്റുകാരെ ഉന്മൂലനം ചെയ്യുകയുമെന്ന ഉദ്ദേശ്യമായിരുന്നു കോൺഗ്ര
സ്സിനുണ്ടായിരുന്നത്.

പത്രങ്ങളിലും അല്ലാതെയും എന്നും എവിടെയും കമ്മ്യൂണിസ്റ്റ്
അക്രമത്തിന്റെ കഥകൾ പെരുപ്പിച്ച് വ്യാജ പ്രചാരണങ്ങൾ നടത്തുന്നത്
അക്കാലത്തെ കോൺഗ്രസ്സിന്റെ പതിവ് പരിപാടിയായിരുന്നു. അന്നത്തെ
ദേശീയ പത്രത്തിന്റെ മേലങ്കിയണിഞ്ഞ മാധ്യമങ്ങൾ വ്യാജവാർത്തകൾ
പടച്ചുവിടാൻ വലിയ ഉത്സാഹം കാണിക്കുയും ചെയ്തിരുന്നു. ചില
രാഷ്ട്രീയ അനിഷ്ടസംഭവങ്ങൾ നടന്നുവെന്ന് പറയപ്പെട്ട സ്ഥലങ്ങളിൽ
കാൽനടയായി ചെന്ന് കാര്യങ്ങൾ നേരിട്ട് മനസ്സിലാക്കിയ സന്ദർഭങ്ങൾ
ദാസിന്റെ ഓർമ്മയിലുണ്ട്. ഇത്തരം സംഭവങ്ങൾ അന്വേഷിച്ച് ചെന്ന
പ്പോൾ കോൺഗ്രസ് ഗുണ്ടകൾ കമ്മ്യൂണിസ്റ്റുകാരെ വേട്ടയാടിയതിന്റെ
ഹൃദയം പിളർക്കുന്ന നേർകാഴ്ചകൾക്ക് ദാസിന് സാക്ഷ്യം വഹിക്കേ

ണ്ടിവന്നിട്ടുണ്ട്. "മൊയാരം എന്നെ കമ്മ്യൂണിസ്റ്റാക്കി" എന്ന് ഓർമ്മക്കു റിപ്പിൽ അദ്ദേഹം ഈ കാര്യങ്ങൾ വിശദീകരിക്കുന്നുണ്ട്. അദ്ദേഹം പറ യുന്നു: "ഈ സംഭവങ്ങൾക്കെല്ലാം അടുത്തായിട്ടാണ് 'കമ്മ്യൂണിസ്റ്റ് മാനി ഫെസ്റ്റോ' വായിക്കാൻ സാധിച്ചത്. ആ കൂട്ടത്തിൽ ഭരണകൂടവും വിപ്ല വവും എന്ന ലെനിന്റെ കൃതിയും മൊയാരത്തിന്റെ ദുഃഖകരമായ മര ണവും കമ്മ്യൂണിസ്റ്റ് മാനിഫെസ്റ്റോയിലൂടെ നേടിയ ആശയപരമായ അവ ബോധവും ചേർന്നൊരുക്കിയ രാസപരിണാമ പ്രക്രിയയുടെ ഉൽപ്പന്ന മാണ് എന്റെ കമ്മ്യൂണിസ്റ്റ് ബോധം."

കൂരാറ ഇല്ലത്ത് നിന്നും പത്തായക്കുന്നിലേക്കുള്ള - കൂത്തുപറമ്പി ലേക്കുള്ള യാത്രയിൽ ദാസ് നിത്യവും കാണുന്ന, സ്നേഹാദരങ്ങൾ പങ്കു വെക്കുന്ന ഒരു വ്യക്തിയുണ്ടായിരുന്നു. മൊകേരി ആറ്റുപുറത്തെ ശ്രീ. കെ.എം.കരുണേട്ടൻ. അദ്ദേഹം പാട്യം ദേശക്കാരനായിരുന്നു. കെ.എം. കരുണനെന്ന കേളോത്ത് മടവനാണ്ടി കരുണൻ അദ്ദേഹം കതിരൂരിലെ ചാത്തുക്കുട്ടി നായരുമായി അടുത്ത സൗഹൃദം സമ്പാദിച്ച സഖാവായി മാറി. ചാത്തുക്കുട്ടി എ കെ ജിയോടൊപ്പം മദിരാശിവരെയുള്ള കാൽനാട ജാഥയിലെ സജീവ അംഗമായിരുന്നു. നല്ലൊരു വായനക്കാരനും, ദീർഘ വീക്ഷണമുള്ളവനുമായിരുന്നു. നെയ്ത്ത് പണിയെടുത്താണ് ഉപജീവനം. പ്രാഥമിക വിദ്യാഭ്യാസം മാത്രമേ ലഭിച്ചിരുന്നുള്ളൂ. കതിരൂരിലെ നെയ്ത്ത് കമ്പനിയിലെ ജോലിക്കിടയിൽ ആർജ്ജിച്ച രാഷ്ട്രീയബോധം നന്നെ ചെറുപ്പത്തിൽ അദ്ദേഹത്തെ ഒരു കമ്മ്യൂണിസ്റ്റ് വിപ്ലവകാരിയാക്കിമാറ്റി. ഐ.വി.ദാസിന്റെ സാഹിത്യബന്ധവും പുസ്തകങ്ങളോടുള്ള മമതയും സാംസ്കാരികരംഗത്തോടുള്ള അഭിനിവേശവുമെല്ലാം കരുണേട്ടൻ ശ്രദ്ധി ക്കുന്നുണ്ടായിരുന്നു. പലപ്പോഴും കണ്ടുമുട്ടാറുള്ള നേരങ്ങളിൽ ലോക രാഷ്ട്രീയ സംഭവ വികാസങ്ങളെ പറ്റിയും ഇന്ത്യയിൽ ഉരുത്തിരിഞ്ഞ് വരുന്ന രാഷ്ട്രീയ ഗതികളും സ്വാതന്ത്ര്യസമരത്തിന്റെ വർത്തമാന അവ സ്ഥയുമെല്ലാം പരസ്പരം ചർച്ചചെയ്യുമായിരുന്നു. മാറുന്ന ലോകത്തിന്റെ മാറ്റങ്ങളെ തിരിച്ചറിയാൻ കരുണേട്ടന്റെ ഉപദേശം തനിക്ക് വെളിച്ചമായി മാറിയിരുന്നുവെന്ന് ദാസ് എന്നും ഓർമ്മിക്കാറുണ്ടായിരുന്നു. ഈയൊരു സാഹചര്യത്തിലായിരുന്നു മൊയാരത്തിന്റെ കൊലപാതകം നടന്നത്.

ഒരു ദിവസം ദാസ് കരുണേട്ടന്റെ ആറ്റുപുറത്തെ വീട്ടിലെത്തി "ഞാനാകെ മാറിയെന്നും എന്റെ രാഷ്ട്രീയ ജീവിതത്തിൽ മാറ്റം വരു ത്തുകയാണെന്നും" പറഞ്ഞു. 'ഇനിമുതൽ ഞാനും കമ്മ്യൂണിസ്റ്റാവുക യാണ്' എന്നും പറയുകയുണ്ടായി. ഈ കാര്യങ്ങൾ കരുണേട്ടനുമായി സംസാരിച്ച് പിരിയുമ്പോൾ ദാസ് കൈയ്യിൽ കരുതിയിരുന്ന ലെനിന്റെ ഭരണകൂടവും വിപ്ലവവും എന്ന കൃതിയുടെ ഒരു കോപ്പി കരുണേട്ടന് നൽകുകയും ചെയ്തു. ആ കാലത്ത് കമ്മ്യൂണിസ്റ്റായിത്തീർന്ന പ്രഗത്ഭ ന്മാരുടെ വലിയ നിരതന്നെ ഉണ്ടായിരുന്നു. എന്നാൽ അവരെയൊന്നും സമീപിക്കാതെ തന്റെ അഭ്യുദയകാംക്ഷിയായിരുന്ന, ഒരു തൊഴിലാളി യായിരുന്ന, കമ്മ്യൂണിസ്റ്റായ കരുണേട്ടന്റെ മുമ്പിലാണ് ദാസ് തന്റെ നില

പാടുമായി മനസ്സ് തുറന്നത്. ഇത് അദ്ദേഹത്തിന്റെ 'താഴ്മതാനഭ്യുന്നതി' എന്ന സവിശേഷതയാണ് വെളിപ്പെടുത്തുന്നത്.

ആ കാലത്ത് ഒരു കമ്മ്യൂണിസ്റ്റാവുക എന്നത് എത്രയോ അപകട കരമായിരുന്നു. പ്രതിലോമ ശക്തികൾ ശാരീരികമായി അക്രമിക്കുന്നത് പതിവായിരുന്നു. റഷ്യൻ ചാരനെന്നും രാജ്യദ്രോഹിയെന്നും, അസാ ന്മാർഗ്ഗിയെന്നും മുദ്രകുത്തി നാട്ടിനും വീട്ടിനും വേണ്ടാത്തവനാക്കിമാറ്റു മായിരുന്നു. ഇതൊക്കെ മൊകേരിയിലും നടന്ന സംഭവങ്ങളാണ്. മൊകേ രിയിലെ ആദ്യത്തെ കമ്മ്യൂണിസ്റ്റായിരുന്നു സ. കെ എം കെ എന്ന കെ എം കൃഷ്ണൻ മാസ്റ്റർ. വലിയ ആക്രമണങ്ങളും പീഡനങ്ങളും അനുഭ വിച്ചാണ് പ്രസ്ഥാനത്തിനായി പ്രവർത്തിച്ചിരുന്നത്. അധ്യാപകനായിരുന്ന അദ്ദേഹത്തിന്റെ ടീച്ചിംഗ് സർട്ടിഫിക്കറ്റ് റദ്ദ് ചെയ്ത അനുഭവവും ഉണ്ടാ യിരുന്നു. അന്തസ്സായ ഒരു ജോലിയിൽ പ്രവേശിച്ചാൽ കമ്മ്യൂണിസ്റ്റാ ണെന്ന് ഒറ്റിക്കൊടുത്ത് ജോലി തെറിപ്പിക്കുമായിരുന്നു. ഇത്തരം സാമൂ ഹിക ദ്രോഹികളുടെ കൂടാരമായിരുന്നു കോൺഗ്രസ്സ് എന്നത് അതിശ യോക്തിയൊന്നുമല്ല.

തലശ്ശേരിക്കാരനായിരുന്ന ഗംഗാധരമാരാർ കമ്മ്യൂണിസ്റ്റായതുകൊ ണ്ടാണ് ബ്രിട്ടീഷ് ഗവൺമെന്റ് റെയിൽവെ ഉദ്യോഗത്തിൽ നിന്നും അദ്ദേഹത്തെ പിരിച്ചുവിട്ടത്. ജോലി നഷ്ടപ്പെട്ട മാരാർ തുടർന്ന് കമ്മ്യൂ ണിസ്റ്റ് പ്രവർത്തകനായി. അഴിമതിക്കും അനീതിക്കുമെതിരെ പടപൊ രുതുകയും ചെയ്തിരുന്നു. മാരാരിലെ പോരാളി ശക്തിപ്രാപിച്ചത് മനു ഷ്യസ്നേഹത്തിലൂടെയാണ്. സി എച്ച് മുഹമ്മദ് കോയയേയും, പി ആർ കുറുപ്പിനെയും അക്രമിക്കാനുദ്യമിച്ചത് അധികാരകേന്ദ്രങ്ങളോടുള്ള അമർഷവും അതൃപ്തിയും കൊണ്ടായിരുന്നു; വ്യക്തിവിദ്വേഷം കൊണ്ടാ യിരുന്നില്ല. പാർട്ടിയുടെ നയപരിപാടികളിൽ നിന്ന് വ്യതിചലിച്ച മാരാർ ഐ വി ദാസിന്റെ ഉറ്റബന്ധുവായിരുന്നു. പലപ്പോഴും ദാസിനെ കാണാൻ മൊകേരി പാറേമ്മലിൽ വരുമായിരുന്നു. പാർട്ടിയിൽ നിന്നും പിൻവാ ങ്ങിയ അവസാന നാളുകളിൽ തലശ്ശേരി ജനറൽ ആശുപത്രിയിലെ നിർദ്ധനരായ രോഗികളെ സഹായിക്കാനും ആവലാതികൾക്ക് പരിഹാര മുണ്ടാക്കാനും നിത്യസന്ദർശനം നടത്തിയിരുന്നു. അവിവാഹിതനായ മാരാർ പ്രായാധിക്യത്തിൽ വല്ലാതെ കഷ്ടപ്പെട്ടപ്പോൾ ദയാവധത്തിനായി കോടതിയോട് അപേക്ഷിച്ചിരുന്നു. വിദ്യാർത്ഥികളോടും യുവാക്കളോടും വിജ്ഞാനവിനിമയം ചെയ്യുന്ന സഞ്ചാരിയായിരുന്നു മാരാർ. പുതുതായി ഇറങ്ങിയ പുസ്തകം കൈയ്യിലുണ്ടാകും. ഈ പുസ്തകം വായിക്കണം എന്ന് ഉപദേശിക്കുകയും ചെയ്യുമായിരുന്നു. പുസ്തകങ്ങൾ വിപ്ലവ ചിന്ത കളെ പ്രകാശിപ്പിക്കുന്നവയാണ് എന്ന് മാരാർ വിശ്വസിച്ചിരുന്നു. അടിയ ന്തരാവസ്ഥയിൽ അദ്ദേഹത്തിന് ഭരണകൂടത്തിന്റെ ശല്യപ്പെടുത്തലുകൾ ധാരാളം അനുഭവിക്കേണ്ടിവന്നിരുന്നു. ഈ വേളയിലാണ് എന്താണ് യഥാർത്ഥ ദേശസ്നേഹം എന്ന് ചോദിച്ചുകൊണ്ട് Are you a Patriot? എന്ന പുസ്തകം അച്ചടിച്ച് നടന്ന് വിതരണം ചെയ്തിരുന്നത്.

പുസ്തകമാണ് ദാസിന്റെ കൂട്ടുകാരനും സന്തതസഹചാരിയുമെന്ന് പറയുന്നത് അതിശയോക്തികലർന്ന പ്രസ്താവനയല്ല. ദാസിന്റെ വളർച്ച യുടെയും, ലോകവിശാലതയിലേക്കുള്ള അറിവിന്റെയും അന്വേഷണത്തി ന്റെയും ഘട്ടത്തിൽ പുസ്തകവായനയുടെ ദിശമാറി. മാറിക്കൊണ്ടിരി ക്കുന്ന കാലത്തിന്റെയും, ലോകത്തിന്റെയും ആത്മാവ് തേടിയുള്ള സഞ്ചാ രമായി അത് മാറുകയായിരുന്നു.

സാമൂഹിക പരിവർത്തനത്തിന് അനൗപചാരിക വിദ്യാഭ്യാസ കേന്ദ്ര മായി വായനശാലകളും ഗ്രന്ഥാലയങ്ങളും സ്ഥാപിക്കേണ്ടതിന്റെ ചിന്തയും പരിശ്രമവും എത്രയോ മുമ്പ് തന്നെ ദാസിന്റെ മനസ്സിൽ മുള പൊട്ടിയിരുന്നു. വിദ്യാലയങ്ങൾക്ക് പുറത്താണ് യഥാർത്ഥ അറിവെന്നും അതറിയാൻ വായനയും സാമൂഹിക ബന്ധങ്ങളുമാണ് അനിവാര്യമെന്നും അദ്ദേഹം വിശ്വസിച്ചിരുന്നു. ദാസിന്റെ പിൽക്കാല ചിന്തകൾ ഈ പറഞ്ഞ ആശയങ്ങളെ അധികരിച്ചായിരുന്നു. വായന – രാഷ്ട്രീയ സാംസ്കാരിക പ്രവർത്തനമാണെന്നും വായന മരിക്കരുതെന്നും, വായന മരിക്കുന്നി ല്ലെന്നും നമ്മെ ഓർമ്മിപ്പിച്ചുകൊണ്ടിരിന്നതും അതുകൊണ്ടുതന്നെയാണ്. 'വായന മരിക്കുന്നില്ല' എന്ന ഒരു പുസ്തകം തന്നെ ദാസ് രചിക്കുകയു ണ്ടായി.

മലബാറിൽ പുരോഗമന സാഹിത്യ പ്രസ്ഥാനം ആരംഭം കുറിക്കുന്ന വേളയിൽ ദാസിന്റെ പങ്കുമുണ്ടായിരുന്നതായി പ്രസിദ്ധ എഴുത്തുകാരൻ എരുമേലി പരമേശ്വരൻ പിള്ള ഓർക്കുന്നു. അന്ന് മലബാറിൽ എൻ വി കൃഷ്ണ വാര്യർ പ്രസിഡണ്ടും ചെറുകാട് സെക്രട്ടറിയുമായി പ്രവർ ത്തിച്ച കമ്മിറ്റിയിൽ ഐ വി ദാസും ഉണ്ടായിരുന്നു. തലശ്ശേരി കേന്ദ്ര മായി കോട്ടയം താലൂക്ക് കമ്മിറ്റി നിലവിൽ വന്നപ്പോൾ ഒ വി അബ്ദുള്ള, മേക്കുന്നത്ത് കുഞ്ഞികൃഷ്ണൻ നായർ എന്നിവരോടൊപ്പം പുരോഗമന സാഹിത്യ പ്രസ്ഥാനത്തിന്റെ പ്രവർത്തനങ്ങളിൽ ഐ.വി.ദാസിന്റെ പങ്കും സജീവമായിരുന്നു.

മലയാള സാഹിത്യത്തിൽ മൗലികമായ മാറ്റത്തിനും പുരോഗതിക്കും വഴി തുറന്നത് പുരോഗമന സാഹിത്യപ്രസ്ഥാനമാണ്. ശക്തമായ ഈ സാംസ്കാരിക പ്രവർത്തനത്തിന്റെ സംഘടനാ രൂപമായിരുന്നു പുരോ ഗമന സാഹിത്യസംഘടന. പക്ഷെ, 1950കൾക്ക് തൊട്ടു മുമ്പെ ഈ സംഘടന ദുർബലമാവുകയായിരുന്നു. ഒരു ജനകീയ സാഹിത്യ പ്രസ്ഥാനം നേരിടേണ്ടിവരുന്ന ഈ പ്രശ്നം മലയാള സാഹിത്യ പുരോ ഗതിയെയും ബാധിച്ചു. പുരോഗന സാഹിത്യ പ്രസ്ഥാനത്തിന് നവജീ വൻ പകരാൻ അതിന്റെ മുൻപന്തിയിൽ നിന്നതും ദാസായിരുന്നു. സാഹി ത്യവും രാഷ്ട്രീയവും വിഭിന്നമല്ലെന്നും രണ്ടും സാമൂഹിക പുരോഗ തിക്കും മൂല്യബോധത്തിനും അനിവാര്യമാണെന്നും യുക്തിഭദ്രമായി വാദിക്കാൻ ഐ.വി.ദാസും ഉണ്ടായിരുന്നു.

"ദേശീയ പ്രസ്ഥാനത്തിന്റെ തീപ്പൊരികളെ ഉയർത്തിക്കൊണ്ടുവ രികയും അന്ധവിശ്വാസങ്ങളെ തല്ലിത്തകർക്കുകയും ചെയ്യുന്ന രണ്ട് പ്രച

ണ്ഡ വാതങ്ങളുടെ നടുക്കാണ് എന്റെ കൗമാര യൗവ്വനങ്ങൾ വളർന്നുവ
ന്നത്.... എനിക്ക് ഇന്ത്യയുടെ ആകാശങ്ങൾ തുറന്നുതന്നത് ഗാന്ധിജിയും
വാഗ്ഭടാനന്ദനുമായിരുന്നു.... ഗാന്ധിജിയുടെ അഹിംസയും, വാഗ്ഭടാന
ന്ദന്റെ അദൈ്വതവും എന്റെ ബുദ്ധിയേയും, ഹൃദയത്തേയും ഒരുപോലെ
പിടിച്ചടക്കിയിരുന്നു." സുകുമാർ അഴീക്കോട് ഓർക്കുന്നു. ഐ വി
ദാസിന്റെ സമകാലികനും, പരസ്പരം ഹൃദയ ഐക്യം പാലിച്ചവരുമാണ്
ഈ രണ്ടുപേരും. ഒരു കോൺഗ്രസ്സായി മരിക്കണമെന്നായിരുന്നു തന്റെ
ആഗ്രഹം, അതിന് മുമ്പേ കോൺഗ്രസ് മരിച്ചു എന്ന അഴീക്കോടിന്റെ
വാക്കുകൾ മലയാളികൾ എന്നും ഓർക്കുന്നുണ്ടായിരിക്കും.

1954 ൽ ഐ വി ദാസ് കമ്മ്യൂണിസ്റ്റ് പാർട്ടിയിൽ അംഗമായി. സ.
സി എച്ച് കണാരനാണ് ദാസിന് പാർട്ടി അംഗത്വം നൽകിയത്. അന്ന്
കമ്മ്യൂണിസ്റ്റ് പാർട്ടിയുടെ തലശ്ശേരി താലൂക്ക് സെക്രട്ടറി സ. പി വി കു
ട്ടിയായിരുന്നു.

തലശ്ശേരിയുടെ കിഴക്ക് ചമ്പാട് മേഖലയിലെ കെ സി കെ അടി
യോടി, കെ വി ചാത്തുമാസ്റ്റർ, കെ കെ ജി അടിയോടി എന്നിവരും എൻ
ഇ ബൽറാം, ടി കെ രാജു, മൂർക്കോത്ത് കുഞ്ഞിരാമൻ, കല്ലോറത്ത്
മാധവൻ, കെ എം കൃഷ്ണൻ മാസ്റ്റർ, സി പി ചാത്തുക്കുട്ടി എന്നിവരും
അറിയപ്പെടുന്ന കമ്മ്യൂണിസ്റ്റ് നേതൃനിരയിൽ പ്രവർത്തിക്കുന്നവരായി
രുന്നു. താഴെ ചമ്പാട് ഗോപാലൻ മേസ്ത്രിയുടെ തുണിപ്പീടികയാണ്
ആ നാളുകളിൽ നേതാക്കന്മാരുടെ ഒത്തുചേരലിന്റെ പ്രധാനകേന്ദ്രം.

1950 കൾക്കൊടുവിൽ ചമ്പാട് പുഞ്ചയുടെ കിഴക്കേക്കരയിൽ കൊപ്പ
രക്കളത്തിൽ അനന്തൻ മാസ്റ്ററുടെ വീടിന്റെ പടിഞ്ഞാറെ മുറ്റത്ത് സ്റ്റേജ്
കെട്ടി, ഒരു കർഷകസംഘം സമ്മേളനം നടന്നിരുന്നു. കെ എ കേരളീ
യൻ, വിഷ്ണു ഭാരതീയൻ, പി ആർ നമ്പ്യാർ തുടങ്ങിയ നേതാക്കൾ
സമ്മേളനത്തിൽ പ്രസംഗിക്കാൻ വന്നിരുന്നു. മൊകേരി, ചമ്പാട്, പാനൂർ,
ചൊക്ലി പ്രദേശങ്ങളിൽ നിന്നും ധാരാളം ജനങ്ങൾ ആ സമ്മേളനത്തിൽ
വന്നുചേർന്നിരുന്നു. അന്ന് കലാപരിപാടിയായി ഒഞ്ചിയത്തുനിന്നും വന്ന
സഖാക്കൾ അവതരിപ്പിച്ച പൂരക്കളിയും അരങ്ങേറിയിരുന്നു. ഒഞ്ചിയം
വെടിവെപ്പുമായി ബന്ധപ്പെട്ട സംഭവത്തെ വിഷയമാക്കിക്കൊണ്ടുള്ളതാ
യിരുന്നു പൂരക്കളി. സമ്മേളനത്തിന്റെ വിജയത്തിന് അതിന്റെ എല്ലാ ഘട്ട
ങ്ങളിലും ദാസിന്റെ സജീവ സാന്നിധ്യം ഉണ്ടായിരുന്നതായി എഴുത്തു
കാരനും ചമ്പാട്ടുകാരനുമായ ശ്രീധരൻ ചമ്പാട് ഓർക്കുന്നു. അരങ്ങേറ്റു
പറമ്പിലെ സഖാക്കൾ മെഗഫോണുപയോഗിച്ച് കർഷകസംഘത്തിന്റെ
പ്രചാരണം പുത്തൂർ മേഖലയിൽ നടത്തിയപ്പോൾ പുത്തൂർ ഇടവഴിയിൽ
വെച്ച് അന്നത്തെ സോഷ്യലിസ്റ്റ് ഗുണ്ടകൾ തല്ലി പരിക്കേൽപ്പിച്ചിരുന്നു.
കമ്മ്യൂണിസ്റ്റ് എന്ന ശബ്ദം കേട്ടാൽ അവർക്ക് വിറളിപിടിക്കുമായിരുന്നു.
ഈ സന്ദർഭം പൊതുപ്രവർത്തന രംഗത്തേക്കുള്ള ഐ.വി.ദാസിന്റെ ആഗ
മനത്തിന് ആക്കം കൂട്ടി. ദൈനന്ദിന രാഷ്ട്രീയ പ്രവർത്തനങ്ങളിലൂടെ
സാമൂഹിക ജീവിതത്തിൽ മനുഷ്യബന്ധങ്ങളുടെ ആഴങ്ങളിൽ, അവരുടെ

മനസ്സുകളിൽ അദ്ദേഹം അലിഞ്ഞുചേരുകയായിരുന്നു.

മയ്യഴി വിമോചന സമരത്തിന്റെ നായകനാണ് കെ കെ ജി അടി യോടി. 48 കളിൽ ഒളിവിലിരുന്നുകൊണ്ട് പാർട്ടി കെട്ടിപ്പടുക്കാൻ ധീരത കാണിച്ച വിപ്ലവകാരി. ഗുണ്ടാ മർദ്ദനവും പൊലീസ് മർദ്ദനവും ഏൽക്കേ ണ്ടിവന്നു. വയനാട്ടിൽ പ്രവർത്തിക്കാൻ പാർട്ടി നിയോഗിച്ചപ്പോൾ കുറേ ക്കാലം അവിടെ പാർട്ടി കെട്ടിപ്പടുക്കാൻ സന്നദ്ധനായി. ഇതിനിടയിൽ പട്ടാളക്കാരനായും അധ്യാപകനായും ജോലി ചെയ്തിരുന്നു. പന്ന്യന്നൂർ ഗ്രാമപഞ്ചായത്തിന്റെ പ്രസിഡണ്ടായും പാർട്ടി പാനൂർ ഏരിയാ കമ്മിറ്റി യംഗമായും സഖാവ് പ്രവർത്തിക്കുകയുണ്ടായി.

1952ൽ കൂത്തുപറമ്പിൽ നിന്ന് നിയമസഭയിലേക്കുള്ള തെരഞ്ഞെ ടുപ്പിൽ വി ആർ കൃഷ്ണയ്യർ സ്ഥാനാർത്ഥിയായി നോമിനേഷൻ കൊടു ത്തു. എതിർ സ്ഥാനാർത്ഥി പി ആർ കുറുപ്പും. ആ "തെരഞ്ഞെടുപ്പ് വേളയിലാണ് തികഞ്ഞ കമ്മ്യൂണിസ്റ്റുകാരനും, സ്നേഹസമ്പന്നനുമായ ഐ വി ദാസുമായി പരിചയപ്പെട്ടത്" എന്ന് ജസ്റ്റിസ് വി ആർ കൃഷ്ണ യ്യർ പിൽക്കാലത്ത് തന്റെ ഓർമ്മയിൽ നിന്ന് പറയുകയുണ്ടായി. "ഞങ്ങ ളുടെ ബന്ധം അവസാനകാലം വരെ തുടരുകയും ചെയ്തു. ദാസ് ഏറ ണാകുളത്ത് വന്നാൽ എന്റെ വീട്ടിലാണ് താമസിക്കുക" ഐ വി ദാ സിന്റെ ഒരു പുസ്തകത്തിന് അവതാരിക എഴുതിക്കൊടുത്തത് താനാ യിരുന്നു എന്നും കൃഷ്ണയ്യർ ഓർക്കുന്നു.

"ഐ വി ദാസ് എന്ന വലിയ മനുഷ്യനെ ഞാനാദ്യം കാണുന്നത് അര നൂറ്റാണ്ടിനപ്പുറത്താൻ. പൊതു തെരഞ്ഞെടുപ്പ് പ്രചാരണവുമായി ബന്ധപ്പെട്ട വടക്കൻ മലബാറിലേക്ക് നിയോഗിക്കപ്പെട്ട വിദ്യാർത്ഥി ഫെഡ റേഷന്റെ പ്രത്യേക സംഘത്തിന്റെ കോഡിനേറ്റർ എന്ന നിലയ്ക്കാണ് കൂത്തുപറമ്പിലെ ഒരു വായനശാലയിൽ വെച്ചാണ് ഞാൻ സുസ്മേരവ ദനനായ ആ കുറിയ മനുഷ്യനെ പരിചയപ്പെട്ടത്. എന്നെ ഏറെ ആകർഷി ച്ചത് സഖാവിന്റെ തുറന്ന ചിരിയാണ്. ആ പ്രദേശത്ത് നടത്തേണ്ട പ്രവർത്തനങ്ങളെപ്പറ്റി ദാസിൽ നിന്നും നിർദ്ദേശം സ്വീകരിക്കാനാണ് മേൽകമ്മിറ്റി എന്നോടുപറഞ്ഞിരുന്നത്." പ്രശസ്ത ഗ്രന്ഥനിരൂപകനും, കോളമിസ്റ്റുമായ ഡോ. വി സുകുമാരൻ ഐ വി ദാസിനെ ഓർക്കുന്നത് ഇങ്ങനെയാണ്.

രാഷ്ട്രീയ സാമൂഹിക സാംസ്കാരിക മണ്ഡലങ്ങളിൽ പ്രതികരണ രാഹിത്യം പടർന്ന് പിടിക്കുന്നതാണ് വർത്തമാനകാലം. വിനാശത്തിന്റെ ഭീകരതയെ കണ്ണടച്ച് നിസ്സാരമാക്കുന്ന ഈ ദശാസന്ധിയിൽ ഐ വി ദാസിന്റെ ചിന്തകളും ഓർമ്മകളും നമുക്ക് കർമ്മ നിരതനാകാനുള്ള നന്മ നിറഞ്ഞ ആഹ്വാനങ്ങളായിരുന്നു.

കേരളം ലോകത്തിന് മാതൃകയാകുന്നു

ഐ വി ദാസ് 1956 ലാണ് മൊകേരിയിൽ, മൊകേരി ഈസ്റ്റ് യു പി സ്കൂളിൽ അധ്യാപകനായി ചേർന്നത്. മൊകേരിയിലെ വിവിധ സ്ഥല ങ്ങളിൽ നിന്നും വിദ്യാർത്ഥികളെ മൊകേരി ഈസ്റ്റ് യു പി സ്കൂളിൽ ചേർത്തുകൊണ്ടാണ് ദാസിന് ഡിവിഷൻ ഉണ്ടാക്കിയിരുന്നത്. അന്ന് സ്കൂളിന്റെ പ്രധാന അധ്യാപകനും മാനേജരും കിനാത്തി കുഞ്ഞിക്ക ണ്ണൻ മാസ്റ്റർ ആയിരുന്നു. അധ്യാപകൻ എന്നതിലുപരി പ്രദേശത്തെ ഒരു പ്രധാനി തന്നെയായിരുന്നു അദ്ദേഹം. ഐ.വി.ദാസിനെ അധ്യാപ കനായി സ്കൂളിൽ ചേർക്കുന്നതിന് കുഞ്ഞിക്കണ്ണൻ മാസ്റ്റർക്ക് വലിയ താൽപര്യമായിരുന്നു. അപ്പോഴേക്കും പൊതുസമൂഹത്തിന്റെ ശ്രദ്ധപ തിഞ്ഞ ഒരു വ്യക്തിയായിരുന്നു ഐ വി ദാസ്. ഒരു സാംസ്കാരിക പ്രവർത്തകൻ എന്ന നിലയിൽ ഐ വി ദാസ് ശ്രദ്ധേയനായിത്തീർന്നി രുന്നു.

കൂരാറ ഇല്ലത്ത് വയലക്കര വീട്ടിൽ നിന്നും ദാസ് താമസം പാറേ മ്മൽ എന്ന സ്ഥലത്തേക്ക് മാറ്റി. മൊകേരി ഈസ്റ്റ് യു പി സ്കൂളിന്റെ അൽപ്പം കിഴക്കുമാറി ഒരു വിളിപ്പാടകലെ. ഇപ്പോൾ താമസിച്ചുവരുന്ന വീടിന്റെ പിന്നിലുള്ള പറമ്പിൽ ബാപ്പു എന്ന ഒരാളിന്റെ ഒരു ചെറിയ വീട്ടിൽ വാടകക്കാരനായിട്ടാണ് താമസം ആരംഭിച്ചത്.

വളരെ വലിയ പ്രതാപവും ഭൂ സ്വത്തും ഉണ്ടായിരുന്ന കൂരാറ ഇല്ലം എന്ന തറവാട് ക്ഷയിച്ചുതുടങ്ങിയിരുന്നു. കാരണവന്മാർ വീതംവെച്ചും ഭാഗം വെച്ചും എല്ലാം തീർത്തു. അതിന് ശേഷമാണ് പാറേമ്മൽ, മൊകേരി ഈസ്റ്റ് യു പി സ്കൂളിനടുത്ത് വാടക വീട്ടിലേക്ക് ദാസും അച്ഛനും അമ്മയും മറ്റും മാറിത്താമസിക്കുന്നത്. മൂത്തമകൻ എന്ന നിലയിൽ എല്ലാവരുടെയും സംരക്ഷണ ഉത്തരവാദിത്തം ദാസിന്റെതായിത്തീർന്നു.

അധ്യാപകവൃത്തിയും, രാഷ്ട്രീയ-സാംസ്കാരിക പ്രവർത്തനവും ഒരു തടസ്സവും കൂടാതെ ഒന്നിച്ച് മുന്നോട്ട് കൊണ്ടുപോകുവാൻ അന്നേ അദ്ദേഹം പരിശീലിച്ച് വിജയിച്ചിരുന്നു.

1957 മെയ് 5 നായിരുന്നു ഐ വി ദാസിന്റെ വിവാഹം. ഒരേ തറവാ ട്ടിൽ കുട്ടിക്കാലം മുതൽ ഒന്നിച്ചുവളർന്ന അമ്മാവന്റെ മകൾ സുശീല വധുവായി. അമ്മാവൻ ഐ വി കരുണാകരൻ നായരുടെ മകൾ. വിവാഹം വളരെ ലളിതമായിരുന്നു. ഒരു കാറിൽ കൊള്ളാവുന്നവർ മാത്രം പങ്കെ ടുത്ത് നടന്ന വിവാഹം. വധൂവരന്മാർക്ക് പുറമെ നാലഞ്ചുപേർ മാത്രം. കല്യാണ പെണ്ണിന്റെയൊപ്പം കൂട്ടിനുണ്ടായിരുന്ന മറ്റൊരു സ്ത്രീ വധു വിന്റെ അമ്മയായിരുന്നു.

"വാഗ്ഭടാനന്ദ ഗുരുവിന്റെ ആദർശങ്ങളെ എന്നും മുറുകെ പിടിച്ചി രുന്ന ദാസ് തന്റെ ജീവിതത്തിലെന്നും ലാളിത്യം കരുതിവെച്ച വ്യക്തി യാണ്. ആദർശങ്ങൾ വിളിച്ചുപറയാനുള്ളതല്ലെന്നും അത് പ്രവർത്തി ച്ചുകാണിച്ച് മറ്റുള്ളവർക്ക് മാതൃകയാകാനുള്ളതാണെന്നും വിശ്വസി ക്കുന്ന ചിന്തയാണ് ഐ വി ദാസിനുണ്ടായിരുന്നത്. അദ്ദേഹത്തിന്റെ വിവാഹം അതിന് ഒരു ഉദാഹരണം തന്നെയാണ്. ആ കാലത്ത് ഐ വി ദാസ് വളരെ തിരക്കുള്ള വ്യക്തിയായിമാറിയിരുന്നു, സജീവമായ രാഷ്ട്രീയ സാംസ്കാരിക പ്രവർത്തനം.

കണ്ണൂരിൽ വെച്ചായിരുന്നു ദാസിന്റെ വിവാഹം. താലികെട്ട് കഴിഞ്ഞ് തലശ്ശേരിയിലെ ഒരു അമ്മാവന്റെ വീട്ടിലായിരുന്നു സദ്യയും മറ്റും ഒരു ക്കിയിരുന്നത്. (സുശീലയുടെ അമ്മാവന്റെ വീട്ടിൽ). വിവാഹ സദ്യയ്ക്ക് ആൾക്കൂട്ടമൊന്നും ഉണ്ടായിരുന്നില്ല. വിവാഹ സദ്യക്ക് ശേഷം അതേ കാറിൽ തലശ്ശേരിയിൽ നിന്നും പൂക്കോട് വഴി പാത്തിപ്പാലം വരെ. പിന്നെ ഇടവഴിയിലൂടെയാണ് യാത്ര. ഇന്ന് കാണുന്ന റോഡുകളോ സൗകര്യ ങ്ങളോ അന്നുണ്ടായിരുന്നില്ല. ദാസ് പഠിപ്പിച്ചിരുന്ന സ്കൂളിന്റെ മുമ്പിലും ഇടവഴിയായിരുന്നു.

വിവാഹം കഴിഞ്ഞ് എത്തിയ ദിവസം വൈകുന്നേരമായപ്പോൾ ദാസിന് അടിയന്തരമായി പങ്കെടുക്കേണ്ട ഒരു പരിപാടിക്ക് വേണ്ടി യാത്ര യാവേണ്ടിവന്നു. രണ്ടുനാൾ കഴിഞ്ഞാണ് അദ്ദേഹം തിരിച്ചുവന്നത്. ഭാര്യ സുശീലയുടെ ഓർമ്മയിൽ മായാതെ നിൽക്കുന്നതാണ് ആ വിവാഹ സുദിനം.

1956 നവംബർ ഒന്നിന് കേരള സംസ്ഥാനം രൂപീകൃതമായി. ഐക്യ കേരളം.

"പോരുവിൻ സഖാക്കളെ, ചേരുവിൻ സഖാക്കളെ

ചോരയെങ്കിൽ ചോരയാലീ കേരളം വരക്കുവാൻ" – നാടെങ്ങും മുഖരിതമായിരുന്ന ഈ മുദ്രാവാക്യം സാക്ഷാത്ക്കരിക്കപ്പെട്ടു.

1957 ഏപ്രിൽ 5നാണ് കേരളത്തിൽ സ:ഇ.എം.എസ്സിന്റെ നേതൃത്വ ത്തിൽ ഒരു കമ്മ്യൂണിസ്റ്റ് സർക്കാർ അധികാരമേൽക്കുന്നത്. ഇത് ഇന്ത്യൻ ചരിത്രത്തിൽ എന്നല്ല ലോക ചരിത്രത്തിൽ തന്നെ അത്യ

പൂർവ്വമായ സംഭവമായി ചരിത്രകാരന്മാർ വിശേഷിപ്പിക്കുന്നു.

ആ സർക്കാർ നടപ്പിലാക്കാനെടുത്ത തീരുമാനങ്ങളാണ് കേരള സംസ്ഥാനത്തിന്റെ പുരോഗതിക്കും, ജന നന്മയ്ക്കും ഗുണപരമായി കലാ ശിച്ചത്. 'കേരളാ മോഡൽ' എന്ന വിശേഷണത്തിന് മാത്രമല്ല ലോക ത്തിന് തന്നെ ഈ കേരളം മാതൃകയായി തീർന്നതും അനിഷേധ്യമായ ചരിത്ര വസ്തുതയാണ്.

ഐശ്യര്യപൂർണ്ണമായ കേരളത്തിന് വേണ്ടിയുള്ള തയ്യാറെടുപ്പിലാ യിരുന്നു സ: ഇ എം എസ്സിന്റെ നേതൃത്വത്തിലുള്ള മന്ത്രിമാർ. 1957 ഏപ്രിൽ 10ന് 'ഒഴിപ്പിക്കൽ നിരോധന ഓർഡിനൻസ്' നിയമസഭ പാസ്സാ ക്കി. ഡിസംബർ 21ന് 'കാർഷികബന്ധ ബില്ലും' പാസ്സാക്കി. ജൂലൈ 7നാണ് 'വിദ്യാഭ്യാസ ബിൽ' പ്രസിദ്ധീകരിച്ചത്. എയ്ഡഡ് സ്കൂൾ അധ്യാപകരുടെ ശമ്പളം സർക്കാർ നേരിട്ട് നൽകാൻ തീരുമാനിച്ചതും, അധ്യാപക നിയമനം പി എസ് സിക്ക് വിടാൻ തീരുമാനിച്ചതും സ്കൂൾ മാനേജർമാരുടെയും ഭൂവുടമകളുടെയും എതിർപ്പിന് ഇടയാക്കി. ഇത് പലരെയും ചൊടിപ്പിച്ചു. കേരളത്തിലെ ജനകീയ സർക്കാറിനെ വെച്ചു പൊറുപ്പിക്കില്ലെന്ന് പറഞ്ഞുകൊണ്ട് ചില മത-ജാതി സംഘടനകൾ തെരുവിലിറങ്ങി. അതിന്റെ പ്രധാന കാരണം പള്ളിക്കാർക്കും, നാടുവാ ഴിജന്മിക്കാർക്കും ഹിതമല്ലാത്ത നടപടികൾ സർക്കാർ നടപ്പിലാക്കാൻ തീരുമാനിച്ചതായിരുന്നു. വിമോചന സമരത്തിന് തയ്യാറായി ജാതിമത ശക്തികൾ വന്നപ്പോൾ കോൺഗ്രസ്സ് അതിന്റെ പിൻസീറ്റ് ഡ്രൈവറാ യി. പക്ഷെ എൻ.എസ്.എസ്, എസ്.എൻ.ഡി.പി കത്തോലിക്കാസഭ, മുസ്ലീംലീഗ് എന്നിവരെല്ലാം ഒരുമിച്ച് വിമോചന സമരത്തിന്റെ ഒപ്പം ചേർന്നു. അക്രമങ്ങൾ അഴിച്ചുവിട്ടു കൊണ്ടുള്ള പ്രകടനങ്ങളും പ്രക്ഷോ ഭങ്ങളും ഹർത്താലുകളും കൊണ്ട് കേരളം പ്രക്ഷുബ്ധമായി. കെ എസ് യു എന്ന ജനാധിപത്യവിരുദ്ധ വിദ്യാർത്ഥി സംഘടനയുടെ വിഷലിപ്ത മായ പിറവിയുണ്ടായത് ഈ സമരാഭാസത്തിന്റെ കാലത്താണ്. എൻ. കെ രവീന്ദ്രനും(വയലാർ രവി), എ.കെ ആന്റണിയും, ഉമ്മൻചാണ്ടിയും, വി.എം. സുധീരനും വിമോചന സമരകാലത്തിന്റെ ഉൽപന്നങ്ങളായി കോൺഗ്രസ് രാഷ്ട്രീയത്തിൽ വന്നവരാണ്.

ജനാധിപത്യവും നിയമവാഴ്ചയും തകർത്തെറിയുന്ന രാഷ്ട്രീയ സംസ്കാരമാണ് അന്നത്തെ യുവജന വിദ്യാർത്ഥി സംഘടനകൾ കോൺഗ്രസിന്റെ ഉപദേശത്തോടെ നടപ്പിലാക്കാൻ പുറപ്പെട്ടത്. അമേ രിക്കൻ സി ഐ എ എന്ന സംഘടനയുടെ കാണാകരങ്ങളും സമര ത്തിന് പിന്തുണയായി. കമ്മ്യൂണിസ്റ്റ് സർക്കാറിനെ താഴത്തിറക്കാൻ കോൺഗ്രസ് അതിന്റെ വൃത്തികെട്ട എല്ലാ അടവുകളും സ്വീകരിച്ചു. അന്ന് ഇന്ത്യയിൽ ഉണ്ടായിരുന്ന അമേരിക്കൻ അമ്പാസിഡർ ഡാനിയൽ പാട്രിക്ക് മൊയിനിഹാൻ എഴുതിയ തന്റെ "A dangerous place" എന്ന അനുഭവക്കുറിപ്പിൽ അമേരിക്കൻ സിഐഎയുടെ പണവും ഇടപെടലും ഉണ്ടായതിനെ സംബന്ധിച്ച് വ്യക്തമാക്കിയിട്ടുണ്ട്.

ഫാദർ വടക്കനെപോലെ ചിലർ ആ സമരം അനാവശ്യമായിരുന്നു വെന്ന് 'എന്റെ കുതിപ്പും കിതപ്പും' എന്ന ആത്മകഥയിൽ തുറന്നുപറ യുകയും ചെയ്തിരുന്നു. എ കെ ആന്റണിയും പിന്നീട് സമരത്തെ ന്യായീ കരിച്ചില്ല.

ആ കാലത്ത് കേരളം മുഴുക്കെ, തെരുവുകളിൽ സമരക്കാർ അഴി ഞ്ഞാടുകയായിരുന്നു. പാനൂരിൽ രാഷ്ട്രീയ അധികാരത്തിന്റെ കുത്തക അവകാശപ്പെട്ട പി.ആർ.കുറുപ്പിന്റെ അനുയായികൾ മൊകേരിയിൽ വന്ന് ദാസ് പഠിപ്പിച്ചിരുന്ന സ്കൂൾ അടച്ചു പൂട്ടാൻ ഭീഷണി മുഴക്കി. അതിനെ സധൈര്യം നേരിട്ടതിലും സമരക്കാരെ പിന്തിരിപ്പിച്ചതിലും ഐ.വി ദാസിന്റെയും സഖാക്കളുടെയും ചെറുത്ത് നിൽപ്പ് പഴയ മനസ്സുകളിൽ ധീരമായ ഓർമ്മയാണ്. നിരന്തരമായ സമരാഭാസംകൊണ്ട് ജനജീവിതം ദുസ്സഹമായി.

കേരളത്തിലെ കോൺഗ്രസ്സിന്റെ നേതാക്കൾ ഇന്ദിരയെ സ്വാധീനിച്ച് നെഹ്റുവിനെ കൊണ്ട് ജനാധിപത്യ ധ്വംസനത്തിന് പ്രേരിപ്പിച്ചു. ഇന്ത്യൻ ഭരണഘടനയുടെ 356-ാം വകുപ്പനുസരിച്ച് 1959 ജൂലൈ 31ന് കേരള സർക്കാറിനെ രാഷ്ട്രപതി ഡിസ്മിസ് ചെയ്തു. ജനാധിപത്യത്തിന്റെ മാലാഖ ചമയുന്ന കോൺഗ്രസ്സുകാർ രാഷ്ട്രീയ വൈരികളായി ഇന്ത്യൻ ജനാധിപത്യത്തിന്റെ ക്രൂശീകരണം നിർവ്വഹിച്ച് സംതൃപ്തരായി. ഈ പാതയിലൂടെയാണ് വർഗ്ഗീയ ഫാസിസ്റ്റ് ശക്തികളും ഇപ്പോൾ കേരള ത്തിന്റെ ജനാധിപത്യ ധ്വംസനത്തിന് ജൽപ്പനങ്ങൾ മുഴക്കിക്കൊണ്ടിരി ക്കുന്നത്.

ആ വിമോചന സമരത്തിന്റെ പിതൃത്വം കേരളത്തിലെ വർഗ്ഗീയ ശക്തികൾക്ക് മാത്രം അവകാശപ്പെട്ടതാണ്. കോൺഗ്രസ് അന്നതിന്റെ കൂട്ടികൊടുപ്പുകാരനും. ഇന്നും ഏതാണ്ട് ഇങ്ങനെതന്നെയാണ് കോൺ ഗ്രസ് എന്നത് ഒരു വാസ്തവം മാത്രമാണ്.

ആശയരംഗത്തെ ഭിന്നതകൾക്കെതിരെ

ആയിരത്തിത്തൊള്ളായിരത്തി അറുപത്തി ഒന്നിന്റെ ആരംഭ ത്തോടെ ഇന്ത്യൻ കമ്മ്യൂണിസ്റ്റ് പാർട്ടിയിൽ നയപരമായ ചില ആശയ വ്യതിയാനങ്ങൾ രൂപപ്പെട്ടു തുടങ്ങിയിരുന്നു. അതിൽ രാഷ്ട്രീയമായ പല ഘടകങ്ങളും ഉണ്ടായിരുന്നു. പക്ഷെ, 1964ൽ ചേർന്ന ദേശീയ കൗൺസി ലിൽ നിന്നും ആശയ ഭിന്നത രൂക്ഷമായതിനെ തുടർന്ന് 32 പേർ യോഗം ബഹിഷ്കരിച്ച് ഇറങ്ങിപ്പോന്നു. തുടർന്ന് എ.കെ.ജി, സുന്ദരയ്യ എന്നിവ രുടെ നേതൃത്വത്തിൽ ആന്ധ്രധയിലെ തെന്നാലിയിൽ വെച്ച് സി പി ഐ(എം) രൂപീകരിക്കുവാൻ നിർബ്ബന്ധിതമായി.

ഇന്ത്യൻ ഭരണകൂടത്തെ വിലയിരുത്തുന്നതിലുള്ള അഭിപ്രായഭിന്ന തയും കാഴ്ച്ചപ്പാടിലെ വൈവിധ്യവും ഭിന്നതയുടെ കാരണങ്ങളായിരുന്നു. ലോക കമ്മ്യൂണിസ്റ്റ് പ്രസ്ഥാനത്തിലെ ഭിന്നതയും അന്നത്തെ പിളർപ്പിന് കാരണമായി തീർന്നു. അങ്ങനെ കമ്മ്യൂണിസ്റ്റ് പാർട്ടി സി പി ഐ(എം) എന്നും സി.പി.ഐ എന്നും രണ്ട് പാർട്ടികളായി രൂപാന്തരപ്പെട്ടു. ആശയ പരമായ കാലുഷ്യം പല നേതാക്കളെയും അസ്വസ്ഥരാക്കിയെങ്കിലും ഐ വി ദാസ് അടക്കമുള്ളവർ സി പി ഐ (എം)ന്റെ ഒപ്പം നിന്നു. ആശ യപരമായി ജനങ്ങളുടെ ഇടയിൽ രാഷ്ട്രീയ ബോധവൽക്കരണം വ്യാപ കമായി നടത്തുകയും ചെയ്തു. ഈ ഭിന്നിപ്പിന്റെ ആഘാതം മൊകേരി യിലോ, പാനൂർ മേഖലയിലോ അല്പം പോലും പോറലേൽപ്പിക്കാൻ കഴിയാത്തവിധം പാർട്ടിയെ സജ്ജമാക്കാൻ ഐ വി ദാസിന്റെ ശ്രമഫല മായി സാധിച്ചുവെന്നത് ശ്രദ്ധേയമാണ്. ഒരു കടുത്ത രാഷ്ട്രീയ ദശാസന്ധി തന്നെയായിരുന്നു അത്. അണികളെ ആശയവൽക്കരിക്കാ നുള്ള ധാരാളം പരിപാടികൾ വിവിധ സ്ഥലങ്ങളിൽ സംഘടിപ്പിച്ച് ആശ യവ്യക്തത സാധിക്കുകയും ചെന്തു. പക്ഷെ, ചിലയിടങ്ങളിൽ നേതാ

ക്കളും പ്രവർത്തകരും രാഷ്ട്രീയ നയങ്ങളേക്കാൾ പ്രാധാന്യം നൽകി
യത് വ്യക്തിബന്ധങ്ങൾക്കും കുടുംബബന്ധങ്ങൾക്കുമായിരുന്നു.
അത്തരം ആളുകളിൽ ചിലർ വലതിൽ തന്നെ ഉറച്ചുനിന്നു.

1965 ൽ കേരളത്തിൽ നിയമസഭയിലേക്ക് തിരഞ്ഞെടുപ്പ് നടന്നു.
പാർട്ടി പിളർന്നതിന് ശേഷം നടത്തുന്ന ആദ്യ തിരഞ്ഞെടുപ്പായിരുന്നു
അത്. 1959ൽ കേരള ജനത അധാകാരത്തിലേറ്റിയ കമ്മ്യൂണിസ്റ്റ് പാർട്ടി
ഇപ്പോൾ രണ്ടായിരിക്കുന്നു. അത് മാത്രവുമല്ല സി പി ഐ (എം)ന്റെ
നേതാക്കൾ ഒട്ടുമുക്കാലും 'ചൈനാചാരന്മാർ' എന്ന മുദ്രകുത്തി ഡി ഐ
ആർ പ്രകാരം ജയിലിൽ കിടക്കുകയുമാണ്. ചിലർ ഒളിവിലും. ഇ എം
എസ്സ് മാത്രമാണ് എല്ലാ കാര്യങ്ങളും നിയന്ത്രിച്ചു കൊണ്ടിരുന്നത്. പാർട്ടി
പ്രസിദ്ധീകരണങ്ങൾ പോലും തടയാൻ നിയമം സൃഷ്ടിച്ച കാലവും
കൂടിയായിരുന്നു അത്. സി പി ഐയും, ആർ എസ് പിയും കൂടിയാണ്
തിരഞ്ഞെടുപ്പ് രംഗത്തുണ്ടായിരുന്നത്. സി പി ഐ (എം) നെ ചൈനാ
ചാരന്മാർ എന്ന് വിളിച്ച് ആക്ഷേപിച്ചുകൊണ്ടായിരുന്നു അവർ പ്രചാ
രണം നടത്തിയിരുന്നത്. തലശ്ശേരി നിയോജക മണ്ഡലത്തിൽ സി പി
ഐ(എം) സ്ഥാനാർത്ഥി സ. പാട്യം ഗോപാലൻ ആയിരുന്നു. എതിർ
സ്ഥാനാർത്ഥി പേരെടുത്ത അഭിഭാഷകനും 57 ലെ മന്ത്രിസഭയിലെ
നിയമമന്ത്രിയുമായിരുന്ന വി. ആർ കൃഷ്ണയ്യരും. എന്നാൽ പ്രധാന എതി
രാളി കോൺഗ്രസിന്റെ മറ്റൊരു സ്ഥാനാർത്ഥി ഡോ. വി പി നാണുവായി
രുന്നു. പാട്യം ഗോപാലൻ ജയിലിൽ കിടന്നുകൊണ്ടാണ് നോമിനേഷൻ
കൊടുത്തതും മത്സരിച്ചതും. ജയിലഴികൾക്കപ്പുറത്ത് നിൽക്കുന്ന പാട്യം
ഗോപാലന്റെ ചിത്രം പ്രദർശിപ്പിച്ചുകൊണ്ടാണ് സഖാക്കൾ ജനങ്ങളോട്
വോട്ട് അഭ്യർത്ഥിച്ചത്. തെരഞ്ഞെടുപ്പ് കഴിഞ്ഞ് ഫലം വന്നപ്പോൾ വി
ആർ കൃഷ്ണയ്യർക്ക് കെട്ടിവെച്ച കാശുപോലും തിരിച്ചു കിട്ടാത്ത
തോൽവി നേരിടേണ്ടി വന്നു. പാട്യം ഗോപാലൻ വൻഭൂരിപക്ഷത്തോടെ
വിജയിക്കുകയും ചെയ്തു.

പാനൂർ പ്രദേശം ഉൾക്കൊള്ളുന്ന പെരിങ്ങളം നിയോജക മണ്ഡലം
നിലവിൽവന്നതോടെ അവിടെ സ്ഥാനാർത്ഥിയായി മത്സരിച്ചിരുന്നത് പി
ആർ കുറുപ്പായിരുന്നു. അന്നത്തെ പാർട്ടി തീരുമാനപ്രകാരം സി പി
ഐ(എം) സോഷ്യലിസ്റ്റ് പാർട്ടിക്ക് പിന്തുണ കൊടുക്കുന്ന നയമായി
രുന്നു സ്വീകരിച്ചിരുന്നത്. ആ തിരഞ്ഞെടുപ്പിൽ പാർട്ടി നേതാക്കളും
പ്രവർത്തകരും പി.ആറിന്റെ വിജയത്തിനായി പ്രവർത്തിക്കുകയും
ചെയ്തു. പ്രചാരണ രംഗത്തും പ്രസംഗവേദിയിലും ഐ.വി ദാസിന്റെ
സാന്നിധ്യവും ശ്രദ്ധേയമായിരുന്നു. പെരിങ്ങളം മണ്ഡലത്തിന്റെ രാഷ്ട്രീയ
മേഖലയിൽ നിറഞ്ഞുനിന്ന ഒരു യുവ നേതൃത്വമായി ഐ വി ദാസ്
മാറുകയും ചെയ്തു.

1964 ൽ കമ്മ്യൂണിസ്റ്റ് പാർട്ടി രണ്ടായതിന് ശേഷം പാർട്ടിയെ ശക്തി
പ്പെടുത്താനും 56 കളുടെ കാലത്തുണ്ടായതുപോലെ ഒരു സ്ഥിരം വള
ണ്ടിയർ സംഘടനയ്ക്ക് രൂപം നൽകാനും സി പി ഐ (എം) തീരുമാ

നിച്ചു. 1967 ൽ കണ്ണൂർ ജില്ലയിൽ മൊറാഴ, പൊന്ന്യം എന്നിവിടങ്ങളിൽ വളണ്ടിയർ ആപ്പീസർമാർക്കുള്ള രണ്ട് ക്യാമ്പ് സംഘടിപ്പിക്കുകയു ണ്ടായി.

പൊന്ന്യം ക്യാമ്പിന്റെ ചുമതല വേലാണ്ടി കുഞ്ഞിക്കണ്ണൻ, ഉച്ച മ്പള്ളി കൃഷ്ണൻ, ഒ വി കുഞ്ഞപ്പൻ, ആർ രാഘവൻ, കുഞ്ഞിക്കണ്ണൻ (എം എസ് പി) എന്നിവർക്കായിരുന്നു. ഇവരുടെ നേതൃത്വത്തിലായിരുന്നു പരിശീലനം. ജില്ല കേന്ദ്രീകരിച്ച് കണ്ണൂരിൽ അയ്യായിരം ചവപ്പു വളണ്ടി യർമാരെ അണിനിരത്തിയ ഗംഭീര മാർച്ചും നടത്തിയിരുന്നു.

ചുവന്ന ഷർട്ടും കാക്കി ട്രൗസറും ഷൂസും, തൊപ്പിയും ധരിച്ച് വള ണ്ടിയർമാർ നടത്തിയ പ്രാദേശിക മാർച്ചിൽ അതിന്റെ ക്യാപ്റ്റനായി ഐ വി ദാസ് ഉണ്ടായിരുന്നു. ഒരു വൈകുന്നേരം കടേപ്രം തെരുവിലെ (മൊ കേരി) കെ എം കൃഷ്ണൻ മാസ്റ്ററുടെ വീട്ടിലാണ് വളണ്ടിയർമാർ ഒത്തു ചേർന്നത്. യൂനിഫോം ധരിച്ച് റോഡിലേക്കിറങ്ങിയ ചെങ്കുപ്പായക്കാരെ ജനങ്ങൾ കൗതുകത്തോടെയും ആവേശത്തോടെയും നോക്കിക്കാണു കയായിരുന്നു. കടേപ്രം തെരു നെയ്ത്ത് തൊഴിൽ കേന്ദ്രമായിരുന്നു. വളണ്ടിയർമാർ റോഡിൽ ഫോളിൻ ആയപ്പോൾ ഐ വി ദാസ് വളണ്ടി യർമാരെ അഭിസംബോധന ചെയ്തു കൊണ്ട് ഒരു ചെറിയ പ്രസംഗം നടത്തുകയുണ്ടായി. ആ പ്രസംഗത്തിന്റെ ഉള്ളടക്കം ചുവപ്പ് സേനയെ പറ്റി പൊതുജനങ്ങൾക്കുകൂടി അറിവ് പകരുന്നതായിരുന്നു. മൊകേരി യിലെ പാർട്ടി സഖാക്കളും ആ വളണ്ടിയർ സംഘത്തിൽ ഉണ്ടായിരു ന്നു. നെയ്ത്ത് തൊഴിലാളികളുടെ നേതാവായിരുന്ന കെ പി കുഞ്ഞിരാ മൻ ആ വളണ്ടിയർ സേനയിൽ ഒരംഗമായിരുന്നു. ഇത് കമ്മ്യൂണിസ്റ്റ് കാരുടെ റെഡ് ആർമി എന്ന് കോൺഗ്രസുകാർ വിളിച്ചപ്പോൾ കോൺഗ്ര സിന്റെ സേവാദൾ വളണ്ടിയർമാരെപോലെയുള്ളതാണെന്ന് എ കെ ജി തന്നെ മറുപടി നൽകിയിരുന്നതാണ്.

സി പി ഐ (എം) രൂപീകരിക്കപ്പെട്ടപ്പോൾ പാനൂർ മേഖലയിൽ പാർട്ടി അംഗങ്ങൾക്ക് നയപരമായ വിഷയങ്ങളിൽ അവബോധം നൽകാൻ പഠന ക്ലാസുകൾ സംഘടിപ്പിച്ചിരുന്നു. മൊകേരിയിൽ എര ഞ്ഞിക്കൽ കണ്ണേട്ടന്റെ വീട്ടിലായിരുന്നു അതിന്റെ ഒരു വേദി എന്ന് കെ പി കുഞ്ഞിരാമൻ ഓർക്കുന്നു. പാട്യം കുമാരൻ മാസ്റ്റർ, ഗംഗാധര മാരാർ തുടങ്ങിയ സഖാക്കളുമായിരുന്നു ക്ലാസ് കൈകാര്യം ചെയ്തിരുന്നത്. പിളർപ്പിന്റെ ആദ്യ നാളുകളിൽ പലരും ആശയവ്യക്തതയില്ലാത്ത നില യിൽ ചുരുങ്ങിപ്പോയിരുന്നു. പക്ഷെ ഇ എം എസ്സിന്റെ പ്രസ്താവന യോടെ സജീവതയിലേക്ക് വന്നു. ഐ വി ദാസ് ആശയപ്രചാരണ ത്തിന്റെ ഭാഗമായി പിന്നീട് ജനങ്ങളിലേക്കിറങ്ങി. കതിരൂർ പ്രദേശവു മായി ബന്ധപ്പെടുന്ന ചിലർ അവിടെയുള്ള ചില വലതു നേതാക്കളുടെ സ്വാധീനത്തിൽപെട്ട് അതിന്റെ ഭാഗമായി മാറി. അതും ഏതാനും വ്യക്തി കൾ മാത്രം.

പാട്യം കുമാരൻ മാസ്റ്റർ പ്രഗത്ഭനായ വാഗ്മിയും ഗദ്യകാരനും കവി

യുമായിരുന്നു. അധ്യാപക വൃത്തിയിൽ അതിചതുരനുമായിരുന്നു. 1948 ൽ കമ്മ്യൂണിസ്റ്റുകാർക്കെതിരെ ഭീകരമായ ആക്രമണ പരമ്പരകൾ നടക്കുന്ന കാലമായിരുന്നു. ആ കാലത്ത് ഒരു കൊള്ളിമീൻ പോലെ രാഷ്ട്രീയത്തിൽ ഉയർന്നുവന്ന സഖാവായിരുന്നു പാട്യം കുമാരൻ മാസ്റ്റർ. വിപ്ലവ ബോധവും കമ്മ്യൂണിസ്റ്റ് പ്രതിബദ്ധതയും മുറ്റിനിൽക്കുന്നതായിരുന്നു യൗവ്വനത്തിലെ കുമാരൻ മാസ്റ്റർ. എതിർ രാഷ്ട്രീയ ആശയക്കാരെ വെല്ലുവിളിച്ചുകൊണ്ട് പ്രസംഗിക്കാനും കമ്മ്യൂണിസ്റ്റ് ആശയങ്ങൾ പ്രചരിപ്പിക്കാനും ആഗോള രാഷ്ട്രീയ പ്രശ്നങ്ങൾ അവതരിപ്പിക്കാനും പാട്യം കുമാരൻ മാസ്റ്റർക്ക് പ്രത്യേക വൈദഗ്ധ്യമായിരുന്നു. പാനൂരിലെ ആക്ഷൻ കമ്മിറ്റിയുടെ പ്രതിരോധ പ്രവർത്തനങ്ങളിൽ പാട്യം കുമാരൻ മാസ്റ്ററുടെ പങ്ക് വിലപ്പെട്ടതാണ്. ആശയരംഗത്ത് തനതായ വ്യക്തിത്വം സ്ഥാപിക്കാൻ കുമാരൻ മാസ്റ്റർക്ക് കഴിഞ്ഞിരുന്നു. പക്ഷെ പിൽക്കാലത്ത് പാട്യംസ് കോളജിൽ മാത്രം ഒതുങ്ങിനിന്ന വ്യക്തിയായി അദ്ദേഹം മാറുകയായിരുന്നു.

പ്രതിബദ്ധതയുടെ കെടാവിളക്ക്

പാനൂരിന്റെ ചരിത്രത്തിനും രാഷ്ട്രീയത്തിനും സവിശേഷതകൾ ധാരാളമുണ്ട്. പഴയ കോട്ടയം താലൂക്ക് എന്നത് തെക്ക് മയ്യഴി പുഴ മുതൽ കിഴക്ക് കൊട്ടിയൂർ, വടക്കേ വയനാടിന്റെ ചില ഭാഗങ്ങൽ കൂടി ഉൾപ്പെ ടുന്ന വിശാലമായ ഭൂപ്രദേശമായിരുന്നു. ഈ ഭൂവിശാലതയിൽ പ്പെട്ടതാ യിരുന്നു പാനൂർ മേഖല. കിഴക്ക് ഉയർന്നു നീണ്ടു നിൽക്കുന്ന മലനിര കൾ കുടകുമല തെക്കോട്ട് വ്യാപിച്ച് ഇന്നത്തെ കണ്ണൂർ ജില്ലയുടെ തെക്കേ അതിർത്തിയായ ചെറ്റക്കണ്ടിപുഴയുടെ കിഴക്ക് കാലിക്കൊളുമ്പ് വരെ വ്യാപുനിൽക്കുന്നു. പിന്നെയും നീണ്ട് അത് കുറ്റ്യാടി മലനിരകളായി ഇന്നത്തെ കോഴിക്കോട് ജില്ലയുടെ കിഴക്കു ഭാഗത്തായി വ്യാപിച്ചു കിട ക്കുകയാണ്. സമൃദ്ധിപ്പെറ്റ കാർഷിക ഭൂമിയായിരുന്നു ഈ കുന്നുകളും താഴ്വാരങ്ങളും. കാലാവസ്ഥയും കുടിവെള്ളവും ജനജീവിതത്തിന് ശീർഷയും അനുയോജ്യമായിരുന്നു. കൃഷിയായിരുന്നു ജനങ്ങളുടെ മുഖ്യ തൊഴിൽ. സമ്പത്തിന്റെ ഗണ്യമായ വരുമാനം കൃഷിയിൽ നിന്നുള്ള ആദായം തന്നെയായിരുന്നു.

വിദേശികളുടെ അധിനിവേശത്തിനുമുമ്പ് തന്നെ രാജാക്കൻമാരും, നാടുവാഴികളും ജന്മിമാരുമായിരുന്നു നാടിന്റെയും ജനങ്ങളുടെയും അധീ ശാധികാരം കൈയ്യാളിയിരുന്നത്. പൗരോഹിത്യം അടിച്ചേൽപ്പിച്ച ചൂഷ ണവും മർദ്ദനവും ജാതി വിവേചനവും മനുഷ്യത്വത്തെ നിരസിക്കുന്ന വിധത്തിൽ ശക്തമായി നടമാടിയിരുന്നു.

കാലം കടന്നു പോകുന്നതിനിടയിൽ തെക്കൻ കേരളത്തിൽ ശ്രീനാ രായണ ഗുരുവിന്റെയും മറ്റ് സാമൂഹ്യ പരിഷ്കർത്താക്കളുടെയും പ്രവർ ത്തനങ്ങൾ ശക്തി പ്രാപിച്ചുകൊണ്ടിരുന്നു. ഇതേ കാലയളവിൽ തന്നെ മലബാറിലും സാമൂഹ്യ പരിഷ്കരണ പ്രവർത്തനം നടന്നുവരുന്നുണ്ടാ യിരുന്നു. മൊകേരിയുടെ സമീപ പ്രദേശമായ പാട്യം പത്തായക്കുന്നിൽ 1885ലാണ് വയമ്പേരി തറവാട്ടിലെ കുഞ്ഞിക്കണ്ണൻ, പഠിച്ചു വളർന്ന് ഒരു സാമൂഹ്യ പരിഷ്കർത്താവായി മാറിയത്. ജാതി ബോധത്തിനെതിരെ

അന്ധവിശ്വാസങ്ങൾക്കെതിരെ, അനാചാരങ്ങൾക്കെതിരെ യുക്തിഭദ്രമായ ഇടപെടൽ നടത്തി. ദുരാചാരങ്ങളോടും മാമൂലുകളോടും സന്ധിയില്ലാത്ത സമരം തന്നെ നടത്തി. ആ വാഗ്വിലാസത്തിന്റെ മുമ്പിൽ യാഥാസ്ഥിതിക വർഗത്തിന്റെ വിശ്വാസ പ്രചാരങ്ങളുടെ മുനയൊടിയുകയായിരുന്നു. കർമ്മനിരതമായ സാമൂഹ്യ പ്രതിബദ്ധതയുടെ മറു പേരാണ് വാഗ്ഭടാ നന്ദൻ.

അനശ്വരാനായ രക്തസാക്ഷി മൊയാരത്ത് ശങ്കരൻ വാഗ്ഭടാനന്ദ ഗുരുവിനെ സ്മരിക്കുന്നത് ഇപ്രകാരമാണ്: "അദ്ദേഹമാണ് എന്റെ ക്ഷേത്ര വിശ്വാസത്തെയും പൂർവ്വാചാര പ്രതിപത്തിയെയും കലശലായി പിടിച്ചു മർദ്ദിച്ചത്. മലയാളത്തിലും, കൊച്ചിയിലും തിരുവിതാംകൂറിലും അസംഖ്യം ശിഷ്യന്മാരെയും പതിനെട്ടിൽപ്പരം ആത്മവിദ്യാമന്ദിരങ്ങളും ആത്മവിദ്യാ കാഹളം എന്ന ഒരു പത്രവും ഏർപ്പെടുത്തിയ വാഗ്ഭടാന ന്ദൻ ഒരു കാൽ നൂറ്റാണ്ടു കാലം കേരളത്തിൽ 'വിശ്വ വിജയി'യായിരുന്നു. ആ കാലം വാഗ്ഭടാന്ദന്റെ പേരു കേട്ടാൽ യാഥാസ്ഥിതിക ലോകം ഉറ ക്കത്തിൽ പോലും ഞെട്ടി വിറച്ചിരുന്നു."

വാഗ്ഭടാനന്ദഗുരുവിനെ കുറിച്ച് സുകുമാർ അഴീക്കോടിന്റെ നിരീ ക്ഷണം നോക്കുക. "ഇന്ത്യയുടെ രാഷ്ട്രീയവും സാമൂഹികവും സാംസ്കാരികവും ആധ്യാത്മികവും ഏറ്റവും മഹനീയവുമായ അഭിലാ ഷങ്ങളെ അദ്വൈത വേദാന്തത്തിന്റെ വെളിച്ചത്തിൽ നവീകരിച്ചു കൊണ്ട് മധുരമായ മലയാളത്തിൽ പ്രഭാഷണങ്ങൾ നടത്തിയും എഴുതിയും ജന ങ്ങളെ ഉദ്ബുദ്ധരാക്കുന്ന കർമ്മമായിരുന്നു അന്ന് വാഗ്ഭടാനന്ദൻ ഏറ്റെ ടുത്തത്."

1931 ഗുരുവായൂർ സത്യാഗ്രഹം നടക്കുന്ന വേളയിൽ വാഗ്ഭടാന ന്ദൻ പറഞ്ഞു."വിഗ്രഹാരാധനയെ താൻ എതിർക്കുന്നുവെങ്കിലും വഴി നടക്കാനുള്ള സ്വാതന്ത്ര്യത്തിനുവേണ്ടി എന്നാലാവുംവിധം മുന്നിട്ട് പ്രവർത്തിക്കും". കരിവെള്ളൂരിലെ അഭിനവ ഭാരത് യുവക് സംഘത്തിന്റെ വാർഷിക സമ്മേളനത്തിൽ അധ്യക്ഷത വഹിച്ചത് ആ സംഘടനയുടെ രാഷ്ട്രീയം അറിഞ്ഞത് കൊണ്ട് തന്നെയാണ്. വാഗ്ഭടാനന്ദന്റെ മഹ ത്വവും ഉൽപതിഷ്ണതവും അത്രമാത്രം ഉന്നതമായിരുന്നു.

ഐ വി ദാസിന്റെ അമ്മാവൻ ഐ.വി. കരുണാകരൻ നായർ വാഗ്ഭ ടാന്ദഗുരുവിന്റെ വിശ്വസ്ത ശിഷ്യനും, ആത്മ വിദ്യാസംഘത്തിന്റെ സജീവ പ്രവർത്തകനും ഉപാധ്യക്ഷനും കൂടിയായിരുന്നു. വാഗ്ഭടാനന്ദഗുരുവിന്റെ സ്വാധീനം തന്നിൽ പകർന്നു കിട്ടിയത് മുഴുവൻ അമ്മാവനായ ഐ.വി. കരുണാകരൻ നായർ കൊച്ചുനാളിലെ ദാസിന്റെ മനസ്സിലേക്ക് പാകി പ്പൊടിപ്പിച്ചിരുന്നു. പിൽക്കാലത്ത് ഐ.വി. ദാസ് എന്ന സാംസ്കാരിക, സാമൂഹിക പ്രവർത്തകന്റെ വളർച്ചയ്ക്ക് വളക്കൂറായത് ഈ പശ്ചാത്തലം കൂടിയാണ്.

1919 ഫെബ്രുവരി 12ന് കുന്നോത്ത്പറമ്പിൽ ഗോവിന്ദൻ എന്ന ഒരു ഈഴവ പ്രമാണിയുടെ പറമ്പിൽ 'ആത്മവിദ്യാസംഘം' കൊടുങ്ങല്ലൂര മ്മയെ കുടിയിരുത്തിയ തറ തട്ടിനിരത്തിയിട്ടാണ് സമ്മേളനം നടത്തിയി രുന്നത്. മൊകേരി മാക്കൂൽപീടികയ്ക്കടുത്ത് പുതിയകാവിലെ ജന്തു ബലി വാഗ്ഭടാന്ദന്റെ ശക്തമായ ഇടപെടലിലൂടെയാണ് നിർത്തലാക്ക പ്പെട്ടത്.

പാനൂരിന്റെ വ്യത്യസ്ത രാഷ്ട്രീയം

പാനൂർ, പാട്യം, മൊകേരി, കുന്നോത്തുപറമ്പ്, തൃപ്രങ്ങോട്ടൂർ എന്നീ ഗ്രാമങ്ങളുടെ കിഴക്കൻ പ്രദേശങ്ങൾ കുന്നുകളും മലകളുമാണ്. കൊളുത്തായി, കല്ലുവളപ്പ്, വാഴമല എന്നീ ഏഴ് മലകളാണ് തൊട്ട് തൊട്ടുകിടക്കുന്നത്. നരിക്കോട്ടുമലയിൽ കുറിച്യ കുടുംബങ്ങൾ താമ സിച്ചുവരുന്നു.

കൂത്തുപറമ്പിനടുത്ത പൂക്കോട്ടുനിന്നും തെക്കോട്ടു പോകുന്ന ഇപ്പോഴത്തെ സ്റ്റേറ്റ് ഹൈവേ പദവിയുള്ള റോഡ്, പഴയ പനോളി തറ വാട്ടിലേക്കുള്ള സഞ്ചാര പാതയായിരുന്നു. പനോളി തറവാട് എന്നത് പേരുകേട്ട കുടുംബമായിരുന്നു. പാനൂർ എന്ന പേരിന്റെ ഉത്ഭവം പോലും ഈ പനോളി തറവാട്ടിന്റെ പശ്ചാത്തലവുമായി ബന്ധപ്പെട്ടിരിക്കുന്നു എന്ന് ചില പഴയ മനസ്സുകൾ സമ്മതിക്കുന്നു. വിശാലമായ കൊളുത്തായി മല പനോളിതറവാടിന്റെ വകയായിരുന്നു. ഇത് അഞ്ചുമലകൾ ഒന്നിച്ചു ചേർന്നുണ്ടായതാണെന്നും പറയപ്പെടുന്നു. പനോളി തറവാട്ടിലെ കെട്ടി ലമ്മ കുഞ്ഞുലക്ഷ്മിയായിരുന്നു ഭരണം നടത്തിയിരുന്നതെന്ന് വാമൊഴി ചരിത്രം ഉണ്ട്. പനോളി രാജകുടുംബം കാമ്പ്രത്ത്, ചന്ത്രോത്ത്, കിഴ ക്കേടത്ത് എന്നീ തറവാട്ടുകാർ മാലീഖാനം വാങ്ങിയിരുന്നു. പാനൂർ മേഖ ലയിലെ നാടുവാഴികളുമായിരുന്നു അവർ. പാനൂരിൽ നിന്നും കിഴക്കു മാറി പുത്തൂർ എന്ന ദേശത്താണ് പി.ആർ കുറുപ്പിന്റെ തറവാട്.

പുത്തൂരിലെ ചിറ്റാരത്ത് ഒതയോത്ത് എന്നത് ശ്രീ. പി.ആർ കുറു പ്പിന്റെ അച്ഛന്റെ തറവാടായിരുന്നു. പുത്തൻപുരയിൽ രാമുണ്ണി ചിറ്റാരത്ത് ഒതയോത്ത് തറവാട്ടിലാണ് ജനിച്ചത്. അച്ഛൻ ഗോവിന്ദൻ നമ്പ്യാർ. അദ്ദേഹം ഒരു ദേശം അധികാരി കൂടിയായിരുന്നു. ആ കാലത്തെ അധി കാരിക്ക് തന്റെ ദേശത്ത് നടപ്പാക്കാനുള്ള അധികാരത്തിന്റെയും നിയമ ത്തിന്റെയും പരിധി അപ്രമേയമായിരുന്നു. പാനൂർ പ്രദേശങ്ങളിൽ പേരു

കേട്ട പല ഇല്ലങ്ങളും ഉണ്ടായിരുന്നു.

അപരാധികളെ പുകച്ചുകൊല്ലുന്ന പുകയറയുള്ള തറവാടുകളായി രുന്നു പലതും. എത്രയോ മനുഷ്യർ ചുമച്ച് ചുമച്ച് ശ്വാസംമുട്ടി പിടഞ്ഞു വീണ് മരിച്ചെന്ന് പുകയറയുടെ ചുവരുകൾക്കേ അറിവുണ്ടായിരുന്നുള്ളൂ. അത്തരം ഒരു ഒരു തറവാടിന്റെ പുരാവൃത്തത്തിലെ ദുരന്ത കഥകൾ കേട്ട് വളർന്നതാണ് പി ആറിന്റെ ബാല്യം. ദൈവംചവിട്ടി പാറയും ചിറ്റാ രിത്തോടും പറഞ്ഞ നാടുവാഴികളുടെ കഥകളിലൂടെ പി ആർ വളർന്നു. ഉഗ്രപ്രതാപികളായ മുൻതലമുറക്കാരിൽ നിന്നും പകർന്ന് കിട്ടിയ അധി കാര പ്രമത്തത പി.ആറിന്റെ രക്തത്തിലും അലിഞ്ഞുചേർന്നിരുന്നു.

സ്വാതന്ത്ര്യ പ്രസ്ഥാനവുമായി ബന്ധപ്പെട്ട് ആദ്യകാലങ്ങളിൽ പാനൂ രിൽ പേരിന് മാത്രം ചില കോൺഗ്രസ്സ് പ്രവർത്തകരുണ്ടായിരുന്നു. നാലു വീട്ടിൽ നമ്പ്യാന്മാരല്ലാതെ സാധാരണക്കാരാരും കോൺഗ്രസ്സിലുണ്ടായി രുന്നില്ല. ചന്ത്രോത്ത്, പനോളി, കിഴക്കേടത്ത്, കാമ്പ്രത്ത്, കുന്നുമ്മൽ തറവാട്ടുകാരാണ് നാലുവീട്ടിൽ നമ്പ്യാന്മാർ.

പി ആർ കുറുപ്പിന്റെ രാഷ്ട്രീയ പ്രവേശം 1940 കളോടുകൂടിയാണ്. പാനൂരിലെ പുത്തൂർ പ്രദേശത്തെ അധികാരിയുടെ മകൻ അധ്യാപക നായി. ഒപ്പം പാനൂർ മേഖലയിലെ രാഷ്ട്രീയ കളരിയിലേക്കും പ്രവേ ശിച്ചു. കോൺഗ്രസ് പ്രവർത്തകനായി, പിന്നീട് സോഷ്യലിസ്റ്റായി. രാഷ്ട്രീയ പ്രവർത്തനം വിപുലമായതോടെ അന്നത്തെ കൂത്തുപറമ്പ് നിയോജകമണ്ഡലത്തിലെ ഹൃദയ ഭൂമികയായി പാനൂർ മാറുകയും ചെയ്തു. കമ്മ്യൂണിസ്റ്റ് പാർട്ടിയെ നിരോധിച്ചും നുണപ്രചാരണങ്ങളി ലൂടെ അവമതിപ്പുണ്ടാക്കിയും ഒറ്റപ്പെടുത്തിയും കമ്മ്യൂണിസ്റ്റ് പ്രസ്ഥാ നത്തെ മുളയിലെ നുള്ളാനുള്ള ചില അന്തർ നാടകങ്ങളും നടക്കുന്നു ണ്ടായിരുന്നു. ആ രാഷ്ട്രീയ സാഹചര്യത്തിൽ പി ആർ കുറുപ്പിന് തന്റെ സോഷ്യലിസ്റ്റ് ആശയം പാകപ്പെടുത്താനുള്ള ഒരു രാഷ്ട്രീയ നെടുങ്കോട്ട പണിയുന്നതിന് അതിവേഗം സാധിച്ചു. സോഷ്യലിസ്റ്റായതിന്റെ മേന്മയി ലൂടെയായിരുന്നില്ല; പകരം മറ്റു രാഷ്ട്രീയ പ്രസ്ഥാനങ്ങളെയും പ്രവർത്ത കരെയും ശാരീരിക ആക്രമണങ്ങളിലൂടെ ഭീതിപ്പെടുത്തിക്കൊണ്ടായി രുന്നു പി ആർ അത് സാധിച്ചത്. കമ്മ്യൂണിസ്റ്റ് പാർട്ടിക്കെതിരെയാണ് ഏറ്റവും കൂടുതൽ ആക്രമണം ഉണ്ടായിരുന്നത്. ശാരീരിക ആക്രമണ ങ്ങൾക്കു പുറമെ വസ്തു വകകൾ നശിപ്പിക്കുക, കച്ചവടസ്ഥാപനങ്ങൾ പ്രവർത്തിപ്പിക്കാൻ അനുവദിക്കാതിരിക്കുക തുടങ്ങിയ കടുംകൈകളാണ് അദ്ദേഹത്തിന്റെ നിർദ്ദേശപ്രകാരം അനുയായികൾ നിർവ്വഹിച്ചുകൊണ്ടി രുന്നത്. തല്ലാനും കൊല്ലാനും പതിയിരുന്ന് ആക്രമിക്കാനും പകവെച്ച് ചതിക്കാനും പരിശീലിപ്പിക്കുന്ന രാഷ്ട്രീയമായി പി ആർ രാഷ്ട്രീയം മാറി. പക്ഷെ അനുയായികളുടെ താന്തോന്നിത്തമായി ചിലർ ഇതിനെ വ്യാഖ്യാ നിക്കുന്നുണ്ട്. അത് ശരിയല്ല. പാനൂരിന്റെ വിവിധ പ്രദേശങ്ങളിൽ ഗുണ്ട കളെ വിട്ട് ഭയപ്പെടുത്തി തനിക്ക് വിധേയരാക്കുക, അവിടത്തെ ചില പ്രമാണിമാരെ വശത്താക്കുക ഇതായിരുന്നു തന്റെ ആധിപത്യം ഉറപ്പി ക്കാൻ വേണ്ടി ചെയ്ത കുറുക്കുവഴികൾ. ചെറുത്തുനിന്ന കമ്മ്യൂണിസ്റ്റു

കാർക്ക് നേരെ നിരന്തരം ആക്രമണങ്ങൾ അഴിച്ചുവിടുകയും പതിവാ
യിരുന്നു. എല്ലാറ്റിനും പിറകിൽ പി ആറിന്റെ ബുദ്ധിതന്നെയായിരുന്നു
എന്ന് ആക്കാലത്തെ സഖാക്കൾ ഓർമ്മയിൽ സൂക്ഷിക്കുന്നുണ്ട് എന്ന
താണ് സത്യം.

ആ കാലത്ത് നാദാപുരം പ്രദേശത്തെ ചില മുസ്ലീം പ്രമാണിമാരെ
പോലെ ചമ്പാട് ദേശത്തും ഭൂപ്രമാണിമാരായി കൈക്കരുത്തുകൊണ്ടും
സമ്പത്തുകൊണ്ടും വിലസിനടക്കുന്നചിലരുണ്ടായിരുന്നു. അവർ താഴ്ന്ന
ജാതിയിൽപ്പെട്ട ഹിന്ദുക്കളോട് നിന്ദ്യമായി പെരുമാറുകയും കടുത്ത
സാമ്പത്തിക ചൂഷണം നടത്തുകയും ചെയ്തിരുന്നു. ഇതിനെ ചോദ്യം
ചെയ്യാൻ തന്റേടത്തോടെ വന്നത് ആ കാലത്ത് പി ആറായിരുന്നു. മുസ്ലീം
പ്രമാണിമാരെ നിലയ്ക്ക് നിർത്താൻ കഴിഞ്ഞ പി ആറിന് ഹിന്ദു വിഭാഗ
ങ്ങളുടെ പിന്തുണയുണ്ടായി. അതിന്റെ പിറകിൽ നിശ്ശബ്ദമായ ഒരു മുസ്ലീം
വിരുദ്ധതയും വളർന്നുവന്നു. അന്ന് ചമ്പാട്ടെ മുസ്ലീം പ്രമാണിയായ
ഉസ്മാൻ സാഹേബ് വലിയ മാടമ്പിത്തരം കാണിച്ചിരുന്നു. പി ആർ
ഇതിനെ ചോദ്യം ചെയ്തു. ഒടുവിൽ അയാളും കൂട്ടരും പി ആറിന് വിധേ
യമായി. അത് മുതലെടുത്ത് തന്റെ രാഷ്ട്രീയശക്തിക്ക് ബലം കൂട്ടി. ഇത്
ഒരു ഏകാധിപത്യ രാഷ്ട്രീയ സ്വഭാവത്തിന്റെ നിലയിലേക്ക് മാറി. ഇതിനെ
ചോദ്യം ചെയ്യാൻ ആരെയും അനുവദിക്കാത്ത നിലപാടായിരുന്നു പി
ആർ രാഷ്ട്രീയം.

1952–53 കാലഘട്ടത്തിൽ 'മജിലിസ് പാർട്ടി' എന്ന ഒരു സംഘടന
ഉണ്ടായിരുന്നു. സമ്പന്നരായ മുസ്ലീം ചെറുപ്പക്കാരാണ് ഇതിന്റെ പ്രവർത്ത
കർ. പച്ച ഷർട്ട്, പച്ച പാന്റ്സ്, പച്ച തൊപ്പി, പച്ച ബെൽറ്റ് ഇതായിരുന്നു
ആ സംഘടനയുടെ വളണ്ടിയർ സേനയുടെ വേഷം. പാനൂരിലും
ഇതിന്റെ പ്രവർത്തനമുണ്ടായിരുന്നു.

പാനൂരിൽ ജർമ്മൻ സായിപ്പന്മാരുടെ നേതൃത്വത്തിൽ ഒരു സ്കൂൾ
പ്രവർത്തിച്ചിരുന്നു. ബാസൽ ഇവാഞ്ചിലിക്കൽ മിഷൻ സ്കൂൾ. അവിടെ
ബാലവാടി മുതൽ എട്ടാം ക്ലാസ് വരെ പഠനം നടന്നിരുന്നു. പാനൂരി
ലെയും പരിസരങ്ങളിലെയും വിദ്യാഭ്യാസത്തിന്റെ കേന്ദ്രവും ഇതായി
രുന്നു. ഈ സ്കൂളാണ് പിന്നീട് പാനൂർ ഹൈസ്കൂളായി മാറിയത്.

പാനൂരിൽ ഒരു മുൻസിഫ് കോടതി ഉണ്ടായിരുന്നു. മൊയാരത്ത്
ശങ്കരനും കൂട്ടരും പാനൂർ ഇവാഞ്ചിലിക്കൽ മിഷൻ സ്കൂളിലെ
വിദ്യാർത്ഥികളായിരുന്നു. ഒഴിവ് നേരങ്ങളിൽ തൊട്ടടുത്തുള്ള കോടതി
നടപടികളെ വീക്ഷിക്കുവാൻ പോകുന്നത് പതിവാക്കിയിരുന്നു. പിന്നീട്
കുട്ടികൾ കോടതി നടത്തി. അധ്യാപകർ അതറിഞ്ഞപ്പോൾ വലിയ
ക്ഷോഭമായി, ശിക്ഷയും കിട്ടിയിരുന്നു. 'ആര്യബാലക സമാജം' എന്ന
ഒരു സംഘടന മൊയാരത്ത് കുട്ടിക്കാലത്ത് സ്ഥാപിച്ചിരുന്നു.

പാനൂരിലെ വിക്ടറി ടൂറിംഗ് ടാക്കീസ് എന്ന സിനിമാ കൊട്ടക കുത്തു
പറമ്പ് റോഡിൽ പ്രവർത്തിച്ചിരുന്നു. അത് ചിത്രാ ടാക്കീസായി മാറി.
ആ ടാക്കീസ് വിലക്ക് വാങ്ങി പി ആർ പത്മാ ടാക്കീസായി പ്രവർത്തി
പ്പിച്ചു. ഇപ്പോൾ ടാക്കീസ് നിലവിലില്ല. പൊളിച്ചുമാറ്റി കച്ചവട സ്ഥാപന
മായി മാറ്റിയിരിക്കുന്നു.

ഇരുളിൽ ഒരു തീനാളം പോലെ

പാനൂരിന്റെ കിഴക്കൻ പ്രദേശങ്ങളിൽ ചെങ്കൊടി പാറിക്കാൻ ഒറ്റ യാൾ പോരാട്ടം നടത്തിയ ധീരവനിതയായിരുന്നു കല്യാണി ടീച്ചർ. 1909 ൽ മുഴിക്കരയിലാണ് ടീച്ചർ ജനിച്ചത്. 1929ൽ അധ്യാപക പരിശീലനം പൂർത്തിയാക്കി പൊയിലൂരിലെ ഒരു സ്കൂളിൽ അധ്യാപികയായി ചേർന്നു. ബ്രിട്ടീഷുകാർക്കെതിരെ പാട്ടെഴുതി കുട്ടികളെക്കൊണ്ട് ചൊല്ലിച്ചു എന്ന ആരോപണത്തിന്റെ പേരിൽ സ്കൂളിൽ നിന്ന് പുറത്താ ക്കപ്പെട്ടു. സ്കൂളിൽ കൃത്യമായി വരാറില്ല എന്ന അപവാദവും പ്രചരിപ്പി ച്ചിരുന്നു. പുരുഷന്മാരുടെ കൂടെയാണ് ടീച്ചറുടെ സഹവാസമെന്നും അട ക്കമില്ലാത്തവളാണെന്നും ടീച്ചർക്കെതിരെ പ്രചാരണമുണ്ടായിരുന്നു. ജാതിപ്പേര് വിളിച്ചും പരിഹസിച്ചിരുന്നു. ഈ വേളയിലായിരുന്നു ടീച്ച റുടെ നേതൃത്വത്തിൽ 'സ്ത്രീസ്വാതന്ത്ര്യവേദി' എന്ന സംഘടന രൂപീക രിച്ചിരുന്നത്. ടീച്ചർ, അമ്മയുടെ ബന്ധുവീട്ടിലാക്കി താമസം. അന്ന് സ്വാത ന്ത്ര്യസമര പ്രസ്ഥാനത്തിന്റെയും അധ്യാപക പ്രസ്ഥാനത്തിന്റെയും പ്രവർത്തകനായിരുന്നു പിണറായിക്കാരൻ അച്ചുതൻ നായർ. അദ്ദേഹം പൊയിലൂരിൽ അധ്യാപകനായിരുന്നു.

കല്യാണി ടീച്ചറുടെ ധീരതയും പുരോഗമന കാഴ്ചപ്പാടും മനസ്സി ലാക്കിയ അച്ചുതൻ നായർ ടീച്ചറെ വിവാഹം ചെയ്തു. പാർട്ടി ആപ്പീസിൽവെച്ച് വിവാഹിതരാവുകയായിരുന്നു. അച്ചുതൻ നായർ കൊള വല്ലൂർ യു പി സ്കൂളിലും കല്യാണി ടീച്ചർ വിളക്കോട്ടൂർ യു പി സ്കൂളിലും പിൽക്കാലത്ത് അധ്യാപകവൃത്തി തുടർന്നു. അന്നത്തെ രാഷ്ട്രീയ പരിണാമങ്ങൾക്കനുസൃതമായി ടീച്ചറും കമ്മ്യൂണിസ്റ്റായി. സ്കൂളിലേക്ക് പോകുന്ന വഴി പാനൂർ പാർട്ടി ആപ്പീസിൽ കയറി പാർട്ടി കൊടി കെട്ടിയതിന് ശേഷമാണ് പോയിരുന്നത്. വൈകുന്നേരം തിരിച്ചു

വരുമ്പോൾ അത് അഴിച്ചുകൊണ്ടുപോവുകയും പതിവായിരുന്നു. ഇത് വളരെക്കാലം തുടർന്നുവരികയും ചെയ്തു. കമ്മ്യൂണിസ്റ്റുകാരെ കണ്ടാൽ കാൽ വെട്ടിക്കളയുന്ന ഏകാധിപത്യ രാഷ്ട്രീയമായിരുന്നു ആ കാലത്ത് പാനൂരിൽ നിലനിന്നിരുന്നത്. കമ്മ്യൂണിസ്റ്റ് പാർട്ടിയിൽ നിന്ന് രാജിവെ ക്കാനുള്ള നിർബന്ധവും അവർക്ക് നേരെയുണ്ടായിരുന്നു. അത് അനു സരിക്കാതിരുന്നപ്പോൾ ഒരിക്കൽ പറമ്പത്ത് ദേവി ടീച്ചറോടൊപ്പം സ്കൂളി ലേക്ക് പോകുന്ന വഴിയിൽ ചില ഗുണ്ടകൾ ഉടുതുണിയില്ലാതെ അവ രുടെ മുന്നിൽ വന്ന് വഴിതടസ്സം സൃഷ്ടിച്ച് തെറിവിളിച്ച് അപമാനിക്കുക യുണ്ടായി. ആ കാലത്ത് പൊയിലൂർ മേഖലയിൽ പാർട്ടി പൊതുയോഗം നടത്താൻ സമ്മതിച്ചിരുന്നില്ല. സ. സി എച്ച് കണാരൻ പ്രസംഗിക്കുന്ന വേദിയിലേക്ക് കല്ലേറ് നടത്തി അലങ്കോലപ്പെടുത്താൻ ശ്രമിച്ച സംഭവ വുമുണ്ടായിരുന്നു.

മൊകേരി കൂരാറയിൽ കമ്മ്യൂണിസ്റ്റ് പാർട്ടി പൊതുയോഗം നട ത്തുന്ന വേളയിൽ കടകളടപ്പിച്ച് പരിസരത്തെ വീടുകളുടെ വാതിലടച്ച് വെള്ളമോ വെളിച്ചമോ തരുന്നത് വിലക്കിക്കൊണ്ട് പി.ആർ അനുകൂലി കൾ തങ്ങളുടെ ആധിപത്യം സ്ഥാപിച്ചിരുന്നു. ചെറ്റക്കണ്ടിയിൽ ഒരു തീവെപ്പ് കേസിൽ 200ൽപരം ആളുകൾക്ക് നാടും വീടും വിട്ട് പോകേ ണ്ടിവന്നു. പോലീസിന്റെയും ഗുണ്ടകളുടെയും ഭീഷണി ഭയങ്കരമായി രുന്നു. പല വീടുകളും പട്ടിണിയിലും രോഗത്തിലുമായി. കല്യാണി ടീച്ച റുടെ നേതൃത്വത്തിൽ ഒരു പ്രാദേശിക പട്ടിണിജാഥ നടത്തുകയും വിഷ മിക്കുന്ന കുടുംബങ്ങളെ സഹായിക്കുന്ന നടപടികൾ സ്വീകരിക്കുകയും ചെയ്തിരുന്നു.

പറമ്പത്ത് ദേവി ടീച്ചർ പാർട്ടി പ്രവർത്തനത്തിന് മറ്റുള്ളവർക്ക് ധൈര്യം പകർന്ന ധീര വനിതയാണ്. സി പി ഐ (എം)ന്റെ ബൂത്ത് ഏജന്റായി പ്രവർത്തിക്കുകയും ചെയ്തിരുന്നു. കമ്മ്യൂണിസ്റ്റായി എന്ന ഒറ്റ കാരണത്താൽ ഒരു റവന്യൂ ഉദ്യോഗസ്ഥൻ എഴുതിക്കൊടുത്ത ഒരു കുറിപ്പിന്റെ പേരിൽ ജോലിയിൽ നിന്നും പിരിച്ചയക്കപ്പെട്ടു. ടീച്ചറുടെ ചേട്ടന്റെ വീട്ടിൽ പി കൃഷ്ണപ്പിള്ള, ഇ എം എസ് തുടങ്ങിയവർ ഒളി വിൽ കഴിഞ്ഞിരുന്നുവത്രെ. മണ്ണെണ്ണ ക്ഷാമം കാരണം അന്ന് വിളക്ക് കത്തിക്കാൻ നിവൃത്തിയില്ലായിരുന്നു. പിരിച്ചെടുത്ത പിടിയരികൊണ്ട് വെച്ച കഞ്ഞി ചുട്ടുവെളിച്ചത്തിലാണ് വിളമ്പിക്കൊടുത്തത് എന്ന് പത്ര പ്രവർത്തകനായ എ വി അനിൽകുമാർ ഒരു ലേഖനത്തിൽ അനുസ്മരി ക്കുന്നു.

പാനൂരിന് തെക്കുപടിഞ്ഞാറായി സ്ഥിതിചെയ്യുന്ന പന്ന്യന്നൂർ, ചൊക്ലി, കടവത്തൂർ, പെരിങ്ങത്തൂർ, പുല്ലുക്കര, പെരിങ്ങളം എന്നീ പ്രദേ ശങ്ങൾ നവോത്ഥാനത്തോടൊപ്പം തന്നെ സാംസ്ക്കാരികമായി ഉണർന്ന പ്രദേശങ്ങളാണ്. സാമൂഹ്യ പ്രതിബദ്ധതയുള്ള ധാരാളമാളുകൾക്ക് ജന്മം നൽകിയ പ്രദേശവും കൂടിയാണ്. കമ്മ്യൂണിസ്റ്റ് പാർട്ടിയുടെ രൂപീകര ണത്തോടെ സാമൂഹ്യപരിവർത്തനത്തിന്റെ പുതിയ വഴി തുറക്കപ്പെട്ടു.

മൊയാരത്ത് ശങ്കരൻ, സി എച്ച് കണാരൻ, എ പി കൃഷ്ണൻ മാസ്റ്റർ, കൂടത്തിൽ കണാരൻ മാസ്റ്റർ, കാർക്കാണിയിൽ കുമാരൻ, എൻ ഇ ബലറാം, ഇളഞ്ചേരി യൂസഫ് തുടങ്ങിയവരും പി സി കുഞ്ഞിരാമൻ നായർ, കണ്ണൻ നായർ, ഗോവിന്ദൻ, ഗോപാലൻ നായർ എന്നിവരുമെല്ലാം പാർട്ടിയുടെ നേതാക്കളായി പ്രവർത്തിച്ചവരാണ്. ധാരാളം വിദ്യാലയ ങ്ങൾ സ്ഥാപിക്കപ്പെട്ടതോടെ സാംസ്ക്കാരിക മുന്നേറ്റത്തിന് എത്രയോ മുമ്പ് തന്നെ ഇവിടെ നാന്ദി കുറിച്ചിരുന്നു.

1923 ൽ കാരാറത്ത് യു പി സ്കൂളിൽ ഒരു ഹിന്ദു സമ്മേളനം ചേരു കയുണ്ടായി. പഞ്ചാബിൽ നിന്നും വന്ന ലൂഷിറാം എന്ന ആര്യസമജം നേതാവ് മുഖ്യാതിഥിയായിരുന്നു. നാട്ടിലെ സവർണ്ണരെല്ലാം സമ്മേളന ത്തിൽ ഒത്തുചേർന്നിരുന്നു. ലൂഷിറാമിന്റെ പ്രസംഗം ഇംഗ്ലീഷിൽ നിന്ന് മലയാളത്തിലേക്ക് മൊഴിമാറ്റം ചെയ്തിരുന്നത് മൊയാരത്ത് ശങ്കരനാ യിരുന്നു. "അയിത്തമില്ലാതാക്കാൻ ജീവൻ ബലികൊടുക്കണം". ഇത് കേട്ടപ്പോൾ ഹിന്ദുമത പ്രേമികൾ സ്ഥലംവിട്ടു. 1929ൽ ശ്രീനാരായണ വായനശാല ചൊക്ലിയിൽ സ്ഥാപിക്കുന്നതിൽ മുൻകൈയെടുത്തത് മൊയാരത്ത് ശങ്കരനായിരുന്നു.

1931ൽ 'തീയ്യരുടെ ഐക്യവേദി' നിടുമ്പ്രം മേഖലയിൽ രൂപീകരി ച്ചിരുന്നു. 'ബാലരമാ സമാജം' എന്ന ഒരു സംഘടനയും പ്രവർത്തിച്ച തായി അനുഭവസ്ഥർ ഓർക്കുന്നു. ചെരിപ്പിട്ട് നടക്കുവാനും സമരം നട ത്തേണ്ടിവന്നിരുന്നു. ചില തൊഴിലാളി സംഘടനകളും പ്രവൃത്തിച്ചുതു ടങ്ങിയിരുന്നു. 1940 സപ്തംബർ 15ന് സാമ്രാജ്യത്വ വിരുദ്ധ ദിനത്തിന് ജവാഹർ ഘട്ടിലേക്ക് മാർച്ച് ചെയ്ത അഞ്ചുപേർ മുണ്ടങ്ങാടൻ ചാത്തു ക്കുട്ടി, മുണ്ടങ്ങാടൻ കൃഷ്ണൻ, വലിയപൊയിൽ ശങ്കരൻ, കെ ടി കുഞ്ഞമ്പു എന്നിവരായിരുന്നു. ഈ പോരാളികൾക്ക് ഊഷ്മളമായ യാത്രയയപ്പും സംഘടിപ്പിച്ചിരുന്നു. സ. സി എച്ച്, ആണ്ടി നാരായണൻ, ടി കെ രാജു എന്നിവരും ഒളിവിൽ പാർത്ത പ്രദേശമാണ് നിടുമ്പ്രം. 1940കളിൽ മിശ്രഭോജനം, മിശ്രവിവാഹം എന്നിവയും സംഘടിപ്പിച്ചിരു ന്നു. ഒരിക്കൽ എ കെ ജിയെ ആക്രമിച്ചതിൽ പ്രതിഷേധിച്ച് നടത്തിയ ഒരു പൊതുയോഗം കലക്കാൻ കക്കോട്ട് അനന്തനും കൂട്ടരുമെത്തി. പക്ഷെ പൊതുയോഗം നടന്നു. കാലാന്തരത്തിൽ അനന്തനടക്കം മുഴു വൻ പേരും കമ്മ്യൂണിസ്റ്റായി. ആ കാലത്ത് ദേശാഭിമാനി പത്രവിതരണം കണാരൻ മാസ്റ്ററുടെ ചുമതലയിലായിരുന്നു. പ്രതിഷേധിച്ച കോൺഗ്ര സ്സുകാർ കണാരൻ മാസ്റ്റർക്ക് ചെരിപ്പുമാലയണിയിച്ച സംഭവവുമുണ്ടാ യിരുന്നു. പിൽക്കാലത്ത് ദേശാഭിമാനിയുടെ വിതരണക്കാരനായിരുന്ന നിടുമ്പ്രത്തെ അനന്തനെ ഓർക്കാത്തവരില്ല. ചൊക്ലി പാറാൽ മുതൽ മൊകേരി പാത്തിപ്പാലം വരെ എത്രയോ കാലം പത്രവിതരണം നടത്തിയ വ്യക്തിയായിരുന്നു അനന്തൻ. മാഹി വിമോചന സമരത്തിലും ചെറുക ല്ലായി സമരത്തിലും പങ്കെടുത്ത ധീര സഖാക്കൾ ഇന്നും ഈ പ്രദേശ ത്തിന്റെ മരിക്കാത്ത ഓർമ്മകളാണ്. സ. കെ വി ദാമോദരൻ ഇന്നും ഒരു

സജീവ കമ്മ്യൂണിസ്റ്റാണ്. ഒരു കള്ളക്കേസിൽ അന്നത്തെ തലശ്ശേരി എം എൽ എ എം വി രാജഗോപാലൻ, പുതുശ്ശേരി എം എൽ എ കെ വി രാഘവൻ എന്നിവരോടൊപ്പം കെ വിയും ജീവപര്യന്തം ശിക്ഷിക്കപ്പെട്ടിരുന്നു. പക്ഷെ ഹൈക്കോടതി വെറുതെ വിടുകയാണുണ്ടായത്. സി പി ഐ (എം) പാനൂർ ഏരിയാ കമ്മിറ്റിയംഗം, കർഷക സംഘം നേതാവ്, പഞ്ചായത്ത് ഭരണസമിതിയംഗം എന്നീ നിലകളിലെല്ലാം സഖാവിന്റെ സേവനം ഈ പ്രദേശങ്ങളിൽ നിറഞ്ഞുനിന്നിരുന്നു. വടക്കെ പൊയിലൂരിൽ നിന്നും കമ്മ്യൂണിസ്റ്റ് പാർട്ടിയിലേക്ക് ആളുകൾ വരുന്നു, സ്വീകരണം കൊടുക്കണം. പി വി കുഞ്ഞിരാമൻ, കളരിക്കണ്ടിയിൽ കൃഷ്ണൻ, അച്ചുതൻ എന്നിവർ ക്ഷണിതാക്കളായി അവിടെയെത്തി. പക്ഷെ ഗുണ്ടകളുടെ കടുത്ത ആക്രമണമാണ് ഇവരെ എതിരേറ്റത്. ആ ക്ഷണം രാഷ്ട്രീയ പകതീർക്കലും ചതിയുമായിരുന്നു.

1959 ൽ വിമോചന സമരകാലത്ത് പി ആർ അനുകൂലികൾ പലയിടത്തും അക്രമങ്ങൾ അഴിച്ചുവിട്ടു. തൃപ്രങ്ങോട്ടൂർ എൽ പി സ്കൂൾ കത്തിച്ചുകളഞ്ഞത് ഈ സന്ദർഭത്തിലാണ്. സ. പി പി കുഞ്ഞിക്കുട്ടി ഗോവ സമരത്തിൽ പങ്കെടുത്ത കമ്മ്യൂണിസ്റ്റായിരുന്നു. പൊയിലൂർ മേഖലയിലെ ചെറുത്തുനിൽപ്പിന്റെ ധീരനായ നേതാവുമായിരുന്നു. പാനൂർ പഞ്ചായത്ത് തെരഞ്ഞെടുപ്പിൽ പി.ആർ മത്സരിച്ചപ്പോൾ എതിർസ്ഥാനാർത്ഥി ഒരു ഗോവിന്ദൻ വൈദ്യരായിരുന്നു. തെരഞ്ഞെടുപ്പിൽ പി.ആർ ജയിച്ചു. പിറ്റേന്ന് ഗോവിന്ദൻ വൈദ്യരെ ഒരുപറ്റം ഗുണ്ടകൾ ഒളിഞ്ഞിരുന്ന് ആക്രമിച്ചു. ഇതായിരുന്നു പാനൂരിൽ മറ്റ് രാഷ്ട്രീയക്കാരോട് കാണിച്ച പി.ആറിന്റെ രാഷ്ട്രീയ മര്യാദയും ജനാധിപത്യവും. ആ കാലത്ത് പാർട്ടി പൊതു ഭോഗ സ്ഥലങ്ങളിൽ പി ആർ അനുധായികൾ വാഴനട്ടും മലവിസർജ്ജനം നടത്തിയും പൊതുയോഗം തടസ്സപ്പെടുത്തിയ സംഭവങ്ങൾ പഴയ മനസ്സുകൾ ഇപ്പോഴും ഓർക്കുന്നു.

പന്ന്യന്നൂരിലെ ഗോവിന്ദൻ അടിയോടിയും നാരായണി ടീച്ചറും തമ്മിൽ നടന്ന വിവാഹം മിശ്രവിവാഹമായിരുന്നു. സമുദായം പല്ലിളിച്ചു. വി ടി ഭട്ടതിരിപ്പാട്, കെ കേളപ്പൻ, മൊയാരത്ത് എന്നിവർ വിവാഹവേളയിൽ സന്നിഹിതരായിരുന്നു.

ചൊക്ലിയിലെ ഊരാച്ചേരി ഗുരുക്കന്മാർ പ്രസിദ്ധരാണ്. വിദേശിയായ ഹെർമ്മൻ ഗുണ്ടർട്ടിനെ മലയാളം പഠിപ്പിച്ചത് ഊരാച്ചേരി ഗുരുക്കന്മാരായിരുന്നു. തർക്കം, വ്യാകരണം, ന്യായം, വൈദ്യം എന്നിവ പിൻതലമുറക്കാർ പഠിച്ചത് ഈ ഗുരുനാഥന്മാരിലൂടെയാണ്. 1930ൽ ഉപ്പ് സത്യഗ്രഹ ജാഥയ്ക്ക് സ്വീകരണം നൽകുന്നതിന് നേതൃത്വം വഹിച്ചത് മൊയാരത്തായിരുന്നു. 1936 ൽ എ കെ ജിയുടെ നേതൃത്വത്തിലുള്ള പട്ടിണിജാഥയ്ക്ക് കരിയാട് സ്വീകരണം നൽകിയിരുന്നു. കേരളത്തിൽ കമ്മ്യൂണിസ്റ്റ് പാർട്ടിയുടെ രൂപീകരണം നടന്ന വിവരം ഔദ്യോഗികമായി പ്രഖ്യാപിച്ചത് 1940 ജനുവരി 26നാണ്. വാർത്താവിനിമയ സൗകര്യങ്ങൾ കുറഞ്ഞ ആ കാലത്ത് ചുമരെഴുത്ത് വഴിയാണ് വിവരം ജനങ്ങളെ അറിയിച്ചിരുന്നത്.

1981 സപ്തംബർ 19, 20 തീയ്യതികളിലാണ് പാനൂരിൽ സി പി ഐ (എം) ന്റെ പാനൂർ ഏരിയാ സമ്മേളനം നടന്നത്. കമ്മ്യൂണിസ്റ്റ് വിരോധിയായ കുറുപ്പിന് ഈ സമ്മേളനം സൃഷ്ടിക്കുന്ന സ്വാധീനത്തെ കുറിച്ച് ഭയാശങ്കകളുണ്ടായി. പൊതുസമ്മേളനം തന്റെ സ്കൂൾ ഗ്രൗണ്ടിൽ അതിക്രമിച്ച് കയറിയാണ് നടത്താൻ പോകുന്നത് എന്നാരോപിച്ചുകൊണ്ട് ഒരു കേസ് ഫയൽ ചെയ്തു. പക്ഷേ അദ്ദേഹം ഇളിഭ്യനായി. ഒറ്റ രാത്രികൊണ്ട് വിശാലമായ പള്ളിക്കാട് വെട്ടിത്തെളിച്ച് പതിനായിരങ്ങൾ പങ്കെടുത്ത സമ്മേളനം നടന്നു. കലാപരിപാടികളുമുണ്ടായി. പി.ആറിന്റെ അപ്രമാദിത്ത രാഷ്ട്രീയം അസൂയയായി അധഃപതിക്കുകയായിരുന്നു.

കരിയാട്ടെ ശ്രദ്ധേയനായ കമ്മ്യൂണിസ്റ്റുകാരായിരുന്നു പി പി ചാത്തു, എം കെ ഗുരിക്കൾ, അനന്തക്കുറുപ്പ്, എൻ പി കൃഷ്ണൻ, ടി എച്ച് കുഞ്ഞിരാമൻ, ചെറുപാറയിൽ കണാരൻ, കെ പി കെ ചാത്തു, വേലായുധക്കുറുപ്പ് എന്നിവർ. പെരിങ്ങളം, പുല്ലൂക്കര, കടവത്തൂർ തുടങ്ങിയ പ്രദേശങ്ങളിൽ ഐ വി ദാസിന്റെ ജനസമ്മതി വിവരണാതീതമാണ്. എം ഒ കുഞ്ഞിരാമന്റെ രാഷ്ട്രീയ നേതൃത്വവും ഐ വി ദാസുമായുള്ള ബന്ധവും എടുത്തുപറയേണ്ടതാണ്. രാഷ്ട്രീയബന്ധംകൊണ്ടും കുടുംബബന്ധം കൊണ്ടും ഈ പ്രദേശങ്ങളുമായി ഐ വി ദാസ് സ്ഥാപിച്ച സ്വാധീനത്തിന്റെ വ്യാപ്തി അതിരുകളില്ലാത്തതാണ്.

വസന്തത്തിന്റെ ഇടിമുഴക്കത്തിൽ

കമ്മ്യൂണിസ്റ്റ് പാർട്ടി ഓഫ് ഇന്ത്യ മാർക്സിസ്റ്റിന്റെ രാഷ്ട്രീയ ഗതിയെ ചോദ്യം ചെയ്ത പ്രതിസന്ധിയായിരുന്നു 1967 കളോടെ സംഭ വിച്ച ഇടതു വ്യതിയാനം. പശ്ചിമ ബംഗാളിന്റെ വടക്കൻ അതിർത്തിയായ ആസാം കുന്നുകളുടെ താഴ്വാരത്തിൽ ഡാർജിലിംഗ് ജില്ലയിൽ 60ൽ പരം ഗ്രാമങ്ങൾ – നക്സൽ ബാരിയിൽ സായുധ കലാപത്തിനാഹ്വാനം നൽകികൊണ്ടുള്ള പ്രഖ്യാപനം ഉണ്ടായി. പശ്ചിമബംഗാളിലെ ഹൗറ ജില്ലാ കമ്മിറ്റി അംഗം ചാരു മജ്ജുംദാർ, കനുസന്ന്യാൾ തുടങ്ങിയവരാ യിരുന്നു ആ തീവ്രവാദ പ്രസ്ഥാനത്തിന്റെ പിന്നിലെ ശക്തി. അതിന്റെ ആകർഷവലയത്തിൽ സി പി ഐ (എം) ന്റെ നേതാക്കളടക്കം യുവജ നങ്ങൾ വീണുപോവുകയും ചെയ്തു. ഇന്ത്യയിൽ ഉടനീളം ഈ ഇടത് വ്യതിയാനം ഭീഷണിയുടെ വേലിയേറ്റം ഉണ്ടാക്കിയിരുന്നു. പശ്ചിമബംഗാ ളിലും ആന്ധ്രയിലും കേരളത്തിലുമാണ് അതിന്റെ ശക്തി കൂടുതലായി അനുഭവപ്പെട്ടിരുന്നത്. ഈ ഇടത് വ്യതിയാനത്തെ തടയിടാൻ സി പി ഐ(എം) നിതാന്ത ജാഗ്രത പുലർത്തികൊണ്ടാണ് ആശയ രംഗത്ത് പ്രവർത്തിച്ചുകൊണ്ടിരുന്നത്.

"ഇന്ത്യൻ ചക്രവാളത്തിൽ വസന്തത്തിന്റെ ഇടിമുഴക്കം, തോക്കിൻ കുഴലിലൂടെ വിപ്ലവം, ചൈനയുടെ ചെയർമാൻ നമ്മുടെ ചെയർമാൻ, ചെയർമാൻ മാവോ സിന്ദാബാദ്" എന്നീ മുദ്രാവാക്യങ്ങൾ കേരളത്തിലും മുഴങ്ങിക്കേട്ടു.

ഇന്ത്യയിലെ ഭരണകൂടം "കോംബ്രഡോർ ബൂർഷ്വാസി" (ഏജന്റ് ബൂർഷ്വാസി) സ്വഭാവത്തിലുള്ളതാണെന്നാണ് അവരുടെ നിർവ്വചനം. അങ്ങനെ 'വസന്തത്തിന്റെ ഇടിമുഴക്കത്തിൽ' വീണുപോയവർ ഉശിരന്മാ രായ കമ്മ്യൂണിസ്റ്റ് പോരാളികളും സൈദ്ധാന്തികരുമായ യുവാക്കളായി രുന്നു. ആ സായുധകലാപത്തിന്റെ ഭാഗമായിട്ടാണ് വയനാട്ടിലെ പുൽപ്പ

ള്ളിയിലേക്കും തലശ്ശേരിയിലേക്കും പൊലീസ് സ്റ്റേഷൻ ആക്രമണം സംഘടിപ്പിച്ചിരുന്നത്. പക്ഷേ അതൊരു വലിയ രാഷ്ട്രീയ പരാജയമായി പര്യവസാനിക്കുകയും നയവൈകല്യം ബാധിച്ചവർ രാഷ്ട്രീയത്തിൽ നിഷ്ക്രിയരാവുകയും ചെയ്തു. ചിലർ തെറ്റ് തിരുത്തി സി പി ഐ (എം) നോടൊപ്പം ചേരുകയും ചെയ്തു. സി പി ഐ (എം) ന്റെ പോരാ ളികളാണ് രാഷ്ട്രീയ അടിത്തറ ഇല്ലാത്തതിന്റെ ഫലമായി കാലിടറി വീണത് എന്ന് ചരിത്രം വിശേഷിപ്പിക്കുന്നു.

പാനൂർ മേഖലയിൽ വിരലിലെണ്ണാവുന്നവർ മാത്രം ഇടത് തീവ്ര വാദ വ്യതിയാനത്തിന്റെ വഴിയിൽ ഉറച്ചുനിന്നു. എന്നാൽ ആയിരക്കണ ക്കിന് വരുന്ന കമ്മ്യൂണിസ്റ്റ് അണികളെ യഥാർത്ഥ മാർക്സിസ്റ്റ് ആശ യങ്ങളും, വിപ്ലവപാതയെ സംബന്ധിച്ചുള്ള കാഴ്ചപാടും വിവരിച്ചു കൊണ്ടുള്ള യോഗങ്ങളും ക്ലാസുകളും സംഘടിപ്പിച്ചുകൊണ്ട് പ്രതിസ ന്ധിയെ തടയാൻ സി പി ഐ (എം)മ്മിന് സാധിച്ചു. ആശയത്തിന്റെ ആയുധമണിയിക്കാൻ നിതാന്ത ജാഗ്രതപുലർത്തിയവരിൽ ഐ.വി ദാസിന്റെ പങ്ക് എടുത്തു പറയേണ്ടത് തന്നെയാണ്. ഐ വി ദാസ് ഒരു മാർക്സിസ്റ്റ് സൈദ്ധാന്തികനായിട്ടാണ് ജനങ്ങളുമായി സംവദിച്ചു കൊണ്ടിരുന്നത് എന്നാണ് അദ്ദേഹത്തെ പണ്ടുമുതലെ പരിചയമുള്ളവർ പറയുന്നത്. അന്നത്തെ തീവ്രവാദരാഷ്ട്രീയം സ്വീകരിച്ചവർ ചരിത്ര ത്തിന്റെ പിന്നാമ്പുറങ്ങളിൽ നിഷ്പ്രഭമാവുകയായിരുന്നു.

സ. പി ടി കെ അനന്തൻ ധീരനായ വിപ്ലവകാരിയായിരുന്നു. പക്ഷെ രാഷ്ട്രീയ നിരീക്ഷണത്തിൽ വീഴ്ചപറ്റി അൽപ്പകാലം തീവ്രവാദ രാഷ്ട്രീ യത്തിന്റെ ഭാഗമായി സഞ്ചരിച്ചു. പക്ഷെ ആശയവ്യക്തത വന്നപ്പോൾ അതിൽനിന്നും പിന്തിരിഞ്ഞു. അധികം കഴിയാതെ അണഞ്ഞുപോവു കയും ചെയ്തു ആ ക്ഷണിക ജ്യോതിസ്സ്. പി ടി കെ അനന്തൻ സ്മാരക വായനശാല ആന്റ് ഗ്രന്ഥാലയം പന്ന്യന്നൂരിൽ പ്രവർത്തിച്ചുവരുന്നത് സഖാവിന്റെ ഓർമ്മയെ മുൻനിർത്തിയാണ്. 1996 മെയ് മാസം ഒരു പറ്റം അക്ഷരവിരോധികളായ ആർ എസ് എസ്സുകാർ ആ ഗ്രന്ഥാലയം കത്തി ച്ചുകളഞ്ഞു. ഗ്രന്ഥശാലാ പ്രവർത്തകർ വീണ്ടും അത് പുതുക്കിപ്പണിതു. ഇപ്പോൾ അത് നല്ലനിലയിൽ പ്രവർത്തിച്ചുവരുന്നു.

വിയറ്റ്നാം ജനതയ്ക്ക് നേരെ അമേരിക്കൻ യുദ്ധവെറിയൻ ഭരണ കൂടം അതിന്റെ ഭീകരമായ ആക്രമണം നടത്തിക്കൊണ്ടിരിക്കുന്ന 67 കളിൽ ലോകത്തിന്റെ പല കോണുകളിൽ നിന്നും അമേരിക്കയെ തൊഴി ലാളിവർഗ്ഗം അപലപിക്കുകയും പ്രതിഷേധിക്കുകയും ചെയ്തുകൊണ്ടി രുന്നു. ആ ഘട്ടത്തിൽ കവികളേയും കലാകാരന്മാരെയും തൊഴിലാള കളെയും യുദ്ധത്തിനെതിരെ ചിന്തിപ്പിക്കാനും പ്രതികരിപ്പിക്കാനും സാഹിത്യ വേദികൾ ഉണർന്നു. അത്തരം ഒരു ഘട്ടത്തിലാണ് മൊകേരി പാറേമ്മൽ സ്കൂൾ പരിസരത്ത് ഗ്രാമീണ ജനതയുടെ കൂട്ടായ്മയെ സാക്ഷി നിർത്തി പ്രഗത്ഭരായ കവികളുടെ സാന്നിധ്യത്തിൽ ഒരു കാവ്യ മേള നടത്തിയത്. "വിയറ്റ്നാം കാവ്യമേള" ഐ വി ദാസ് ആയിരുന്നു

അതിന്റെ സംഘാടകൻ. ഇപ്പോഴത്തെ ഗ്രന്ഥശാലാ സംഘം കണ്ണൂർ ജില്ലാ പ്രസിഡണ്ട് ശ്രീ. കവിയൂർ രാജഗോപാലൻ അന്നവിടെ കവിത വായിച്ചതായി ഓർക്കുന്നു. ആ കവിതകൾ സമാഹരിച്ച് പിന്നീട് പ്രസിദ്ധീകരിക്കുകയുണ്ടായി.

പാനൂരിന്റെ ചരിത്രഭൂമികയിലാണ് ഐ വി ദാസിന്റെ രാഷ്ട്രീയ സാംസ്കാരിക പ്രവർത്തനങ്ങളുടെ കേന്ദ്രം. പാനൂരിന്റെ ചരിത്രം സ്വാത ന്ത്ര്യസമര പ്രസ്ഥാനവുമായി ബന്ധപ്പെട്ടു നടന്ന സമരങ്ങളുടേതു കൂടി യാണ്. ഇതിൽ ചരിത്രം അടയാളപ്പെടുത്തിയത് അക്കാലത്ത് നടന്ന അധ്യാപക സമരമാണ്. സാധാരണ ജനവിഭാഗങ്ങളിൽ നിന്നും വ്യത്യ സ്തമായി കുറേകൂടി ഉൽപ്പതിഷ്ണുക്കളായവരുടെ ദേശീയ സ്വാതന്ത്ര്യ ബോധത്തിന്റെ ഉൾവിളികളിൽ നിന്നാണ് ആ സമര ഐക്യവും ഉയർന്നുവന്നിരുന്നത്. ആ സമര നിരയിൽ അണിനിരന്നവരാണ് കെ.എം കൃഷ്ണൻ മാസ്റ്റർ, പാലം കുഞ്ഞിരാമൻ മാസ്റ്റർ, കെ കെ ആർ മാസ്റ്റർ എന്നിവർ.

കമ്മ്യൂണിസ്റ്റ് പാർട്ടിയുടെ 1939ലെ പാറപ്പുറം സമ്മേളനത്തോടെ യാണ് പാനൂർ മേഖലയിലും കമ്മ്യൂണിസ്റ്റ് പാർട്ടിയുടെ പ്രവർത്തനം ആരംഭിച്ചത്. നിടുമ്പ്രം, ചൊക്ലി പ്രദേശങ്ങളിൽ സ്വാതന്ത്ര്യസമര പ്രസ്ഥാ നത്തിന്റെ ശക്തമായ മുന്നേറ്റം ഉണ്ടായിരുന്നു. മൊയാരത്ത് ശങ്കരൻ എന്ന ധീഷണാശാലിയായ സമര പോരാളിയെ പെറ്റ മണ്ണാണ് നിടുമ്പ്ര ത്തിന്റേത്. 1917 ൽ കോഴിക്കോട് നടന്ന കോൺഗ്രസ് സമ്മേളനത്തിൽ പങ്കെടുത്ത് കൊണ്ടാണ് മൊയാരത്തിന്റെ സ്വാതന്ത്ര്യസമര പ്രക്ഷോഭ ത്തിലേക്കുള്ള ചുവടുവെപ്പ് ആരംഭിക്കുന്നത്. സ്വാതന്ത്ര്യപ്രാപ്തിക്കു മുമ്പേ അദ്ദേഹം ഒരു കമ്മ്യൂണിസ്റ്റായിരുന്നു. ഐ വി ദാസിന്റെ രാഷ്ട്രീ യബോധത്തെ സ്വാധീനിച്ച മഹാ വ്യക്തിത്വമായിരുന്നു മൊയാരത്തി ന്റെത്.

പാനൂരിന്റെ രാഷ്ട്രീയമേഖലയിൽ ചമ്പാട്ടെ കെ സി കെ അടിയോടി (കുഞ്ഞികൃഷ്ണൻ) ശ്രദ്ധേയനായിരുന്നു. ചെറുപ്പത്തിൽ അധ്യാത്മിക വാദിയായിരുന്നു കെ സി കെ പക്ഷേ കാലം വരുത്തുന്ന തിരിച്ചറിവിന്റെ ലോകവും സമാന ഹൃദയമുള്ളവരുമായി ഉണ്ടാകുന്ന സംസർഗ്ഗവും കൊണ്ട് ഒരു ഭൗതികവാദിയും കമ്മ്യൂണിസ്റ്റുമായി മാറി. സ. നീലഞ്ചേ രിയെപോലുള്ളവരുടെ സഹവാസം, സംവാദം എന്നിവ അദ്ദേഹത്തെ ഒരു സാമൂഹിക പ്രവർത്തകനാക്കി മാറ്റി. കെ കെ ജി അടിയോടി (ഗോവി ന്ദൻ), കെ വി ചാത്തു മാസ്റ്റർ, കല്ലിക്കണ്ടിയിലെ വി എം കൃഷ്ണൻ എന്നിവരെല്ലാം കമ്മ്യൂണിസ്റ്റ് പാർട്ടിയിലേക്ക് ആകർഷിക്കപ്പെട്ട് പ്രവർത്ത കരായ നേതാക്കളായവരാണ്. പാനൂരിന് പുറത്തു നിന്ന് പാർട്ടി പ്രവർത്ത നത്തിനായി എത്തിയവർ ടി വി അച്ചുതൻ നായർ, കല്ല്യാണി ടീച്ചർ(കോ ടിയേരി) പി വി കുഞ്ഞിരാമൻ, കെ പി കെ കൃഷ്ണൻ മാസ്റ്റർ തുടങ്ങി യവരായിരുന്നു. ഇവർ കുന്നോത്ത് പറമ്പ് തൃപ്രങ്ങോട്ടൂർ പ്രദേശങ്ങളി ലായിരുന്നു പാർട്ടി കെട്ടിപ്പടുക്കുവാൻ പരിശ്രമിച്ചിരുന്നത്. അധ്യാപക

വൃത്തിയിലൂടെ നേടിയ അംഗീകാരത്തിന്റെ ഭാഗമായി ജനങ്ങളുമായി അടുത്തിടപഴകികൊണ്ടാണ് അവർ കമ്മ്യൂണിസത്തിന്റെ പതാകവാഹ കരായി തീർന്നത്.

ചമ്പാടിന്റെ ചരിത്രത്തിന് ഒരുപാട് പറയാനുണ്ട്. 1940 കളോടെ ചമ്പാടിന്റെ മണ്ണിൽ ചുവപ്പ് രാശി പടർന്നിരുന്നു. കമ്മ്യൂണിസ്റ്റ് നിരോധ നത്തിന്റെ കാലത്ത്, ചമ്പാട് അങ്ങാടിയിലെ കച്ചവടക്കാരായ എളവന കോരൻ, കൊളങ്ങരേത്ത് കൃഷ്ണൻ എന്നിവർ തമ്മിൽ ഇടക്കിടെ കശ പിശയുണ്ടാകാറുണ്ടായിരുന്നു. ഒരിക്കൽ അത് കയ്യാങ്കളിയായി മാറി. ഇത് പോലീസിൽ ആരോ ഒറ്റിക്കൊടുത്തു. പോലീസ് ഇടിവണ്ടിയുമായി വന്ന് രണ്ടുപേരെയും പാനൂർ പൊലീസ് സ്റ്റേഷനിലേക്ക് കൊണ്ടുപോയി. വൈകുന്നേരം തിരിച്ച് അവരെ ചമ്പാട്ട് അങ്ങാടിയിൽ കൊണ്ടുവന്നിറ ക്കി. ആ ദൃശ്യം അതിഭീകരമായിരുന്നു. രണ്ടുപേരെയും തല്ലിച്ചതച്ച് ശരീ രമാകെ ചോരയൊലിക്കുന്നുണ്ടായിരുന്നു. തീർത്തും അവശരായ അവർക്ക് ജീവന്റെ തുടിപ്പുണ്ടെന്ന് മാത്രം. അത്രമാത്രം നികൃഷ്ടമായി രുന്നു പൊലീസിന്റെ നടപടി. ഇത് ചമ്പാട് ഗ്രാമത്തിന്റെ ഹൃദയത്തെ വേദനിപ്പിച്ചു. ഈ ക്രൂരതയ്ക്കെതിരെ മനസ്സിൽ പ്രതികാരവും പ്രക്ഷു ബ്ധതയും നിറയുകയായിരുന്നു. സഖാക്കൾ കെ വി ചാത്തു മാസ്റ്റർ, കാവി ലേരി കുമാരൻ, സി പി ചാത്തുക്കുട്ടി, കെ സി കെ അടിയോടി എന്നി വർ പൊലീസിനെയും കോൺഗ്രസ്സ് ഗുണ്ടകളെയും നേരിട്ടുകൊണ്ട് ഒളി വിലും തെളിവിലും രാഷ്ട്രീയപ്രവർത്തനം നടത്തിയവരായിരുന്നു.

1948 ൽ കെ വി ചാത്തു മാസ്റ്ററുടെ പേരിൽ ഒരു തീവെപ്പ് കേസ് ചാർജ്ജ് ചെയ്യപ്പെട്ടു. കർഷക പ്രസ്ഥാനം സംഘടിപ്പിക്കാൻ പാർട്ടി നിർദ്ദേശപ്രകാരം അദ്ദേഹത്തെ തില്ലങ്കേരിയിലേക്കയച്ചു. അവിടെ മനോ ഹരവിലാസം സ്കൂളിൽ അധ്യാപകനായി. ക്രമേണ മച്ചൂർ മലയിലെ കൃഷിക്കാരുടെ നേതാവായി. 1948 ൽ നടന്ന തില്ലങ്കേരി സമരത്തിന്റെ നെടുനായകൻ ചാത്തുമാസ്റ്ററായിരുന്നു. അന്നത്തെ വെടിവെപ്പിൽ അത്ഭു തകരമായി രക്ഷപ്പെടുകയായിരുന്നു. ഒളിവിൽ ചമ്പാട്ടുനിന്നാണ് ചാത്തു മാസ്റ്ററെയും കെ സി കെയെയും സി പി ചാത്തുക്കുട്ടിയെയും പൊലീസ് പിടിച്ചത്. മൂന്നുപേരും ഉറക്കെ കമ്മ്യൂണിസ്റ്റ് പാർട്ടി സിന്ദാബാദ് എന്ന് മുദ്രാവാക്യം വിളിച്ചുകൊണ്ട് ചമ്പാട് നിരത്തിലൂടെ പാനൂരിലേക്ക് പൊലീ സിനൊപ്പം നടന്നുപോയത് പലരുടെയും മനസ്സിൽ ഓർമ്മയായി നിൽക്കു ന്നു. പിന്നീട് അദ്ദേഹം ജയിൽചാടി വയനാട്ടിലേക്ക് പോയി. തുടർന്നാണ് തില്ലങ്കേരിയിൽ പഞ്ചായത്ത് പ്രസിഡണ്ടായും അധ്യാപകനായും സേവ നമനുഷ്ഠിച്ചത്. അവസാനഘട്ടത്തിൽ ചമ്പാട് അരയാക്കൂൽ ബ്രാഞ്ച് പാർട്ടിയംഗമായിരുന്നു. സഖാവിന്റെ നാമധേയത്തിൽ തില്ലങ്കേരിയിൽ ഗ്രന്ഥാലയങ്ങളും മറ്റും പ്രവർത്തിച്ചുവരുന്നുണ്ട്.

പാനൂരിന്റെ കിഴക്കൻ മേഖലയിൽ പാർട്ടി കെട്ടിപ്പടുക്കുന്നതിലും കർഷക പ്രസ്ഥാനം വളർത്തുന്നതിലും എതിരുകളോട് ഏറ്റുമുട്ടി നിന്ന സഖാക്കളാണ് എ.പി.കുഞ്ഞിക്കണ്ണൻ, ടി പി കുഞ്ഞിക്കുട്ടി, പറമ്പത്

കൃഷ്ണൻ മാസ്റ്റർ എന്നിവർ. കർഷക പോരാട്ടങ്ങളിലും മോഹനഗിരി മിച്ചഭൂമി സമരങ്ങളിലും വർഗ്ഗീയശക്തികളോടുള്ള നിരന്തരമായ ചെറു ത്തുനിൽപ്പിലും ജാഗ്രതയും ധീരതയും കാണിച്ച ഈ സഖാക്കൾ ഇന്ന് ഓർമ്മയാണ്. ഗോവ വിമോചനപ്പോരാളിയാണ് സ. കാവിലേരി കുമാ രൻ. എം എസ് പിയും കോൺഗ്രസ്സ് ഗുണ്ടകളും കമ്മ്യൂണിസ്റ്റുകാരെ പരതിനടക്കുന്ന ഒരു രാത്രിയിൽ കാവിലേരി കുമാരൻ സ്വന്തം വീട്ടിൽ ചെല്ലുന്നത് അപകടമാണെന്ന് മനസ്സിലാക്കി തൊട്ട് വിളിപ്പാടകലെയുള്ള വീട്ടിൽ വെള്ളംകുടിക്കാൻ ചെന്നു. വീട്ടുകാരോട് വെള്ളത്തിന് ചോദി ച്ചപ്പോൾ അവർ കാപ്പിയുണ്ടാക്കിക്കൊണ്ടുവന്നു. അത് കുടിച്ചുകൊണ്ടി രിക്കുമ്പോഴാണ് ഒരു ഒറ്റുകാരൻ കോണികയറി വന്നത്. ഉടനെ അപ കടം മണത്തറിഞ്ഞ കുമാരൻ സ്ഥലംവിട്ടു. രണ്ട് നാൾ കുണ്ടുകുളങ്ങര ക്കടുത്തുള്ള ഒരു വീട്ടിൽ ആരോരുമറിയാതെ താമസിച്ചു. പിന്നീട് ഫ്രഞ്ച് അതിർത്തിയിലേക്ക് കടന്നു.

ഗോവാ വിമോചന സമരത്തിൽ പങ്കെടുത്ത വേളയിൽ സഖാവിന്റെ തലയ്ക്ക് ബയണറ്റ് കൊണ്ട് പൊലീസ് കുത്തി മുറിവേൽപ്പിക്കുകയു ണ്ടായി. നാട്ടിൽ തിരിച്ചെത്തി അത് ചികിത്സിച്ച് ഭേദമാക്കിയെങ്കിലും സഖാ വിന്റെ ആരോഗ്യത്തിനെ അത് സാരമായി ബാധിച്ചിരുന്നു. പിന്നീട് അനാ രോഗ്യം മൂർച്ഛിച്ചപ്പോൾ കോഴിക്കോട് മെഡിക്കൽ കോളജിൽ ചികിത്സ തേടി. പിന്നീട് മദിരാശിയിലേക്ക് കൊണ്ടുപോയി. എല്ലാം പാർട്ടി സഖാ ക്കൾ തന്നെ നിർവ്വഹിച്ചുവരികയായിരുന്നു. പക്ഷേ അവിടെവെച്ച് സഖാവ് അന്തരിച്ചു. മദിരാശിയിൽ നിന്നും മൃതദേഹം കാറിലാണ് ചമ്പാ ട്ടേക്ക് കൊണ്ടുവന്നത്. ദുഃഖസാന്ദ്രമായ ആ വേളയിൽ ബാന്റ് മേള ത്തിന്റെ അകമ്പടിയോടെ സഖാവിന്റെ മൃതദേഹം വഹിച്ചുകൊണ്ടുള്ള വിലാപയാത്ര ഇന്നും പലരുടെയും ഓർമ്മയിൽ കനലായി നില്ക്കുന്നു. ചമ്പാടിന്റെ ചുവന്ന മണ്ണിൽ ധീരതയുടെ പ്രതീകമായി എന്നും സ്മരി ക്കപ്പെടുന്ന വ്യക്തിയാണ് സ: തടത്തിൽ ചന്തുനായർ. ഏത് സമരത്തിലും പ്രകടനത്തിലും ചെങ്കൊടിയേന്തി മുന്നിൽ നില്ക്കുന്നത് ചന്തുനായരാ യിരുന്നു. അതൊരവകാശംപോലെ മരണംവരെ തുടരുകയും ചെയ്തു.

സി പി ഐ (എം) ന് പാനൂർ മേഖലയിൽ രാഷ്ട്രീയ അടിത്തറയു ണ്ടാക്കാൻ കരുത്ത് നൽകിയ പ്രദേശങ്ങളിൽ പ്രധാനം ചമ്പാടാണ്. ഐ വി ദാസിന് ചമ്പാട് ദേശം നൽകിയ രാഷ്ട്രീയ അവബോധം ചെറുതായി രുന്നില്ല.

ചരിത്രഭൂമികയിൽ ചെമ്പതാക

പാനൂരിന്റെ രാഷ്ട്രീയ അപ്രമാദിത്തത്തെയും, വിലക്കുകളെയും തളച്ചിടാൻ വിവിധ രാഷ്ട്രീയ പ്രസ്ഥാനങ്ങളുടെ പ്രവർത്തകർ ഒരുമിച്ചു. കമ്മ്യൂണിസ്റ്റ് പാർട്ടി, കോൺഗ്രസ്, മുസ്ലീംലീഗ് എന്നീ പാർട്ടികൾ യോജിച്ചുകൊണ്ട് 1960 ലെ പഞ്ചായത്ത് തിരഞ്ഞെടുപ്പിൽ പൗരമുന്നണി എന്ന പേരിൽ ഒരു പ്രസ്ഥാനം രൂപീകരിച്ചു. അതാണ് പിന്നീട് പാനൂർ മേഖലയിൽ ആക്ഷൻ കമ്മിറ്റിയായി പരിണമിച്ചത്. ആക്ഷൻ കമ്മിറ്റി യുടെ പ്രവർത്തന ഫലമായി കമ്മ്യൂണിസ്റ്റ് പാർട്ടിക്കും ഒപ്പം മറ്റ് രാഷ്ട്രീയ പാർട്ടികൾക്കും തങ്ങളുടെ പ്രവർത്തനം നടത്താം എന്ന നില വന്നു. അത് പി ആർ മാനസാന്തരപ്പെട്ടത് മൂലമായിരുന്നില്ല. അതിസാ ഹസികമായ ചെറുത്ത് നില്പ്പിന്റെയും, ആശയപ്രചരണങ്ങളുടെയും നിതാന്തജാഗ്രതയുടെയും ഫലമായിട്ടായിരുന്നു.

1960 ലെ പഞ്ചായത്ത് തെരഞ്ഞെടുപ്പിൽ മൊകേരിയിലെ ആറ്റു പുറം വാർഡിൽനിന്ന് ഐ വി ദാസ് സ്ഥാനാർത്ഥിയായിരുന്നു. മൊകേരി കൂരാറ വാർഡിൽ നിന്ന് ആലയാട്ട് കണാരനും മത്സരിച്ചു. രണ്ട് പേരും കമ്മ്യൂണിസ്റ്റ് സ്ഥാനാർത്ഥികൾ തന്നെ. ആ കലത്ത് അറിയപ്പെടുന്ന സാംസ്കാരിക പ്രവർത്തകനും, അധ്യാപകനുമായ ഐ.വി. ദാസ് ഏതാനും വോട്ടുകൾക്ക് പരാജിതനായി. ഐ വി ദാസിനെ തോൽപ്പി ക്കുക എന്നത് എതിരാളികളുടെ ഒരു അജണ്ടയായിരുന്നു. കമ്മ്യൂണി സത്തിന്റെ വേരറുക്കുക എന്നതായിരുന്നു ലക്ഷ്യമിട്ടിരുന്നത്. ദാസിന്റെ എതിർ സ്ഥാനാർത്ഥി സോഷ്യലിസ്റ്റ് പാർട്ടിക്കാരനായ ശ്രീ. വാച്ചാലി നാണു എന്നയാൾ വിജയിച്ചു. പക്ഷെ കൂരാറയിൽ ആലയാട്ട് കണാരേ ട്ടൻ എന്ന കമ്മ്യൂണിസ്റ്റുകാരനും വിജയിച്ചു. ആ വിജയം കമ്മ്യൂണിസ്റ്റ് പാർട്ടിയുടെ ചരിത്രം തിരുത്തികുറിച്ച മുന്നേറ്റത്തിന്റെ രാജ പാതയൊ

രുക്കിയ സന്ദർഭം കൂടിയായിരുന്നു. 7 വാർഡ് മാത്രം ഉണ്ടായിരുന്ന മൊകേരി പഞ്ചായത്തിൽ ഒരു വാർഡിൽ മാത്രം കമ്മ്യൂണിസ്റ്റുകാരൻ വിജയിച്ചപ്പോൾ അതിനെ പരിഹസിക്കുകയായിരുന്നു അന്നത്തെ വിജ യികളായ പി.ആർ പാർട്ടിക്കാർ. അവർ പറഞ്ഞു: "ഇനി പഞ്ചായത്തിൽ മെമ്പർമാരുടെ മീറ്റിങ്ങ് നടക്കുമ്പോൾ ചായ വാങ്ങികൊണ്ടുവരാൻ കണാ രനെ പറഞ്ഞയക്കാം." അങ്ങനെ പരിഹസിച്ചവരും അവരുടെ പാർട്ടിയും എവിടെ എത്തിനിൽക്കുന്നുവെന്നത് മൊകേരിക്കാർക്ക് മാത്രമല്ല എല്ലാ വർക്കുമറിയാം. 17 കൊല്ലത്തിന് ശേഷം മാത്രമാണ് പിന്നീട് പഞ്ചായത്ത് തെരഞ്ഞെടുപ്പ് നടന്നിരുന്നത്, 1977ൽ. അന്നുമുതൽ ഇങ്ങോട്ട് നാളിതു വരെ മൊകേരി ഗ്രാമപഞ്ചായത്തിന്റെ ഭരണ സാരഥ്യം കമ്മ്യൂണിസ്റ്റ് പാർട്ടി ഓഫ് ഇന്ത്യ മാർക്സിസ്റ്റിന്റെ കൈകളിലേൽപ്പിക്കാനാണ് ജന ങ്ങൾ തീരുമാനിച്ചത്. പി.ആറിന്റെ സോഷ്യലിസ്റ്റ് പാർട്ടി രൂപപരിണാമ ങ്ങൾക്ക് ശേഷം ജനതാദൾ (യു) എന്ന നാമധേയത്തിൽ ശോഷിച്ചു നില്ക്കുമ്പോൾ മൊകേരി പഞ്ചായത്തിൽ ഒരു സീറ്റിലും ഒരാളെയും വിജയിപ്പിക്കാനാവാത്ത വിധം ദുർബലമായിരിക്കുന്നു. എന്നാൽ മുന്നണി രാഷ്ട്രീയ മര്യാദകളുടെ ഭാഗമായി ജനതാദൾ ഇടതു ജനാധിപത്യ മുന്ന ണിയിൽ നിന്നപ്പോൾ അംഗബലമോ, ജനസ്വാധീനമോ നോക്കാതെ മൊകേരി പഞ്ചായത്തിന്റെ വൈസ് പ്രസിഡണ്ട് സ്ഥാനം നൽകിയതും രാഷ്ട്രീയ ചരിത്രം ആണ്. പക്ഷെ സോഷ്യലിസ്റ്റ് പാർട്ടി ദുർബലമായി തീരുന്നേടത്ത് അവരുടെ പിൻഗാമികളായി പാനൂർ പ്രദേശങ്ങളിലെ ചില തുരുത്തുകളിൽ പൊടിച്ചു പൊങ്ങിയത് വർഗ്ഗീയ രാഷ്ട്രീയത്തിന്റെ വിഷ മുള്ളുകളാണ്. താല്ക്കാലികമായ അധികാര രാഷ്ട്രീയത്തിന്റെ ദുഷ്ട ഫലങ്ങളുടെ ഉപോൽപ്പന്നം വർഗ്ഗീയരാഷ്ട്രീയമായി.

പാനൂരിന്റെ കിഴക്കുമാറി പാലക്കുൽ എന്നൊരു പ്രദേശമുണ്ട്. അവിടെ കണാരൻ മാക്കൂൽ എന്ന് വിളിച്ചുവരുന്ന ഒരു പറമ്പും. ചരിത്ര വിസ്മൃതിയിൽ മാഞ്ഞുപോകാതെ നിതാന്ത നിശ്ശബ്ദമായ നിലവിളിക ളുമായി കണാരൻ മാവ്. ആരുടെയും ഹൃദയത്തെ പൊള്ളിക്കുന്ന കഥ നവുമായി നിൽക്കുന്നു. പാനൂരിൽ ഏകാധിപത്യ രാഷ്ട്രീയത്തോട് ആക്ഷൻ കമ്മിറ്റി പൊരുതി നിൽക്കുന്ന കാലം. തികച്ചും പോരാട്ട ത്തിന്റെ വേദിതന്നെയായിരുന്നു പാനൂരിന്റെ പല ഭാഗങ്ങളിലും. പി ആറി നെതിരെ ശബ്ദിക്കുന്നവരെ തല്ലിയും കൊല്ലിച്ചും കള്ളക്കേസുകളിൽ പെടുത്തിയും ദ്രോഹിക്കുക സാധാരണ സംഭവങ്ങളായിരുന്നുവല്ലോ. ഒരി ക്കൽ പി ആറിനെതിരെയുള്ള ആശയപ്രചാരണത്തിന്റെ ഭാഗമായി ആക്ഷൻ കമ്മിറ്റിയുടെ നേതാവ് ടി കെ രാജു തന്റെ പ്രസംഗത്തിൽ ഒരു കണാരൻ മാവിന്റെ കഥ പറഞ്ഞിരുന്നതായി പഴയ മനസ്സുകളിൽ ഇന്നും ഓർമ്മയിലുണ്ട്. ഒരു താഴ്ന്ന ജാതിക്കാരനായ അയിത്തക്കാരന്റെ വീട്ടിൽ നിന്ന് ഒതയോത്ത് തറവാട്ടിലെ ഒരു ബന്ധു ഭക്ഷണം കഴിക്കുക യുണ്ടായി. അത് തറവാടിന്റെ മാനംകെടുത്തിയ പ്രവർത്തിയായിരുന്നു. ഭക്ഷണം കഴിച്ച ആ വ്യക്തിയേയും കൂട്ടി ബന്ധുക്കളിൽ ചിലർ സൂത്ര

ത്തിൽ നായാട്ടിനായി പുറപ്പെട്ടു. ഒരു മാവിന്റെ ചുവട്ടിൽ അയാളെ നിർത്തിയിട്ട് ഇരയെ നോക്കട്ടെ എന്നും പറഞ്ഞ് അവർ കാട്ടിലേക്ക് പോയി. കുറച്ചുകഴിഞ്ഞപ്പോൾ മാവിൻചുവട്ടിൽ നിന്നും ദീനരോദനമാണ് ഉയർന്നുകേട്ടത്. അയാൾ വെടിയേറ്റ് മരിച്ചിരിക്കുന്നു. അന്യജാതിയിൽപ്പെ ട്ടവരുടെ കുടുംബത്തിൽ നിന്ന് ഭക്ഷണം കഴിച്ച മാനഹാനിക്ക് പരിഹാ രമായിരുന്നു ആ കൊലപാതകം എന്നാണ് പലരും വിശ്വസിക്കുന്നത്.

പകയുടെ പൈതൃകം പരമ്പരയായി കൊണ്ടുനടക്കുന്ന ദുഷ്ടമായ ഒരു രാഷ്ട്രീയ സംസ്ക്കാരത്തിന്റെ ഇങ്ങേത്തലക്കുള്ള വ്യക്തിക്ക് പോലും സ്വാതന്ത്ര്യവും ജനാധിപത്യവും സോഷ്യലിസവും കൺമുമ്പിൽ പിറ ന്നുവീണിട്ടും മനസ്സിൽ ഏകാധിപത്യം മാറാലപുതച്ചുനിൽക്കുന്നത് അഹ ങ്കാരം കൊണ്ട് മാത്രമാണ്. പി ആർ രാഷ്ട്രീയവുമായി നടത്തിയ പോരാട്ടം രാഷ്ട്രീയപാർട്ടികളുടെ ജനാധിപത്യത്തിനും പ്രവർത്തന സ്വാതന്ത്ര്യ ത്തിനും വേണ്ടിയായിരുന്നു.

1962 ൽ സ. വി എം കൃഷ്ണൻ – ചെറ്റക്കണ്ടി കൊലചെയ്യപ്പെട്ടു. കമ്മ്യൂണിസ്റ്റ് പാർട്ടിക്കെതിരെയുള്ള ആക്രമണത്തിന്റെ ഭാഗമായി നടന്ന കൊലപാതകമായിരുന്നു അത്. പി ആറിന്റെ രാഷ്ട്രീയത്തെ നിഷേധി ക്കുകയോ ചോദ്യം ചെയ്യുകയോ ചെയ്യുന്നവരുടെ അനുഭവം ഇതായിരി ക്കുമെന്ന സൂചനയാണ് ആ ക്രൂരകൃത്യംകൊണ്ട് അവർ തെളിയിച്ചത്. ഇന്ത്യയിലെ ഇതര സംസ്ഥാനങ്ങളിലോ കേരളത്തിലെ ഏതെങ്കിലും പ്രദേശങ്ങളിലോ കാണാൻ കഴിയാത്തതായിരുന്നു പാനൂരിലെ ഏകാ ധിപത്യ രാഷ്ട്രീയം. ഇതിനെതിരെ പിൽക്കാലങ്ങളിൽ ചിന്തിച്ചുതുടങ്ങി യവരാണ് പാനൂർ രാഷ്ട്രീയത്തിൽ നിന്നും വിടവാങ്ങി കമ്മ്യൂണിസ്റ്റ് പാർട്ടി യോടൊപ്പം നിന്ന് പ്രവർത്തിക്കാൻ തുടങ്ങിയത്.

ഒരു അധ്യാപകനായി ജീവിതമാരംഭിച്ച വി.എം ആ കാലഘട്ടത്തിന്റെ പ്രത്യേക രാഷ്ട്രീയ കാലാവസ്ഥയെ തുടർന്ന്, ജോലി ഉപേക്ഷിച്ചുകൊണ്ട് കോൺഗ്രസ്സിന്റെയും കോൺഗ്രസ്-സോഷ്യലിസ്റ്റ് പാർട്ടിയുടെയും തുടർന്ന് കമ്മ്യൂണിസ്റ്റ് പാർട്ടിയുടെയും സജീവ പ്രവർത്തകനായി. തന്റെ നിസ്വാർത്ഥമായ രാഷ്ട്രീയ പ്രവർത്തനത്തിനിടയിലാണ് രാഷ്ട്രീയ പ്രതി യോഗികൾ ഇരുട്ടിന്റെ മറവിൽ പതിയിരുന്ന സഖാവിനെ വെട്ടിക്കൊന്നത്. ഇന്നും സ. വി എം കൃഷ്ണന് പാർട്ടി സഖാക്കൾ ഹൃദയാഞ്ജലിയർപ്പി ച്ചുവരുന്നു.

പാതിരിയാട് ബാലകൃഷ്ണൻ, കെ പി മമ്മു മാസ്റ്റർ, രയരോത്ത് കുഞ്ഞമ്പു, മീത്തലെ കുന്നോത്തുപറമ്പിലെ കുഞ്ഞിക്കണ്ണൻ, വിളക്കോ ട്ടൂരിലെ എ കെ ശങ്കരൻ മാസ്റ്റർ അങ്ങനെയുള്ളവരെല്ലാം ചരിത്രഗതി ക്കൊത്ത് രാഷ്ട്രീയം മാറി ശരിയുടെ പക്ഷത്തേക്കുള്ള യാത്രയിൽ കുടും ബത്തോടെ കമ്മ്യൂണിസ്റ്റുകാരാവുകയായിരുന്നു. 1967ൽ സപ്തകക്ഷി മന്ത്രിസഭയിൽ പി.ആർ മന്ത്രിയായിരുന്നു. അന്ന് അദ്ദേഹം നടത്തിയ അഴമതി അന്വേഷണത്തിന് ഉത്തരവിട്ടത് മുഖ്യമന്ത്രി ഇ എം എസും. അക്രമം, അഴിമതി, തൻപ്രമാണിത്തം എല്ലാം പി.ആറിന്റെ പര്യായമാ

യിരുന്നു. ഈ ചെയ്തികളുടെ പശ്ചാത്തലത്തിലാണ് ജനങ്ങളിൽ തിരി ച്ചറിവിന്റെ വാതായനങ്ങൾ തുറക്കപ്പെട്ട് പുതിയ ദിശാബോധത്തിലേക്ക് എത്തിച്ചേർന്നത്. ജീർണ്ണതയുടെ ദുർഗ്ഗന്ധത്തിൽ നിന്ന് മാനവികത യുടെയും സൗഹൃദത്തിന്റെയും പതാകച്ചുവട്ടിലേക്ക് ആനയിക്കപ്പെട്ടത്. കാലക്രമേണ പാനൂരിന്റെ കിഴക്കൻ മേഖലയിൽ അങ്ങ് മോഹനഗിരി യുടെ താഴ്വാരങ്ങളിൽ, പൊയിലൂരിന്റെ സമതലങ്ങളിൽ ചുവപ്പ് രാശി പടർന്നു. കമ്മ്യൂണിസ്റ്റ് പാർട്ടിയിലേക്ക് വ്യക്തികളും കുടുംബങ്ങളും സജീവമായി വന്നു. പി ആറിന്റെ ഗുണ്ടാപ്രവർത്തനത്തിന് പോയവരുടെ കുടുംബത്തിൽ നിന്നുപോലും കമ്മ്യൂണിസ്റ്റ് പ്രവർത്തകരും അനുഭാവി കളുമുണ്ടായി. ഈ രാഷ്ട്രീയ ചലനങ്ങളുടെയും മാറ്റങ്ങളുടെയും പിറ കിൽ തന്ത്രശാലിയായ ഒരു രാഷ്ട്രീയസൂത്രധാരൻ ഐ.വി.ദാസായിരുന്നു എന്നത് നിസ്തർക്കമാണ്.

പാനൂർ പ്രദേശത്ത് ആക്ഷൻ കമ്മിറ്റിയുടെ പ്രവർത്തനങ്ങളുമായി നിരന്തരം സഹകരിച്ച് പ്രവർത്തിച്ചിരുന്നവർ ധാരാളമാണ്. സ. എം എ കെ നമ്പ്യാർ, ഐ വി ദാസ്, എൻ എ മമ്മുഹാജി എന്നിവർ അതിന്റെ മുന്നണിയിലെ നേതൃത്വമായിരുന്നു. ആക്ഷൻ കമ്മിറ്റിയുടെ പ്രവർത്തനം വ്യാപകമായതോടെ ഐ വി ദാസ് എന്ന യുവ കമ്മ്യൂണിസ്റ്റ് നേതാ വിനെ പാനൂർ മേഖലയിൽ ഉടനീളം അറിയപ്പെട്ടു തുടങ്ങി. ആശയ പ്രചാ രണത്തിനായി ഐ വി ദാസിന്റെ ജനസമ്പർക്ക പരിപാടി ഏറ്റവും ഉചി തമായി തീർന്നു. പി ആർ രാഷ്ട്രീയത്തിന്റെ അടിവേരറുക്കുവാൻ ഐ വി ദാസ് നിർവ്വഹിച്ച ആശയപ്രചാരത്തിന് പൊതുജനങ്ങളിൽ വലിയ സ്വീകാര്യതയാണുണ്ടായത്. ജനമനസ്സുകളിൽ ഭീതിയകലുകയും ആശ യത്തെളിമയുണ്ടാവുകയും ചെയ്തതോടെ കമ്മ്യൂണിസ്റ്റ് പാർട്ടിയോടും അതിന്റെ നേതാക്കളോടും മതിപ്പുളവായിത്തുടങ്ങി. പി ആർ രാഷ്ട്രീയ ത്തിന്റെ മുനയൊടിഞ്ഞ് തുടങ്ങുകയും ചെയതു. പൊതുയോഗങ്ങളിലൂ ടെയും, നോട്ടീസ് പ്രചാരണങ്ങളിലൂടെയും അക്രമ രാഷ്ട്രീയത്തിനെ തിരെയുള്ള പ്രചാരണ ജാഥകളിലൂടെയും ആശയ പ്രതിരോധം വളർത്തി കൊണ്ടുവരികയായിരുന്നു. ഐ വി ദാസിന്റെ ആശയ പ്രചാരണങ്ങളെ ചില കോണുകളിൽ നിന്ന് 'ദാസിന്റെ നോട്ടീസ് വിപ്ലവം' എന്ന് പരിഹ സിച്ചിരുന്നു. പക്ഷേ പാനൂർ മേഖലയിലെ ജനജീവിതത്തിന് മുകളിൽ ചെങ്കൊടിയുടെ തണൽ വിരിക്കാൻ സാധിച്ചത് വലിയ രാഷ്ട്രീയ പരി ണാമ പ്രക്രിയതന്നെയായിരുന്നു.

അരയാക്കണ്ടി അച്ചുതൻ, ടി കെ രാജു, പാട്യം കുമാരൻ മാസ്റ്റർ, കാവിലേരി കുമാരൻ, കെ എം കരുണേട്ടൻ, കെ പി കുഞ്ഞിരാമൻ, സി പി ചാത്തുക്കുട്ടി എന്നിവരോടൊപ്പം മുസ്ലീം ലീഗ് നേതാക്കളായ എൻ എ മമ്മുഹാജി, ഉമ്മർഖാൻ എന്നിവരും ഉണ്ടായിരുന്നു. എൻ എ മമ്മു ഹാജി പെരിങ്ങളത്ത് നിന്നും ഇടതു ജനാധിപത്യമുന്നണി സ്ഥാനാർത്ഥി യായി വിജയിച്ചു എ എൽ എ ആയി കേരള നിയമസഭയിലേക്ക് പോയി ട്ടുണ്ട്. രണ്ടാം തവണ വീണ്ടും സ്ഥാനാർത്ഥിയായി വിജയിച്ച് എം എൽ

എ ആയിരിക്കുമ്പോഴാണ് അദ്ദേഹം ആകസ്മികമായി അന്തരിച്ചത്. തുടർന്നു നടന്ന ഉപതെരഞ്ഞെടുപ്പിൽ ഐ എൻ എൽ സ്ഥാനാർത്ഥി യായി മത്സരരംഗത്ത് വന്നത് ഇ ടി മുഹമമദ് ബഷീർ ആയിരുന്നു. വളരെ ശക്തമായ ഒരു രാഷ്ട്രീയ പോരാട്ടമായിരുന്നു ആ ഉപതെരഞ്ഞെടുപ്പ്. ആ തെരഞ്ഞെടുപ്പിന്റെ അലകും പിടിയും ഐ.വി.ദാസിന്റെ കൈയിലാ യിരുന്നു. ഐ വി ദാസിന്റെ തെരഞ്ഞെടുപ്പ് രംഗത്തെ പ്രവർത്തനം ഇ.ടി മുഹമ്ദ് ബഷീറിന്റെ ഓർമ്മയിൽ ഒരിക്കലും മാഞ്ഞുപോകുന്നവയല്ല. ലീഗ് ഒറ്റപ്പാർട്ടിയായി മാറിയിട്ടും രാഷ്ട്രീയ സമവാക്യങ്ങൾ മാറിയിട്ടും ഇ ടി മന്ത്രിയായിരുന്നപ്പോഴും ഇ.ടിയുടെ മനസ്സിൽ എന്നും ഒഴിച്ചിട്ട ഒരു കസേര ഐ വി ദാസിന് വേണ്ടിയായിരുന്നു. അത്രമാത്രം ഹൃദയ ഐക്യവും സ്നേഹാദരങ്ങളും അവർ തമ്മിലുണ്ടായിരുന്നു എന്നതിന് ഉദാഹരണങ്ങൾ ധാരാളമുണ്ട്.

പാനൂരിന്റെ രാഷ്ട്രീയ ചരിത്രത്തിന്റെ ഏടുകളിൽ നിറ ഞ്ഞുനിൽക്കുന്ന ചില വ്യക്തിത്വങ്ങൾ ഉണ്ട്. അവരുടെ നാമധേയങ്ങൾ ഒരിക്കലും വിസ്മൃതമാവില്ല. സ. കെ എം കൃഷ്ണൻ മാസ്റ്റർ, സ. കെ എം കരുണേട്ടൻ, സ. സി പി ചാത്തുക്കുട്ടി എന്നിങ്ങനെ നിരവധിപേർ.

കെ എം കൃഷ്ണൻ മാസ്റ്റർ "കെ എം കെ" എന്ന ചുരുക്കപ്പേരി ലാണ് അറിയപ്പെട്ടിരുന്നത്. മൊകേരിയിൽ 1914 ൽ ജനിച്ചു. 1952 ൽ ആഗസ്ത് 10 ന് കോഴിക്കോട് ബീച്ചാശുപത്രിയിൽ വെച്ച് മരിക്കുകയും ചെയ്തു. 1934 ൽ ലാണ് കൃഷ്ണൻ മാസ്റ്റർ അധ്യാപക പരിശീലനം നേടിയത്. വായനയാണ് കെ എം കെയുടെ ഏറ്റവും വലിയ ഹോബി. അതുവഴി ലോകത്തിന്റെ ഗതിവിഗതികളെ നോക്കികാണുവാൻ അദ്ദേ ഹത്തിന് കഴിഞ്ഞു. വലിയൊരു സൗഹൃദകൂട്ടായ്മ അദ്ദേഹത്തിന് ഉണ്ടാ യിരുന്നു. കെ എം കെ അധ്യാപക പ്രസ്ഥാനത്തിന്റെ സംഘാടകനും കോൺഗ്രസ് പ്രവർത്തകനുമായി രാഷ്ട്രീയ പ്രവർത്തനം ആരംഭിച്ചു. പിന്നീട് കോൺഗ്രസ് സോഷ്യലിസ്റ്റ് പ്രവർത്തകനും വൈകാതെ കമ്മ്യൂണിസ്റ്റ് നേതാവുമായി മാറുകയായിരുന്നു.

1931 ൽ തെക്കെ മലബാറിൽ പൊന്നാനി താലൂക്കിൽ നാട്ടികയിൽ രൂപംകൊണ്ട പ്രൈവറ്റ് സ്കൂൾ അധ്യാപക സംഘടനയുടെ ഊർജസ്വ ലനായ ഒരു പ്രവർത്തകനായിരുന്നു കെ എം കെ അന്നത്തെ അധ്യാപ കരുടെ ജീവിതം ദുരിതപൂർണ്ണമായിരുന്നു. സമൂഹത്തിലെ വമ്പന്മാരാ യിരുന്നു സ്കൂൾ മാനേജർമാർ. അതിന്റെ മേലധികാരികൾ ബ്രിട്ടീഷ് ഉദ്യോഗസ്ഥന്മാരും. അധ്യാപകപ്രസ്ഥാനത്തിന് സംഘബോധവും കർമ്മ ശേഷിയും ആശയ വ്യക്തതയും പകർന്നുകൊടുക്കുന്നതിൽ മുഖ്യപങ് വഹിച്ച നേതാവായിരുന്നു കൃഷ്ണൻ മാസ്റ്റർ.

1938 ൽ അധ്യാപകരുടെ ഐതിഹാസികമായ ഒരു സമരം നടന്നി രുന്നു. 100 ദിവസം നീണ്ടുനിന്ന പണി മുടക്കം കേരളത്തിലെ ആദ്യത്തെ സംഘടിത സമരങ്ങളിൽ ഒന്നായിരുന്നു അത്. കൃഷ്ണൻ മാസ്റ്റർ അതിന്റെ അമരക്കാരനായിരുന്നു. "അവകാശസമരരംഗത്ത് കെ എം കെ

ഒരു ഈറ്റപ്പുലി"യായാണ് പ്രവർത്തിക്കുന്നത്. പി ആർ നമ്പ്യാർ, കെ എം കെയ അനുസ്മരിക്കുന്നത് അങ്ങനെയാണ്.

പാനൂർ പ്രദേശത്ത് കമ്മ്യൂണിസ്റ്റ് പ്രസ്ഥാനം കെട്ടിപ്പടുക്കുവാൻ പരിശ്രമിക്കുന്നതിന് കെ എം കെ മുന്നിലുണ്ടായിരുന്നു. എതിർപ്പിന്റെയും പോരാട്ടത്തിന്റെയും കാലമായിരുന്നു അത്.

1948 ൽ കമ്മ്യൂണിസ്റ്റ് വിരുദ്ധ നരനായാട്ടിന്റെ കാലമായിരുന്നു. എതിർപ്പുകളെ അവഗണിച്ചു കെ എം കെ രാഷ്ട്രീയ രംഗത്ത് നിലയുറപ്പിച്ചു. ഈ കാലത്താണ് അദ്ദേഹത്തിന്റെ ടീച്ചിംഗ് സർട്ടിഫിക്കറ്റ് റദ്ദ് ചെയ്തത്. അതോടെ അധ്യാപക വൃത്തിയോട് വിടപറഞ്ഞു. കമ്മ്യൂണിസ്റ്റ്കാരെ ആക്രമിക്കുക എന്നത് രാഷ്ട്രീയ പ്രതിയോഗികൾക്കും പോലീസുകാർക്കും ഒരു വിനോദമായിരുന്നു. 1948ന്റെ അവസാനം അദ്ദേഹം വയനാട്ടിലേക്ക് തന്റെ പ്രവർത്തനം മാറ്റി- മേപ്പാടിയിൽ.

ഈ കാലത്ത് വയനാട്ടിലെ തോട്ടം തൊഴിലാളികളുടെ ജീവിതം ദുരിതപൂർണ്ണമായിരുന്നു. കോടമഞ്ഞും മലമ്പനിയും കൊണ്ട് ജീവിതം ദുസ്സഹമായിരുന്നു. ഒരു ഭാഗത്ത് പ്രകൃതിയുടെ ക്രൂരതയും മറുഭാഗത്ത് തോട്ടം ഉടമകളുടെ കിരാതമായ ചൂഷണവും തൊഴിലാളികളെ ഞെക്കി ഞെരുക്കുയായിരുന്നു. കെ എം കെയുടെ ഇടപെടലോടുകൂടി വയനാട്ടിൽ ഒരു തോട്ടം തൊഴിലാളി സംഘടന രൂപീകൃതമായി. തൊഴിലാളികളുടെ ജീവിതത്തിന്റെ യഥാർത്ഥ മുഖം വിവരിക്കുന്ന ഒരു ലഘുലേഖ തയ്യാറാക്കി. സാമ്രാജ്യത്വ വാഴ്ചയുടെ കീഴിൽ മാത്രമല്ല സ്വതന്ത്ര ഇന്ത്യയിൽ പോലും ഇത്രവലിയ ഒരു ജനവിഭാഗം അവശരായി അടിമത്തം അനുഭവിക്കേണ്ടി വരുന്നത് സഹിക്കുവാൻ സാധ്യമല്ലെന്ന് ആ ലഘുലേഖയിൽ മുന്നോട്ടുവെച്ചിരുന്നു. "ഇന്ത്യ സ്വതന്ത്രമായിരിക്കാം. പക്ഷെ വയനാട് സ്വതന്ത്രമായിട്ടില്ലെന്ന് അനുഭവം തെളിയിക്കുന്നു". "വയനാടും തോട്ടംതൊഴിലാളികളും" എന്ന ലഘുലേഖയുടെ അല്പ ഭാഗമാണ് ഇത്. ഇത് വയനാട്ടിലെ തോട്ടം തൊഴിലാളികളുടെ ആദ്യത്തെ 'മാനിഫെസ്റ്റോ' ആയിരുന്നു.

സ്വന്തം ആരോഗ്യം മറന്നുകൊണ്ടുള്ള അദ്ദേഹത്തിന്റെ വിശ്രമമില്ലാത്ത പ്രവർത്തനം അദ്ദേഹത്തെ പതുക്കെ പതുക്കെ ഒരു രോഗിയാക്കുകയായിരുന്നു. ക്ഷയരോഗത്തിന്റെ ലക്ഷണം. ചികിത്സ എടുത്തുവെങ്കിലും പ്രവർത്തന നിരതനായ അദ്ദേഹത്തെ രോഗം കീഴടക്കുകയായിരുന്നു. 1952 ആഗസ്ത് 10ന് ആ വിപ്ലവകാരി അന്ത്യശ്വാസംവലിച്ചു. "ഒരു യഥാർത്ഥവിപ്ലവകാരിയുടെ ജീവിത മാർഗ്ഗം എങ്ങനെയായിരിക്കണമെന്ന് പ്രകാശപൂരിതമായ തന്റെ ജീവിതത്തിലൂടെ സ: കൃഷ്ണൻ മാസ്റ്റർ അനന്തര തലമുറയ്ക്ക് തെളിയിച്ച് കൊടുത്തു" എന്ന് സ. സുന്ദരയ്യ കെ എം കെയെ അനുസ്മരിക്കുകയുണ്ടായി.

ഐ വി ദാസിന് സ. കെ എം കെ എന്നും പ്രചോദനമായിരുന്നു. സ. കെ എം കെയുടെ പേരിൽ വായനശാല & ഗ്രന്ഥാലയം, കെ എം കെ മന്ദിരം എന്നിവ ആ വിപ്ലവ തേജസ്സിന്റെ നിത്യസ്മരണകളായി

മൊകേരിയിൽ ഉണ്ട്.

ഐ വി ദാസിന്റെ രാഷ്ട്രീയ വഴികാട്ടിയെന്ന് ദാസ് തന്നെ വിശേഷി പ്പിച്ചിരുന്ന ഒരു വ്യക്തിയായിരുന്നു സ. കെ എം കരുണേട്ടൻ. ഏവർക്കും അദ്ദേഹം കരുണേട്ടനാണ്.

കെ എം കരുണേട്ടൻ പാട്യം ദേശക്കാരനായിരുന്നു. 1924ലാണ് ജനി ച്ചത്. മൊകേരി ആറ്റുപുറത്തേക്ക് താമസം മാറ്റിയതോടെയാണ് ഐ വി ദാസുമായി ബന്ധമുണ്ടാകുന്നത്. 1947ൽ അദ്ദേഹം ഒരു കമ്മ്യൂണിസ്റ്റായി മാറി. തൊഴിൽ മേഖലയിലെ ചൂഷണവും അവഗണനയും അവസാനി പ്പിക്കാനുള്ള പ്രവർത്തനങ്ങളിൽ സജീവമായിരുന്നു. തലശ്ശേരി ഗെമ്പിൾ ഗെയ്റ്റിലും നെയ്ത്ത് തൊഴിലാളികളെ സംഘബോധമുള്ളവരാക്കാൻ അദ്ദേഹം പരിശ്രമിച്ചു.

കമ്മ്യൂണിസ്റ്റ് പാർട്ടിയുടെ ആദ്യത്തെ, മൊകേരി ഫർക്കാ സെക്രട്ട റിയായി കെ എം പ്രവർത്തിച്ചിരുന്നു. പി.ആർ രാഷ്ട്രീയത്തിന്റെ ആധിപ ത്യത്തിനെതിരെ, പാർട്ടി പ്രവർത്തന സ്വാതന്ത്ര്യത്തിനായി നടന്ന എല്ലാ പോരാട്ടങ്ങളിലും മുന്നണിയിൽ കരുണേട്ടനുണ്ടായിരുന്നു. നിരവധി തവണ ഗുണ്ടാ മർദ്ദനം ഏൽക്കേണ്ടിവന്നിരുന്നു. പ്രസ്ഥാനത്തോടുള്ള കൂറും സമരമുഖങ്ങളിലെ ധീരതയും സവിശേഷതയായി എടുത്തുപറ യേണ്ടതുതന്നെയാണ്. പാർട്ടിക്കെതിരെ അക്രമണങ്ങളും കിംവദന്തി കളും ഉയരുമ്പോൾ നേതൃനിരയിലെന്നപോലെ പാർട്ടിയെ സംരക്ഷിക്കാ നുള്ള പടച്ചട്ടയണിയുക സഖാവിന്റെ പ്രത്യേകതയായിരുന്നു. ഒരു കാൽ നൂറ്റാണ്ടുകാലം മൊകേരി ലോക്കൽ കമ്മിറ്റിയെ നയിക്കുന്നതിൽ സഖാ വിന്റെ പങ്ക് വലുതായിരുന്നു.

1962 ൽ സ. ഇ എം എസിനെ ചൈനാച്ചാരനെന്നാരോപിച്ച് അറസ്റ്റ് ചെയ്തതിൽ പ്രതിഷേധിച്ച് നടത്തിയ പ്രകടനത്തിൽ പോലീസിന്റെ അറസ്റ്റും മർദ്ദനവും അനുഭവിക്കേണ്ടിവന്നു. 1969ൽ ഇ എം എസ് മന്ത്രിസഭയെ പൊളിച്ചുവരുന്ന പി ആറിനെതിരെ പ്രതിഷേധിച്ചപ്പോൾ മൊകേരി പാത്തിപ്പലത്ത് വെച്ച് ഒരുപറ്റം ഗുണ്ടകൾ അദ്ദേഹത്തെ ആക്ര മിച്ചു. നാട്ടിലെ ചില മാടമ്പിമാരായ പ്രമാണിമാരുടെ തോന്ന്യാസങ്ങ ളെയും അതിക്രമങ്ങളെയും അവസാനിപ്പിക്കാൻ കരുണേട്ടൻ ചെയ്ത ഇടപെടലുകൾ ജനങ്ങളിൽ വലിയ മതിപ്പുളവാക്കിയിരുന്നു.

2012 നവംബർ 19ന് സഖാവ് അന്തരിച്ചു. മൊകേരി ആറ്റുപുറത്ത് സഖാവിന്റെ നാമധേയത്തിൽ ഒരു ഗ്രന്ഥാലയം വായനക്കായി സജ്ജ മായിരിക്കുകയാണ്.

ഐ വി ദാസിന്റെ രാഷ്ട്രീയ വഴികളിൽ മുന്നിൽ നടന്ന പ്രതിബ ദ്ധത നിറഞ്ഞ കമ്മ്യൂണിസ്റ്റായിരുന്നു സ. സി പി ചാത്തുക്കുട്ടി. സ്വർണ്ണ ത്തൊഴിലാളി കുടുംബത്തിലായിരുന്നു ജനനം. മൊകേരിയുടെ കിഴക്ക് പാനൂരിനടുത്തായിരുന്നു സി പിയുടെ കുടുംബം. 1934 ൽ തലശ്ശേരി ബി ഇ എം പി ഹൈസ്കൂളിൽ നിന്ന് എസ് എസ് എൽ സി പാസ്സായി. ജോലിക്കൊന്നും ശ്രമിക്കാതെ രാഷ്ട്രീയരംഗത്തേക്ക് സ്വയം മുഴുകുക

യായിരുന്നു. ദേശീയ പ്രസ്ഥാനത്തിന്റെ ഭാഗമായി ദേശീയ വിമോചന
ത്തിന്റെ സമരഭടനാവുകയായിരുന്നു. കോൺഗ്രസ്സിന്റെ പാനൂർ പഞ്ചാ
യത്ത് സെക്രട്ടറിയായിരുന്നു. ഇന്നത്തെ സമീപ പഞ്ചായത്തുകൾ ചേർന്ന
വലിയൊരു ഭൂപ്രദേശമായിരുന്നു അന്നത്തെ പാനൂർ പഞ്ചായത്ത്.
കോൺഗ്രസ്സ് പ്രവർത്തകനായ സി പി കാലത്തിന്റെ മാറ്റങ്ങളോടൊപ്പം
ചുവടുറപ്പിച്ച് കോൺഗ്രസ്സ്-സോഷ്യലിസ്റ്റായി. തുടർന്ന് കമ്മ്യൂണിസ്റ്റാ
വുകയും ചെയ്തു.

1940 ൽ കോൺഗ്രസ് പ്രവർത്തകനായിരിക്കെ സപ്തംബർ 15ന്
നടന്ന മർദ്ദനപ്രതിഷേധ ദിനത്തിൽ കൂത്തുപറമ്പിലെ സമരകേന്ദ്രത്തിൽ
പങ്കെടുത്ത് സി.പിക്ക് ഗുരുതരമായ പൊലീസ് മർദ്ദനമേൽക്കുകയുണ്ടായി.
1948 ൽ ചമ്പാട്ടുള്ള കെ സി കെ അടിയോടി, കെ വി ചാത്തുമാസ്റ്റർ, കെ
കെ ജി അടിയോടി എന്നിവരോടൊപ്പം കള്ളക്കേസിൽ പ്രതിയാക്കപ്പെട്ട
തിനെ തുടർന്ന് അറസ്റ്റ് ചെയ്യപ്പെടുകയും ജയിൽവാസമനുഭവിക്കുകയും
ചെയ്തു. ജയിൽവാസ വേളയിൽ പൊലീസ് വീട് റെയ്ഡ് ചെയ്ത്
വസ്തുവകകൾ നശിപ്പിക്കുകയും കുടംബാംഗങ്ങളെ ഭീഷണിപ്പെടുത്തു
കയും ചെയ്തിരുന്നു.

1964 മുതൽ കമ്മ്യൂണിസ്റ്റ് പാർട്ടിയുടെ പെരിങ്ങളം മണ്ഡലം സെക്ര
ട്ടറിയായി ദീർഘകാലം പ്രവർത്തിച്ചിരുന്നു. പി.ആറിന്റെ രാഷ്ട്രീയം സി.
പിക്കെതിരെ നിരന്തരം മർദ്ദനമുറകളാണ് അഴിച്ചുവിട്ടിരുന്നത്. പാർട്ടി
യിൽ മുഴുവൻ സമയ പ്രവർത്തകനായ സി പി പാർട്ടിയിലുണ്ടായ പിളർ
പ്പിനെ തുടർന്ന് സി പി ഐ (എം)ന്റെ കൂടെ ഉറച്ചുനിന്നു. സദാ ആശയ
പ്പോരാട്ടത്തിലൂടെ ബഹുജനങ്ങളിൽ പാർട്ടിയുടെ അടിത്തറ ഉറപ്പിച്ച
സഖാവായിരുന്നു സ. സി പി പാനൂരിലെ ഗുണ്ടാ ആക്രമണത്തിന്റെ
ഫലമായി പ്രദേശം വിട്ട് ചമ്പാടേക്ക് താമസം മാറ്റേണ്ടിവന്നിരുന്നു.

സ്വാതന്ത്ര്യപ്രാപ്തിക്ക് ശേഷം 'പൈതൃകനഗരം' എന്ന് വിശേഷി
പ്പിക്കുന്ന തലശ്ശേരിയും, പരിസര പ്രദേശവും പൊതുവിൽ ശാന്തമായി
രുന്നു. രാഷ്ട്രീയ അന്തരീക്ഷത്തിൽ ചിലപ്പോഴൊക്കെ ഒറ്റപ്പെട്ടുണ്ടാകുന്ന
സംഘർഷങ്ങളല്ലാതെ ജനജീവിതമാകെ താറുമാറാക്കപ്പെട്ട സംഭവങ്ങൾ
വിരളമായിരുന്നു.

1967 ഇ എം എസ്സിന്റെ നേതൃത്വത്തിൽ സപ്തകക്ഷി മുന്നണി കേര
ളത്തിൽ അധികാരത്തിൽ വന്നു. 1957 ലെ സർക്കാറിന്റെ നയം നടപ്പിലാ
ക്കാനുള്ള ശ്രമം ആരംഭിച്ചു. ഇതോടൊപ്പം പാർലമെന്റ് പാസ്സാക്കിയ
ബീഡി, സിഗാർ നിയമം നടപ്പാക്കുവാനും തുടങ്ങി. ഈ നിയമത്തെ
തോൽപ്പിക്കാൻ കണ്ണൂർ ജില്ലയിലെ മറുനാടൻ ബീഡി മുതലാളിമാർ
തങ്ങളുടെ സ്ഥാപനം പൂട്ടി നിയമത്തിനെതിരെ മുഖംതിരിഞ്ഞുനിന്നു.
അതിന്റെ ഫലമായി പതിനായിരത്തിലേറെ തൊഴിലാളികൾ പട്ടിണിയി
ലായി. തൊഴിൽരംഗത്ത് സൃഷ്ടിച്ച പ്രതിസന്ധി മുതലാളിമാർക്കെതിരെ
യുള്ള പ്രക്ഷോഭമായി വളർന്നു. സമരത്തിൽ തൊഴിലാളികളുടെ ശക്തി
വർദ്ധിച്ചുകൊണ്ടിരുന്നു. ബീഡി മുതലാളിമാരുടെ ആസ്ഥാനമായ മംഗ

ലാപുരത്തും തൊഴിലാളി പ്രക്ഷോഭം നടക്കുകയുണ്ടായി. ഈ സമര ത്തിന് ഊർജ്ജം പകർന്നുകൊണ്ട് സ. എ കെ ജി എല്ലാ സ്ഥലങ്ങ ളിലും എത്തുകയും തൊഴിലാളികൾക്ക് ആവേശം പകരുകയും ചെയ്തു. ഗണേഷ് ബീഡി മുതലാളിയുടെ സഹായിയായി ജനസംഘവും ആർ എസ് എസും രംഗത്തെത്തി. അവർ സമരത്തെ പരാജയപ്പെടുത്താനുള്ള പദ്ധതികൾ ആവിഷ്ക്കരിച്ചു. ഗണേഷ് ബീഡിയുടെ 'ഔട്ട് വർക്ക്' സംഘ ടിപ്പിക്കുകയാണ് ഉണ്ടായത്. പട്ടിണിയിലായ തൊഴിലാളികളെ പ്രലോ ഭിപ്പിച്ചും കരിങ്കാലിപ്പണിക്ക് നിർബ്ബന്ധിക്കുകയും ചെയ്തു. കണ്ണൂർ, തല ശ്ശേരി മേഖലയിൽ ആർ എസ് എസ് നേതാക്കളാണ് ഈ പ്രവർത്തി കൾക്ക് മുൻകൈയ്യെടുത്തിരുന്നത്. കരിങ്കാലിപ്പണി ചെയ്യുന്നവർക്കെതി രെയും, ഔട്ട് വർക്ക് ചെയ്യുന്നവർക്കെതിരെയും സമരം തിരിഞ്ഞു.

ഈ പ്രതിസന്ധിയിലാണ് 1968 ഫെബ്രുവരിയിൽ ഒരു തൊഴിലാളി സഹകരണ സംഘം രൂപീകൃതമായത്. അതാണ് 'കേരള ദിനേശ് ബീഡി' എന്ന പേരിൽ പ്രസിദ്ധമായത്. ചുവപ്പ് രാശിയിൽ ഉദിച്ചുയരുന്ന സൂര്യോ ദയത്തിലെ കേരള പശ്ചാത്തലം മുദ്രണം ചെയ്ത ആ സുന്ദരമായ ചിത്രം. തൊഴിലാളി വിരുദ്ധ ശക്തികൾക്കും പിന്തിരിപ്പൻ രാഷ്ട്രീയക്കാർക്കും അസഹിഷ്ണുതയുണ്ടാക്കി. തുടർന്ന് അവർ ആസൂത്രിത ആക്രമണം അഴിച്ചുവിടുകയായിരുന്നു. 1969ന്റെ തുടക്കം ആർ എസ് എസ്സുകാർ ധർമ്മ ടത്ത് (തലശ്ശേരി) കമ്മ്യൂണിസ്റ്റ് ആക്രമണത്തിന് ഏകപക്ഷീയമായി തുടക്കം കുറിച്ചത് അവരുടെ രാഷ്ട്രീയ യജമാനത്തത്തിന്റെ തനിനിറം കാട്ടുവാനായിരുന്നു.

ഈ തൊഴിലാളിവിരുദ്ധ, കമ്മ്യൂണിസ്റ്റ് വിരുദ്ധ ശക്തികൾ വർഗ്ഗീ യതയുടെ മുന കൂർപ്പിച്ച് സംഘടിത തൊഴിലാളി വർഗ്ഗത്തിന്റെ ശക്തി കേന്ദ്രങ്ങളിൽ അക്രമത്തിനുള്ള അവസരം കാത്തിരിക്കുകയായിരുന്നു.

വർഗ്ഗീയ ലഹള, കമ്മ്യൂണിസ്റ്റ് വേട്ട

ആയിരത്തിത്തൊള്ളായിരത്തി എഴുപത്തി ഒന്ന് ഡിസംബർ 28ന്
തലശ്ശേരി പട്ടണത്തിൽ ഒരു ലഹള പടർന്നുപൊങ്ങി. ആർക്കും ഒരു സൂച
നക്കും വകനൽകാത്ത വിധം ആസൂത്രിതമായിരുന്നു അതിന്റെ മുന്നൊ
രുക്കം. തലശ്ശേരിയിലെ പഴയ റെയിൽവെ ഓവർബ്രിഡ്ജിന്റെ ഓരത്ത്
ചിരകാലമായി നിന്നിരുന്ന ഒരു മുത്തപ്പൻ മടപ്പുരയുണ്ട്. അതാണ് മേലൂട്ട്
മടപ്പുര. ആ മടപ്പുരയിലേക്ക് പതിവുപോലെ ഉത്സവക്കാലത്ത് കലശം
എഴുന്നള്ളിച്ച് വന്നിരുന്ന വഴിയിൽ നിന്ന് വൃത്യസ്തമായി വേറെ വഴി
ആ തവണ തെരഞ്ഞെടുക്കുകയുണ്ടായി. യഥാർത്ഥത്തിൽ ആസൂത്രിത
ഗൂഢാലോചനയുടെ ഭാഗമായിരുന്നു അത്. തലശ്ശേരി പഴയ സ്റ്റാന്റിലെ
നൂർജഹാൻ ഹോട്ടലിന്റെ മുന്നിലൂടെ കലശവും ചെണ്ടമേളവും ജന
ങ്ങളും ആർപ്പുവിളിയോടെ കടന്നുപോവുകയായിരുന്നു. ആ നേരത്താണ്
കുഴപ്പം ആരംഭിക്കുന്നത്. ആ കലശ ഘോഷയാത്രക്ക് നേരെ ആരോ
ചെരിപ്പ് എറിഞ്ഞു എന്നതാണ് കുഴപ്പത്തിന് കാരണമായത്. ഘോഷ
യാത്രയിലെ ഒരു കുട്ടി തന്റെ ചെരിപ്പ് മേലോട്ടേക്ക് എറിഞ്ഞതായിരുന്നു
എന്നാണ് പിന്നീട് അന്വേഷണത്തിൽ അറിയാൻ കഴിഞ്ഞതെന്ന് ചില
രേഖകളിൽ പരാമർശമുണ്ട്. പക്ഷെ നിർഭാഗ്യവശാൽ ഭക്തജനങ്ങളുടെ
വികാരം വ്രണപ്പെടുത്തുന്നതിലേക്ക് സംഭവം കലാശിച്ചു.

നൂർജഹാൻ ഹോട്ടൽ അക്രമിക്കപ്പെട്ടു. ഉടനെ മുസ്ലീം വിഭാഗ
ത്തിൽപ്പെട്ടവർ ആ അക്രമത്തെ വർഗ്ഗീയമായി ചിത്രീകരിച്ചു. അവർ
രോഷാകുലരായി സമീപത്തുള്ള ഹിന്ദുക്കളുടെ കുറെ കടകളും മറ്റും
അഗ്നിക്കിരയാക്കി. പ്രത്യാക്രമണം എന്ന നിലയിൽ കൂട്ടിവായിക്കാൻ കാര
ണമാവുകയും ചെയ്തു.

ഇതെല്ലാം വളരെ തന്ത്രപൂർവ്വം മെനഞ്ഞെടുത്ത കെണിയായിരു

ന്നുവെന്ന് പിന്നീട് ബോധ്യമായി. ഒരു അജ്ഞാത കേന്ദ്രത്തിൽ നിന്ന് രചിക്കപ്പെട്ട തിരനാടകത്തിന്റെ അരങ്ങേറ്റമാണ് തലശ്ശേരിയിലും പരി സരത്തും പടർന്നുപിടിച്ച ഹിന്ദു-മുസ്ലീം ലഹളയായി മാറിയത്. തലശ്ശേ രിയുടെയും പരിസരങ്ങളിലെയും മുസ്ലീം കച്ചവട സ്ഥാപനങ്ങളും മുസ്ലീം പള്ളികളും വലിയ സമ്പന്നമായ മുസ്ലീം വീടുകളും തെരഞ്ഞെടുത്തു കൊണ്ടായിരുന്നു ലഹളയുടെ നീക്കം. വസ്തുവകകൾ കൊള്ളയടിക്കുക, മുസ്ലീം ജനവിഭാഗത്തെ ഭീതിപ്പെടുത്തി നിഷ്ക്രിയരാക്കുക എന്നതായി രുന്നു ലഹളക്കാരുടെ പ്രധാന ഉദ്ദേശ്യം.

ലഹള പടരുന്നതിന് മുമ്പെ നുണയാണ് പടർന്നിരുന്നത്. ആ നുണ പ്രചാരണം അതിവേഗം ലഹളക്ക് വഴിമരുന്നിട്ടുകൊണ്ടിരുന്നു. 'തലശ്ശേരി മുഴുവൻ "കത്തിച്ചാമ്പലാവുകയാണ് ബിഡിയിലയും കൊണ്ടുവന്ന സ്ത്രീകളുടെ മുലയറുത്തെറിഞ്ഞിരിക്കുന്നു. കോളജിൽ പോയ പെൺകു ട്ടികളെ മട്ടാമ്പ്രത്ത് വെച്ച് മാനഭംഗപ്പെടുത്തിയിരിക്കുന്നു. തലശ്ശേരിയുടെ പ്രാന്തപ്രദേശങ്ങളിലെ പ്രധാന ക്ഷേത്രങ്ങളായ ജഗന്നാഥക്ഷേത്രവും തിരുവങ്ങാട് ശ്രീരാമസ്വാമി ക്ഷേത്രവും തകർക്കാൻ മലപ്പുറം മാപ്പിള മാർ വരാൻ പോവുകയാണ്... " ഈ പ്രചരിക്കുന്ന വാർത്തകൾ ജന ങ്ങൾ വിശ്വസിച്ചു. ഭൂരിപക്ഷമതവികാരങ്ങൾ ജ്വലിച്ചു. അത്തരക്കാർ ലഹ ളയിലേക്ക് സ്വയം എടുത്തെറിഞ്ഞു. ലഹളയുടെ വക്താക്കളും പ്രചാര കരുമായി അക്രമത്തിന് ആഹ്വാനവുമായി, നാടുനീളെ ആയുധവുമായി പുറപ്പെട്ടു.

യഥാർത്ഥ്യമെന്തെന്ന് ആർക്കും കൃത്യമായി അറിഞ്ഞുകൂട. ആരും വാസ്തവമറിയാൻ കൂട്ടാക്കിയതുമില്ല. കിംവദന്തികളെയും ഊഹാപോ ഹങ്ങളെയുമാണ് എല്ലാവരും ആശ്രയിക്കുന്നതും വിശ്വസിക്കുന്നതും. അങ്ങനെ നാലഞ് ദിവസത്തോളം വർഗീയതയുടെ വിഷധൂളികൾ സാമൂഹ്യ ജീവിതത്തിന്റെ മേലെ കൊടുങ്കാറ്റായി ആഞ്ഞടിച്ചു. വാർത്താ വിനിമയം നന്നെ കുറഞ്ഞ ആ നാളുകളിൽ സത്യത്തേക്കാൾ നിറംപി ടിച്ച നുണകൾ ബോധപൂർവ്വം പടച്ചുണ്ടാക്കിയതായിരുന്നുവെന്ന് പിൽക്കാ ലത്ത് തിരിച്ചറിയാൻ കഴിഞ്ഞു.

പാനൂർ മേഖലയിലും ലഹളയുടെ ആഘാതം ഭീഷണിയായും, കൊള്ളയടിയായും, മുസ്ലീം ആരാധനാലയങ്ങൾ തകർക്കലായും മാറി. മൊകേരി, ചമ്പാട്, പൊന്ന്യം തുടങ്ങിയ സ്ഥലങ്ങൾ ലഹളക്കാരുടെ അതിക്രമങ്ങൾ നടന്നിരുന്ന പ്രദേശമാണ്. മൊകേരിയിലെ ചില പള്ളി കളും കച്ചവടസ്ഥാപനങ്ങളും തകർക്കുകയും കൊള്ളയടിക്കുകയും ചെയ്തിരുന്നത് പുറത്തുനിന്ന് വന്നവരായിരുന്നില്ല. ചിലർ സ്വയം ആക്ര മോത്സുകരാവുകയായിരുന്നു.

രാഷ്ട്രീയ പാർട്ടികൾ തങ്ങളുടെ പ്രത്യയശാസ്ത്രം മറന്ന് ലഹള ക്കൊപ്പം ചേർന്നവരാണ് ഭീതികൊണ്ട് മൗനംപൂണ്ട് ഇരുന്നവരുമുണ്ട്. പക്ഷെ, കമ്മ്യൂണിസ്റ്റ് പാർട്ടി ഓഫ് ഇന്ത്യ മാർക്സിസ്റ്റിന്റെ നേതൃത്വ ത്തിൽ ലഹളയെ തല്ലിക്കെടുത്താൻ തയ്യാറായി പുറപ്പെട്ടത് തലശ്ശേരി

യുടെ ചരിത്രത്തിലെ ജ്വലിക്കുന്ന ഏടുകളാണ്. ജോസഫ് വിതയത്തിൽ കമ്മീഷൻ കണ്ടെത്തിയ നിഗമനങ്ങളാണ് ഈ വസ്തുതകളുടെ സാക്ഷി. പാർട്ടി നേതാക്കളും പ്രവർത്തകരും ലഹള നടന്ന പ്രദേശങ്ങളിലും ലഹള പടരാൻ സാധ്യതയുള്ള പ്രദേശങ്ങളിലും സഞ്ചരിച്ച് ജനങ്ങളുടെ സ്വത്തിനും ജീവനും കാവലാളായി. ഗ്രാമപ്രദേശങ്ങളിലടക്കം സമാധാ നത്തിന്റെ സ്ക്വാഡുകൾ രൂപീകരിച്ച് ജനങ്ങളിലേക്കിറങ്ങി.

അന്നത്തെ കേരള സർക്കാറോ പോലീസോ യഥാസമയം ലഹളയെ അടിച്ചമർത്താൻ സന്നദ്ധത കാണിച്ചിരുന്നില്ല. സർക്കാറിനെതിരെയും പോലീസിനെതിരെയും അതിശക്തമായ പ്രതിഷേധം പല കോണുക ളിൽ നിന്നും ഉയർന്നുവരികയുണ്ടായി. അന്ന് തലശ്ശേരിയിൽ പടർന്ന വർഗ്ഗീയകലാപത്തിന്റെ കനലാഴികളിൽ ചവിട്ടി അത് പടരാതിരിക്കാനും ലഹള അമർച്ച ചെയ്യാനും സമാധാനം പുനഃസ്ഥാപിക്കുവാനും ജാഗ്രത യുടെ സന്ദേശവുമായി ഓടിനടന്ന അന്നത്തെ യുവനേതാവാണ് സ: പിണ റായി വിജയൻ.

ഐ വി ദാസിന്റെ നേതൃത്വത്തിൽ വർഗീയ ലഹള പടരാതിരിക്കാൻ പാനൂർ മേഖലയിൽ ശക്തമായ പ്രതിരോധനിര തീർക്കാൻ പാർട്ടിതല ത്തിൽ കർമ്മപദ്ധതികൾ ആവിഷ്ക്കരിച്ചിരുന്നു. മൊകേരി, കൂരാറയിലെ ഒരു പള്ളി തകർക്കാൻ ചിലർ ഒരുങ്ങിയതറിഞ്ഞപ്പോൾ അതിനെ ചെറു ത്തുനിന്നതിൽ ഐ വി ദാസും ഉണ്ടായിരുന്നു. അന്ന് പള്ളിപൊളിക്കാൻ അനുവദിക്കാത്തതിനാൽ ഐ വി ദാസിനെ 'മാപ്പിളക്കുണ്ടായവൻ' എന്ന് പരസ്യമായി അപമാനിച്ചവർ ഭൂമിക്ക് ഭാരമായി പിന്നെയും മനുഷ്യരൂപ ത്തിൽ ജീവിച്ചുതീർത്തു.

ലഹള പടർന്നുപിടിച്ച പ്രദേശങ്ങളിലെല്ലാം കമ്മ്യൂണിസ്റ്റ് പാർട്ടി ഓഫ് ഇന്ത്യ മാർക്സിസ്റ്റിന്റെ കർമ്മധീരർ മുസ്ലിം പള്ളിക്കും മുസ്ലിം കുടുംബങ്ങൾക്കും സ്ഥാപനങ്ങൾക്കും കാവൽ നിന്ന് സംരക്ഷണം നൽകി. ആ ഒരു വേളയിലാണ് കുത്തുപറമ്പിനടുത്ത മെരുവമ്പായി, നീർവ്വേലിയെന്ന സ്ഥലത്തെ മുസ്ലീം പള്ളി തകർക്കാൻ വർഗ്ഗീയ ലഹള ക്കാർ കോപ്പുകൂട്ടി ചെന്നത്. അവരെ തടയാൻ അവിടെ കമ്മ്യൂണിസ്റ്റു കാരുണ്ടായിരുന്നു. 'ഞങ്ങളുടെ ശവത്തിൽ ചവിട്ടിയല്ലാതെ മുമ്പോട്ട് പോകാനനുവദിക്കില്ലെന്ന' പ്രഖ്യാപനമായിരുന്നു സഖാക്കളുടേത്. പക്ഷേ, പ്രതിരോധത്തിന് നേതൃത്വം കൊടുത്ത നീർവ്വേലിയിലെ സഖാവ് യു കെ കുഞ്ഞിരാമനെ ഇരുളിന്റെ മറവിൽ ലഹളക്കാരായ ആർ എസ് എസ്സുകാർ വെട്ടിക്കൊലപ്പെടുത്തുകയാണുണ്ടായത്. സ. യു കെ അവി ടത്തെ ലോക്കൽ കമ്മിറ്റിയംഗവും അറിയപ്പെടുന്ന വ്യക്തിയുമായിരുന്നു. ആർ എസ് എസുകാരാണ് യു കെയുടെ ഘാതകർ എന്നത് പകൽവെ ളിച്ചം പോലെ അറിയാമായിരുന്നിട്ടും ആ കൊലക്ക് പിന്നിലും ആർ എസ് എസ്സുകാർ നുണകൊണ്ട് ഒട്ടയടക്കാൻ ശ്രമിച്ചത് നാട്ടുകാർക്കറിവുള്ള താണ്. പല പ്രദേശങ്ങളിലും പലതും വെട്ടിപ്പൊളിച്ചതും കട്ടുകടത്തി യതും ആർ എസ് എസ്സുകാരാണ്. പക്ഷെ പ്രചരിപ്പിച്ചതും പോലീസ്

അന്വേഷിച്ചുവന്നതും മാർക്സിസ്റ്റ് പാർട്ടി പ്രവർത്തകരെയാണ്. അന്ന് ഒറ്റ രാത്രിയിലെ ലഹളകൊണ്ട് ലക്ഷാധിപതികളായവർ തലശ്ശേരിയിൽ ഇന്നുമുണ്ട്. അവർ സമ്പന്നന്റെ പ്രൗഢിയിൽ പ്രമാണികളുടെ കുപ്പായ വുമിട്ട് വിഷലിപ്തമായ മനസ്സുമായി നമ്മുടെ പരിസരങ്ങളിൽ തന്നെ യുണ്ട്.

തലശ്ശേരി കലാപം അന്വേഷിക്കാൻ സർക്കാർ ചുമതലപ്പെടുത്തി യത് ജസ്റ്റിസ് ജോസഫ് വിതയത്തിൽ കമ്മീഷനെയായിരുന്നു. "...... തല ശ്ശേരിയിൽ ശതാബ്ദങ്ങളായി ഹിന്ദുക്കളും മുസ്ലീങ്ങളും സഹോദരന്മാ രെപോലെ ജീവിക്കുകയായിരുന്നു. ആർ എസ് എസും ജനസംഘവും തലശ്ശേരിയിൽ അവരുടെ യൂനിറ്റ് പ്രവർത്തനം ആരംഭിച്ചതോടെയാണ് ഈ അന്തരീക്ഷം മാറിമറിയുന്നത്. അവരുടെ മുസ്ലീം വിരുദ്ധ പ്രചാര ണങ്ങളും അതിന്റെ മുസ്ലീം പ്രതികരണവും തുടർന്നുള്ള സാമുദായിക സംഘർഷവും ഇത്തരം അസ്വാസ്ഥ്യങ്ങൾക്ക് പശ്ചാത്തലമൊരുക്കി" (ഡോ. രാം പുനിയാനിയുടെ ഉദ്ധരണിയിൽ നിന്ന് പുറം 32)

ഈ സംഭവത്തോടെയാണ് ആർ എസ് എസ്സിന്റെ വർഗ്ഗീയ രാഷ്ട്രീ യത്തിന്റെ വികൃതമുഖം മുസ്ലീം ജനവിഭാഗവും സാധാരണ ജനതയും ശരിക്കും തിരിച്ചറിഞ്ഞത്.

ഈ സംഭവങ്ങൾക്ക് ശേഷം പലയിടങ്ങളിലും ആർ എസ് എസ്സ് ശാഖകൾ പരമരഹസ്യമായി പ്രവർത്തിക്കാൻ തുടങ്ങി. വർഗ്ഗീയ കലാ പത്തിന്റെ ഭീകരത സൃഷ്ടിച്ച ഭീതി വിട്ടുമാറിയതോടെ ചെറുപ്പക്കാരെയും വിദ്യാർത്ഥികളെയും ആകർഷിക്കുന്ന തരത്തിലാണ് പലയിടത്തും ശാഖ കൾക്ക് ആരംഭം കുറിച്ചത്. പ്രാർത്ഥനയും വ്യായാമമുറകളുമായി തുട ങ്ങിയത് ദണ്ഡ് വീശാലും ഉറുമി വീശലുമായതോടെ പ്രശ്നത്തിന്റെ ഗൗരവം സമൂഹം തിരിച്ചറിയാൻ തുടങ്ങി. പാനൂരിന്റെ പല പ്രദേശങ്ങ ളിലും ആശയപ്രചാരണത്തിന്റെ ഫലമായി ഈ ഫാസിസ്റ്റ് ഭീകര സംഘ ടനയുടെ യഥാർത്ഥ മുഖം വിശദീകരിച്ച് പ്രവർത്തനം നടത്തുന്നതിൽ ഐ.വി.ദാസിന്റെ പങ്ക് ചെറുതായിരുന്നില്ല. വർഗ്ഗീയ ഫാസിസ്റ്റ് ഭീകരത യുടെ ഭീഷണി സൃഷ്ടിക്കുന്ന പ്രത്യാഘാതങ്ങൾ സാധാരണ ജനങ്ങളി ലേക്ക് ആശയപ്രചാരണത്തിന്റെ ഭാഗമായി ചർച്ച ചെയ്യപ്പെട്ടു. ശക്ത മായ രാഷ്ട്രീയ ക്യാമ്പയിനുകൾ പാനൂർ പ്രദേശങ്ങളിലും സംഘടിപ്പി ക്കപ്പെട്ടിരുന്നു. ഭൂരിപക്ഷ വർഗ്ഗീയതയുടെ ആപത്തിനെ ശരിക്കും ദീർഘ വീക്ഷണത്തോടെ തിരിച്ചറിഞ്ഞ കമ്മ്യൂണിസ്റ്റായിരുന്നു ഐ വി ദാസ്.

വർഗ്ഗീയതക്കെതിരെ നിരന്തരമായ ആശയപ്രചാരണങ്ങൾ, മറ്റ് രാഷ്ട്രീയ പ്രത്യയശാസ്ത്രങ്ങളിൽ വിശ്വസിച്ചിരുന്ന നേതാക്കളെയടക്കം പങ്കെടുപ്പിച്ചുകൊണ്ട് നടന്ന സിമ്പോസിയങ്ങൾക്കും പൊതുയോഗ ങ്ങൾക്കും കണക്കില്ലെന്നുതന്നെ പറയാം. അറിയാതെ ബാല്യ യൗവ്വന ങ്ങളെ ആർ എസ് എസ്സിലേക്ക് നയിക്കുന്നതിനെ തടയിടാനും അതിന്റെ ആപത്തിനെപ്പറ്റി ജനങ്ങളെ ബോധവാന്മാരാക്കുന്നതിനും ആ ക്യാമ്പ യിൻ ഉപയുക്തമായിരുന്നു.

ആർ എസ് എസ്സിന്റെ നരവേട്ടയുടെ ആദ്യ രക്തസാക്ഷി സ. എട്ടു വീട്ടിൽ രാജുമാസ്റ്ററായിരുന്നു പാനൂർ മേഖലയിൽ. 1978 ഒക്ടോബർ 26 നായിരുന്നു ആ പൈശാചിക കൃത്യം ആർ എസ് എസ്സുകാർ നടത്തി യത്. പാനൂരിലെ കണ്ണംവെള്ളി സ്കൂളിലെ അധ്യാപകനായിരുന്നു രാജു മാസ്റ്റർ. സ്കൂളിൽ നിന്നും വരുന്നവഴിയിൽ വെച്ചാണ് വെട്ടിക്കൊലപ്പെ ടുത്തിയത്. അധ്യാപക പ്രസ്ഥാനത്തിന്റെ പ്രവർത്തകനായിരുന്നു. പാർട്ടി കിഴക്കെ ചമ്പാട് ബ്രാഞ്ച് സെക്രട്ടറിയും കർഷകസംഘം നേതാവുമാ യിരുന്നു.

പതിയിരുന്ന് ആക്രമിക്കുന്നതിനും ബോംബെറിഞ്ഞ് കൊല്ലുന്ന തിനും പ്രത്യേകം പരിശീലനം നേടിയ ആർ എസ് എസ് ക്രൗര്യത്തിന്റെ മുമ്പിൽ പിടഞ്ഞുവീണ സഖാക്കൾ പാനൂർ മേഖലയിൽ ഒട്ടേറെയാണ്. തടത്തിൽ ബാലൻ, യു പി ദാമു, കുറ്റിച്ചി രമേശൻ, ചെറുവാഞ്ചേരി ചന്ദ്രൻ, 1980 ൽ കവിയൂർ രാജൻ എന്നിവരായിരുന്നു. തുടർന്നും ആ ഫാസിസ്റ്റ് പൈശാചികത ദ്രംഷ്ട്രകൾ കമ്മ്യൂണിസ്റ്റ് ചോരക്കായി കൊലക്കത്തി യുമായി പതിയിരുന്ന് കാത്തിരുന്നിട്ടുണ്ട്. ജീവനും രക്തവും അപഹരി ച്ചിട്ടുമുണ്ട്.

1979 ഏപ്രിൽ 6ന് തലശ്ശേരിയിലെയും പരിസരപ്രദേശത്തെയും ബീഡി കമ്പനികൾക്ക് നേരെ സംഘടിതമായ ആർ.എസ്.എസ് ആക്രമ ണമുണ്ടായി. ഒരേ ദിവസം ഏകദേശം ഒരേ സമയത്തായിരുന്നു ഈ ബീഡി കമ്പനികളെല്ലാം ആക്രമിക്കപ്പെട്ടിരുന്നത്. ബോംബും വാളും ഉപ യോഗിച്ച് പാർട്ടിപ്രവർത്തകരെ ഏകപക്ഷീയമായി ആക്രമിച്ച് കൊല്ലു വാനുള്ള പദ്ധതിയായിരുന്നു ഇത്. ദിനേശ് ബീഡി തൊഴിലാളികൾ സി പി ഐ (എം)ന്റെ ശക്തമായ പോരാളികളാണ്. പാർട്ടിയെ ദുർബ്ബലപ്പെ ടുത്താൻ കമ്മ്യൂണിസ്റ്റ് തൊഴിലാളി കേന്ദ്രങ്ങൾക്ക് നേരെ ആക്രമണം അഴിച്ചുവിടുകയായിരുന്നു ആർ എസ് എസിന്റെ ലക്ഷ്യം. അതിനാണ് കൂടുതൽ തൊഴിലാളികൾ ഒന്നിച്ച് ജോലിചെയ്തുവരുന്ന കേന്ദ്രത്തിൽ ആക്രമണം നടത്താൻ ലക്ഷ്യമിട്ടിരുന്നത്. ചമ്പാട് ദിനേശ് ബീഡി കമ്പ നിക്ക് നേരെ ആക്രമണമുണ്ടായി. നേരത്തെ പ്രസ്ഥാനത്തിന് നല്ല ശക്തിയും അടിത്തറയും ഉള്ള പ്രദേശമാണ് ചമ്പാട്. എങ്കിലും അപ്ര തീക്ഷിതമായ ആക്രമണത്തിന്റെ ഫലമായി ബീഡി തൊഴിലാളിയല്ലാത്ത തടത്തിൽ ബാലൻ ബോംബേറിൽ കൊല്ലപ്പെട്ടു. അദ്ദേഹം തലശ്ശേരി യിൽ ഒരു മോട്ടോർ മെക്കാനിക്കായിരുന്നു. തലശ്ശേരിയിൽ നിന്നും ജോലി കഴിഞ്ഞ് ബസ്സിറങ്ങി റോഡരികിൽ നിൽക്കുമ്പോഴായിരുന്നു ആക്രമണം. അദ്ദേഹം ഒരു പാർട്ടി അനുഭാവിയായിരുന്നു. സ: യു പി ദാമു അന്നത്തെ ആക്രമണത്തിൽ ചെറുത്തുനിൽപ്പിന്റെ ഭാഗമായി പരിക്കേറ്റ സഖാവാ യിരുന്നു. ദിവസങ്ങൾക്ക് ശേഷം രക്തസാക്ഷിയാവുകയായിരുന്നു. ഈ സംഭവത്തിന് ശേഷം പാനൂർ മേഖലയിൽ ആർ എസ് എസ്സിന്റെ ആക്ര മണങ്ങൾ വർദ്ധിച്ചു. ഏകപക്ഷീയമായ ആക്രമണപരമ്പര. ആക്രമണ ത്തിന് ആയുധപരിശീലനം നേടിയവരെ കേരളത്തിന്റെ മറ്റ് ഭാഗങ്ങളിൽ

നിന്ന് കൊണ്ടുവന്ന് രഹസ്യ താവളങ്ങളിലൊളിപ്പിച്ച് സി പി ഐ (എം) പ്രവർത്തകരെ ഒളിഞ്ഞിരുന്ന് കൊല്ലുന്ന രീതിയാണ് ആർ എസ് എസ് നേതൃത്വം സ്വീകരിച്ചത്. ഈ അക്രമപരമ്പരയിൽ രക്തസാക്ഷിത്വം വരിച്ച സഖാക്കൾ ഒട്ടേറെയാണ്. മാർക്സിസ്റ്റ് ആക്രമണം എന്ന് മുറവിളികൂ ട്ടുകയും മാധ്യമങ്ങളിലൂടെ അതിന് പ്രചാരം കൊടുക്കുകയും സി പി ഐ(എം)കാരെ നിർദ്ദയം കൊലപ്പെടുത്തുകയും ചെയ്യുകയായിരുന്നു. സി പി ഐ(എം)കാരനെ വെട്ടിക്കൊല്ലുമ്പോൾ മറ്റ് ബൂർഷ്വാ പാർട്ടി കൾ അതിൽ രഹസ്യമായി ആനന്ദിച്ചിരുന്നു. ചോരയുടെ രുചിയറിഞ്ഞ ഈ കൂട്ടർ തങ്ങൾക്കെതിരായി നിൽക്കുന്നവരെയെല്ലാം ആക്രമിക്കു കയും കൊല്ലുകയും ചെയ്യുക എന്നത് പാനൂർ മേഖലയിൽ ശീലമാക്കി യിരുന്നു. അങ്ങനെ വന്നപ്പോഴാണ് ചിലർക്കെല്ലാം ബോധോദയം ഉണ്ടാ യത്. പഴയ ഗുണ്ടാ രാഷ്ട്രീയം ഗതിമാറി ഹിന്ദുവർഗ്ഗീയതയുടെ മുഖം മൂടി ധരിച്ച് ആക്രമണകാരികളാവുകയായിരുന്നു. താൽക്കാലിക ലാഭ ത്തിന് വേണ്ടി ഈ ഗുണ്ടാസംഘത്തിന്റെ സേവ പിടിച്ചവർക്കെല്ലാം തരം കിട്ടുമ്പോൾ തിരിച്ചടി കിട്ടിയ അനുഭവവും പാനൂരിനുണ്ട്.

പാനൂർ രാഷ്ട്രീയത്തിലെ ആദർശശുദ്ധിയില്ലാത്ത അക്രമരാഷ്ട്രീ യവും അധികാരത്തിന് വേണ്ടിയുള്ള അവസര രാഷ്ട്രീയവും ചേർന്ന് മലീമസമായിത്തീർന്ന ഒരു രാഷ്ട്രീയ പ്രതിസന്ധിയുടെ ഉപോൽപ്പന്ന മാണ് പാനൂരിൽ ഒരുതരം ക്രിമിനൽ രാഷ്ട്രീയത്തിന് വഴിവെച്ചത് എന്ന് രാഷ്ട്രീയനിരീക്ഷകർ വിലയിരുത്തുന്നു. വ്യക്തിഗതമായ അധികാ രത്തിന്റെ നിലനിൽപ്പിന് വേണ്ടിമാത്രം ഒരു കൂട്ടം ആളുകളെ ആട്ടിത്തെ ളിച്ച് സാഹചര്യത്തിനൊത്ത് നിറംമാറുന്ന രാഷ്ട്രീയം. ഒപ്പം നടന്നു കണ്ടു മടുത്തവർ പിൻവാങ്ങിയപ്പോൾ പുതിയ തലമുറയ്ക്ക് മൗനമായി കൈമാറിക്കൊടുത്ത് അക്രമരാഷ്ട്രീയം. ഇതിന്റെ പിൻതുടർച്ചക്കാ രായിത്തീർന്നവർ വർഗ്ഗീയശക്തികളും. അരാജകത്വം, അക്രമം – അതിനെ മറയിടാൻ, ന്യായീകരിക്കാൻ അവർക്ക് ചില മതഭൂരിപക്ഷ വർഗ്ഗീയ സംഘടനകളും കൂട്ടിനുണ്ടായി.

ഭൂരിപക്ഷ മതവർഗ്ഗീയ വാദത്തിന്റെ രാഷ്ട്രീയ പ്രശ്നം 1973 മുതൽ പാനൂർ മേഖലയിലെ ചർച്ചാവിഷയമായിരുന്നു. പക്ഷേ ഇന്ന് അതിന് മഞ്ഞുരുക്കം തുടങ്ങി. അതിന്റെ ലക്ഷണമാണ് അതിന്റെ കേന്ദ്രകമ്മിറ്റി അംഗവും, ജില്ലാ സെക്രട്ടറിയും, പ്രചാരകനും ആയിരങ്ങളും മതവർഗ്ഗീയ വാദത്തിൽ നിന്നും മാനവികതയിലേക്ക് പിൻമടങ്ങിയത്. അവർ സി പി ഐ (എം)ന്റെ പതാകച്ചുവട്ടിലാണ്. ഐ വി ദാസിന്റെ രാഷ്ട്രീയ കർമ്മ പ്രബുദ്ധതയുടെ പരിണിതിയിലാണ് ഒരുകൂട്ടം ആളുകളെ മനുഷ്യമുഖം നൽകി സാമൂഹ്യ മണ്ഡലത്തിലേക്ക് ആകർഷിച്ചത് എന്ന് വിശ്വസിക്കു കയും ചെയ്യുന്നവരുണ്ട് പാനൂരിൽ.

അധികാര വാഴ്ച

ഇന്ത്യൻ രാഷ്ട്രീയ ചരിത്രത്തിലെ ഏറ്റവും അഭിശപ്തമായ ദുർദ്ദി നമാണ് 1975 ജൂൺ 25. അന്നാണ് ശ്രീമതി. ഇന്ദിരാഗാന്ധി ഇന്ത്യയിൽ അടിയന്തിരാവസ്ഥ പ്രഖ്യാപിച്ചത്. ഇന്ദിരാഗാന്ധിയുടെയും കോൺഗ്ര സ്സിന്റെയും അമിതാധികാര വാഴ്ചക്ക് അന്ത്യം കുറിക്കുന്നുവെന്ന ഘട്ടം വന്നപ്പോൾ ചെയ്ത നടപടിയായിരുന്നു അത്. ഇന്ദിരാഗാന്ധിയുടെ ദുർഭ രണവും ദുർനയങ്ങളും കോൺഗ്രസ്സിൽ തന്നെ ഒരു പൊട്ടിത്തെറിക്ക് വഴിയൊരുക്കിയിരുന്നു. ജനകീയ പ്രക്ഷോഭങ്ങളും രാജ്യമാകെ അലയ ടിച്ചുയർന്നുവന്നു. എല്ലാ മർദ്ദന ഉപകരണങ്ങളെയും തൃണവൽഗണി ച്ചുകൊണ്ടുള്ള പ്രക്ഷോഭമായിരുന്നു അത്. അമിതാധികാര വാഴ്ചയിലും കുടുംബവാഴ്ചയിലും ചെന്നെത്തിയ ഇന്ദിരാഗാന്ധിയുടെ അതിക്രമ ങ്ങൾക്കെതിരെ ജയപ്രകാശ് നാരായണനെപ്പോലെയുള്ള ദേശീയ നേതാ ക്കളുടെ നേതൃത്വത്തിൽ മുന്നണികൾ രൂപംകൊണ്ടു. ഇതിനെല്ലാമുപരി പ്രധാനമന്ത്രിക്കെതിരെ അലഹബാദ് ഹൈക്കോടതി വിധികൂടി പുറത്തു വന്നു. 1975 ജൂൺ 12 നാണ് ചരിത്രപ്രസിദ്ധമായ ആ വിധിപ്രഖ്യാപന മുണ്ടായത്. ജസ്റ്റിസ് ജഗ്മോഹൻലാൽ സിൻഹ ഇന്ദിരാഗാന്ധിയുടെ ലോക്സഭയിലേക്കുള്ള തെരഞ്ഞെടുപ്പ് റദ്ദാക്കി. ആറ് വർഷത്തേക്ക് ഏതെ ങ്കിലും തെരഞ്ഞെടുക്കപ്പെട്ട സ്ഥാനം വഹിക്കുന്നതിനെയും നിരോധിച്ചു. 1971 ലെ തെരഞ്ഞെടുപ്പുകളിൽ രണ്ട് അഴിമതി നടപടികൾക്ക് ഇന്ദിരാ ഗാന്ധി കുറ്റക്കാരിയാണെന്ന് സിൻഹ വിധിച്ചിരുന്നു. ഇന്ദിര രാജിവെക്ക ണമെന്നായിരുന്നു പ്രതിപക്ഷ കക്ഷികളുടെ ആവശ്യം. അതിനുള്ള സമ രപരിപാടികൾ ആസൂത്രണം ചെയ്തുതുടങ്ങി. ഹൈക്കോടതി കുറ്റക്കാ രിയെന്ന് വിധിച്ചിട്ടും അവർ അധികാരത്തിൽ പറ്റിച്ചേർന്ന് കിടക്കുകയാ ണ്. എല്ലാ രാഷ്ട്രീയ കക്ഷികളും ഇന്ദിരയെ അപലപിച്ചപ്പോൾ സി പി

ഐ അവർക്ക് പിന്തുണ നൽകി. അലഹബാദ് ഹൈക്കോടതി വിധി ക്കെതിരെ ഇന്ദിരാഗാന്ധി സുപ്രീം കോടതിയെ സമീപിച്ചു. വി.ആർ.കൃ ഷ്ണയ്യരായിരുന്നു അപ്പോഴത്തെ വെക്കേഷൻ ജഡ്ജ്. അവർക്ക് പ്രധാ നമന്ത്രിയായി തുടരാൻ പ്രയാസമില്ലെന്നായിരുന്നു സുപ്രീം കോടതി വിധി. അത് ഇന്ദിരക്ക് ആത്മവിശ്വാസമായി.

പ്രതിപക്ഷങ്ങളെ തകർക്കാനുള്ള പദ്ധതികൾക്ക് കോൺഗ്രസ്സിന്റെ അണിയറയിൽ ആലോചനകൾ തുടങ്ങി. സിദ്ധാർത്ഥ ശങ്കർ റെയുടെ 'ആഭ്യന്തര അടിയന്തരാവസ്ഥ എന്ന ആശയം' ഇന്ദിരക്ക് സ്വീകാര്യമാ യി. 1975 ജൂൺ 24ന് രാത്രി 11.45ന് രാഷ്ട്രപതി ഇന്ത്യാ രാജ്യത്ത് അടിയ ന്തരാവസ്ഥ പ്രഖ്യാപനത്തിൽ ഒപ്പുവെച്ചു.

നേരംവെളുക്കുന്നതിന് മുമ്പ് തന്നെ പ്രതിപക്ഷ പാർട്ടിയിലെ നേതാ ക്കൾ ജയിലറകൾക്കുള്ളിലായി. സി പി ഐ (എം) നേതാക്കൾ, മുസ്ലീം ലീഗ് നേതാക്കൾ, സോഷ്യലിസ്റ്റ് നേതാക്കൾ, ജനസംഘം നേതാക്കൾ എന്നിവരെയും അറസ്റ്റ് ചെയ്തു. കലാകാരന്മാരെയും കാഥികന്മാരെയും കൽത്തുറുങ്കിലടച്ചു. അങ്ങനെ ഇന്ത്യയിലെ വിവിധ തടവറകളിൽ ആയി രക്കണക്കിന് ജനനേതാക്കൾ അടയ്ക്കപ്പെട്ടു. കോൺഗ്രസ്സിലെ തന്നെ അടിയന്തരാവസ്ഥയെ പിന്തുണക്കാത്ത ഇന്ദിരയെ വിമർശിച്ച നേതാ ക്കളും ജയിലിനകത്തായി.

ഇന്ദിരാഗാന്ധിയും കോൺഗ്രസ്സും അധികാരത്തിന്റെ ഭ്രാന്തമായ ലഹരിയിലായിരുന്നു. അത് ഇന്ത്യയിലുടനീളം വ്യാപിപ്പിക്കുകയും ചെയ്തു. പശ്ചിമബംഗാളിലും കേരളത്തിലും ഈ ഫാസിസ്റ്റ് ഭരണ കൂടം കമ്മ്യൂണിസ്റ്റ് വേട്ടക്കാണ് അവസരം ഉപയോഗിച്ചത്. പൊലീസ് അതിക്രമവും, ഗുണ്ടാ ആക്രമണവും ഏറ്റവും കൂടുതൽ നേരിടേണ്ടിവ ന്നത് കമ്മ്യൂണിസ്റ്റ് പാർട്ടി ഓഫ് ഇന്ത്യ മാർക്സിസ്റ്റിനാണ്. സി പി ഐ (എം) പ്രവർത്തകർക്ക് രാഷ്ട്രീയ പ്രവർത്തനം നടത്തുന്നതിനോ സ്വന്തം വീട്ടിൽ താമസിക്കുന്നതിനോ കഴിയാത്ത കാലമായി അത് മാറി. നാട്ടിലും വീട്ടിലും നിൽക്കാൻ ആവാത്തവിധം വേട്ടയാടുക പതിവായി മാറി. ഒറ്റി ക്കൊടുക്കാനും മർദ്ദിച്ചൊതുക്കാനും കോൺഗ്രസ്സുകാർ രാപ്പകൽ കഴു കൻകണ്ണുമായി കറങ്ങിനടന്നു. കണ്ണൂർ ജില്ലയിൽ പാർട്ടിക്ക് വലിയ വില കൊടുക്കേണ്ടിവന്ന ഒരുകാലവും കൂടിയായിരുന്നു അത്. പുറത്ത് കോൺഗ്രസ്സ് ഗുണ്ടകളുടെ ആക്രമണവും തുടർക്കഥയായി. സ: കുള ങ്ങരേത്ത് രാഘവനെ കോൺഗ്രസ് ഗുണ്ടകളാണ് ബീഡിക്കമ്പനിയിൽ (1976 ജൂൺ 5) ആക്രമണം നടത്തി ബോംബെറിഞ്ഞ് കൊലചെയ്തത്. കേരളത്തിൽ ബോംബ് രാഷ്ട്രീയവുമായി കടന്നുവന്ന കോൺഗ്രസ്സിന്റെ ആദ്യ ഇരയായിരുന്നു സ: കൊളങ്ങരേത്ത് രാഘവൻ. ചപ്പാരപ്പടവിലെ കണ്ണാരംവയൽ ജോസ് എന്ന സഖാവും (1976 ഡിസംബർ 30ന്) കോൺ ഗ്രസ് ഗുണ്ടകളുടെ പതിയിരുന്ന ആക്രമണത്തിൽ രക്തസാക്ഷിയായ സഖാവാണ്. തോലമ്പ്രയിലെ സഖാവ് കുന്നുമ്പ്രോൻ ഗോപാലനും (1977 ജൂൺ 11) അടിയന്തരാവസ്ഥയുടെ നാളിൽ കോൺഗ്രസ്സ് ഗുണ്ടകളുടെ

അക്രമത്തിലാണ് രക്തസാക്ഷിത്വം വരിച്ചത്. സ. എൻ അബ്ദുള്ളയെന്ന ട്രേഡ് യൂണിയൻ നേതാവ് ജയിലിനകത്ത് വെച്ചാണ് ആവശ്യമായ ചികിത്സ ലഭിക്കാതെ അന്ത്യശ്വാസം വലിച്ചത്. രോഗബാധിതനായ സഖാ വിന് ചികിത്സ നൽകാൻ ജയിലധികൃതർ തയ്യാറായില്ല. 1976 ജൂലൈ 16ന് സഖാവ് അടിയന്തരാവസ്ഥയുടെ രക്തസാക്ഷിയായി.

കണ്ണൂർ ജില്ലയിലെ പാർട്ടി കേന്ദ്രങ്ങളിലാണ് പൊലീസും ഗുണ്ട കളും അവരുടെ കൈക്കരുത്തുമായി ആക്രമണം നടത്തിയിരുന്നത്. പാർട്ടി ഓഫീസുകൾ തകർക്കുക, വായനശാലകൾ, ക്ലബ്ബുകൾ, മറ്റു സാംസ്കാരിക സ്ഥാപനങ്ങൾ തകർക്കുക എന്ന അധമസംസ്കാരം അടി യന്തരാവസ്ഥയിലാണ് അരങ്ങേറിയിരുന്നത്. 19 മാസത്തോളം കിരാത വാഴ്ചയാണ് നടന്നിരുന്നത്. അങ്ങനെ ജില്ലയിലെ ആയിരക്കണക്കിന് സഖാക്കളുടെയും അനുഭാവികളുടെയും ചോരയും നീരും ഊറ്റിക്കുടിച്ച് തിമർത്ത കറുത്ത നാളുകൾ അവസാനിച്ചു. പക്ഷേ, രാഷ്ട്രീയ എതിരാ ളികൾക്കും പൊലീസ് മേധാവികൾക്കും ഒരു കാര്യം ബോധ്യമായി. മർദ്ദനം കൊണ്ടും ആക്രമണം കൊണ്ടും നീതി നിഷേധം കൊണ്ടും തകർക്കാനാവുന്ന പ്രസ്ഥാനമല്ല കമ്മ്യൂണിസ്റ്റ് പ്രസ്ഥാനം എന്ന യാഥാർത്ഥ്യം. പക്ഷേ, ഇപ്പോഴും കമ്മ്യൂണിസ്റ്റ് പാർട്ടിയെ തകർക്കാൻ ഒറ്റുകാരനായും കൂട്ടിക്കൊടുപ്പുകാരായും പ്രവർത്തിക്കുന്നവർ കോൺഗ്ര സ്സിനകത്തുണ്ട്. അത്തരക്കാർക്ക് ചരിത്ര ബോധത്തിന്റെ അഭാവവും അധികാരത്തിനോടുള്ള ആർത്തിയും മാത്രമാണുള്ളത് എന്ന് അറിയാ ത്തവരല്ല കമ്മ്യൂണിസ്റ്റുകാർ.

'നാവടക്കൂ പണിയെടുക്കൂ' എന്ന മുദ്രാവാക്യമായിരുന്നു അടിയ ന്തരാവസ്ഥയിലേത്. 'ഇന്ത്യയെന്നാൽ ഇന്ദിര, ഇന്ദിരയെന്നാൽ ഇന്ത്യ' എന്നും ഇന്ത്യയിലുടനീളം പ്രചരിപ്പിക്കപ്പെട്ടു. പത്രങ്ങളുടെ വായ മൂടി ക്കെട്ടി പ്രസ് സെൻസർഷിപ്പ് നടപ്പിലാക്കിയതിനാൽ രാജ്യത്ത് വിവര ങ്ങൾ വിനിമയം ചെയ്യപ്പെടാതെയായി. അടിയന്തരാവസ്ഥയിലെ എ കെ ജിയുടെ പ്രസംഗം പ്രസിദ്ധീകരിക്കാൻ പൊലീസ് സമ്മതിച്ചില്ല. ഒരു 'ഫാസിസ്റ്റ് യക്ഷി' പിറക്കുന്നുവെന്നും അത് 'ഹിറ്റ്ലറുടെ പ്രേത'മാ ണെന്നും എ കെ ജി പരസ്യമായി പ്രസംഗിക്കുകയും ചെയ്തിരുന്നു. ഇന്ത്യയിൽ ഏകകക്ഷി അമിതാധികാര സ്വേച്ഛാധിപത്യമാണ് നടമാടു ന്നതെന്ന് വിളിച്ചുപറഞ്ഞ ഇന്ത്യൻ രാഷ്ട്രീയത്തിലെ ഏക പാർട്ടി സി പി ഐ(എം) മാത്രമായിരുന്നു.

"ഇന്ത്യയ്ക്കൊന്നേ നേതാവുള്ളൂ. ഇന്ദിര, ഇന്ദിര............" ആ അടി യന്തരാവസ്ഥയും ഫാസിസ്റ്റ് നടപടികളും കോൺഗ്രസ്സും അതിന്റെ ചരിത്രത്തിൽ നിറംകെട്ട് നിരാസപ്പെടുന്ന കാഴ്ചയാണ് ആധുനിക ഇന്ത്യ കണ്ടുകൊണ്ടിരിക്കുന്നത്.

അടിയന്തരാവസ്ഥ പ്രഖ്യാപനത്തെ തുടർന്ന് കേരളത്തിലെ പല പ്രദേശങ്ങളിലും പ്രതിഷേധ പ്രകടനങ്ങളും പന്തംകൊളുത്തി പ്രകടന ങ്ങളും നടത്തിയിരുന്നു. പാർട്ടി നിർദ്ദേശപ്രകാരം പാനൂർ മേഖലയിലും

പന്തംകൊളുത്തി പ്രകടനം നടന്നു. കുന്നോത്ത്പറമ്പിൽ യുവ നേതാവ് ഗോപാലൻ പറമ്പത്തായിരുന്നു നേതൃത്വം നൽകിയത്. മൊകേരിയിൽ കെ.എം.കരുണേട്ടൻ, കെ പി കുഞ്ഞിരാമൻ എന്നിവരും.

സി പി ഐ (എം) തലശ്ശേരി ഏരിയാ കമ്മിറ്റിയുടെ ഭാഗമായിരുന്നു അന്ന് പാനൂർ മേഖലയും. ഐ വി ദാസ് തലശ്ശേരി ഏരിയയിൽ പ്രവർത്തിച്ചുവരുന്ന ഏരിയാ കമ്മിറ്റിയംഗവുമായിരുന്നു. അടിയന്തര വാസ്ഥ പ്രഖ്യാപനത്തെ തുടർന്ന് പ്രധാനപ്പെട്ട സഖാക്കൾ അറസ്റ്റിലായി. സ: എം വി രാജഗോപാലൻ മാസ്റ്ററായിരുന്നു ഏരിയാ സെക്രട്ടറി. അദ്ദേഹവും ജയിലിനകത്തായി. മറ്റ് സഖാക്കൾക്ക് പൊലീസിനും ഗുണ്ട കൾക്കും തൊടാനാവാത്തവിധം ഒളിവിൽ മാറിനിൽക്കേണ്ടിവന്നു. ആ സന്നിഗ്ദ്ധ ഘട്ടത്തിൽ തലശ്ശേരി ഏരിയാ സെക്രട്ടറിയുടെ ചുമതല ഐ വി ദാസിനെയാണ് പാർട്ടി ഏൽപ്പിച്ചത്. പൊലീസിന്റെ നോട്ടപ്പുള്ളിയാണ് ഐ വി ദാസെന്ന് എല്ലാവർക്കുമറിയാവുന്നതുമാണ്. പൊലീസിന്റെ പിടി യിൽപ്പെടാതെയും പാർട്ടി സഖാക്കളെ പൊലീസിന്റെ പിടിയിൽ കൊടു ക്കാതെയും ഗുണ്ടാവിളയാട്ടത്തെ തടയിട്ടുകൊണ്ടും പാർട്ടിയെ ഒരു പോറലുപോലുമേൽപ്പിക്കാതെ സംരക്ഷിക്കാൻ ദാസിന്റെ നേതൃത്വത്തിന് സാധിച്ചിരുന്നു.

ഐ വി ദാസ് അധ്യാപകനായി പ്രവർത്തിക്കുന്ന മൊകേരി ഈസ്റ്റ് യു പി സ്കൂളിലും അദ്ദേഹത്തിന്റെ വീട്ടിലും പൊലീസ് ഒരുദിവസം പലതവണയായി അറസ്റ്റ് ചെയ്യാനുള്ള ഒരുക്കത്തിൽ വന്ന കാര്യം അദ്ദേ ഹത്തിന്റെ ഭാര്യ സുശീലയേടത്തി നടുക്കത്തോടെ ഓർക്കുന്നു. ആ പ്രദേ ശത്തെ പാർട്ടി ബന്ധുക്കളും അത്തരം സന്ദർഭങ്ങളെ ഭീതിയോടെ അയ വിറക്കുന്നുണ്ട്. പക്ഷേ, പൊലീസ് നിരന്തരം അമ്പേഷിച്ച് വന്നിരുന്നു വെങ്കിലും വീട്ടുകാരോട് അപമര്യാദയായയൊന്നും പെരുമാറിയിരുന്നില്ല. ഒരു നാൾ പൊലീസ് സംഘം വീട്ടിൽ റെയ്ഡിനായി വന്നു. ഐ വി ദാസിന്റെ ഭാര്യ സുശീലചേച്ചി മാത്രമാണ് വീട്ടിലുണ്ടായിരുന്നത്. 'മാഷി ല്ലന്നറിഞ്ഞ് പരിശോധനയോ ചോദ്യം ചെയ്യലോ ഒന്നുമില്ലാതെ തിരികെ പോവുകയും ചെയ്തു. സുശീല ചേച്ചി പാടെ തകർന്നമട്ടിൽ കോലാ യിൽ ഇരുന്നുപോയി. അപ്പോൾ വീണ്ടുമതാ ആ പൊലീസ് സംഘത്തി ലുണ്ടായിരുന്ന ഇൻസ്പെക്ടർ കോണി കയറിവരുന്നു. സുശീലേച്ചിയുടെ ഭീതിയും ക്ഷീണവും പിന്നെയും വർദ്ധിച്ചു. ഇൻസ്പെക്ടർ മുറ്റത്ത് വന്നിട്ട് പറഞ്ഞു: ചേച്ചി പേടിക്കണ്ട മാഷിനെ ഞങ്ങൾ പിടിക്കുകയോ ഉപദ്രവി ക്കുകയോ ചെയ്യില്ല... പക്ഷേ മുകളിൽ നിന്നുള്ള ഉത്തരവാണ്. ഞങ്ങളി ങ്ങനെ വരികയും അമ്പേഷിക്കുകയും ചെയ്യും. ഒട്ടും പേടിക്കേണ്ട. സുശീ ലേച്ചി തന്നെ ഒരു അഭിമുഖത്തിൽ വ്യക്തമാക്കിയ സംഭവമാണിത്.

പകയുടെ പരിണാമങ്ങൾ

പാനൂർ രാഷ്ട്രീയത്തിൽ പാതിരിയാട് കുമാരൻ മാസ്റ്റർ പി ആ റിന്റെ അടുത്ത അനുയായിയായിരുന്നു. ഒരിക്കൽ മൊകേരിയിലെ ചില കമ്മ്യൂണിസ്റ്റുകാരെ ആക്രമിക്കാൻ നിയോഗിക്കപ്പെട്ട സംഘത്തോടൊപ്പം കുമാരൻ മാസ്റ്ററും ഉണ്ടായിരുന്നു.

ആ കാലത്ത് പാനൂരിൽ ഒരു 'ഓഫീസേഴ്സ് ക്ലബ്ബ്' പ്രവർത്തിച്ചി രുന്നു. അതിന് രാഷ്ട്രീയ നിറമൊന്നും പ്രത്യക്ഷത്തിൽ ഉണ്ടായിരുന്നില്ല. എന്നാൽ ചില കമ്മ്യൂണിസ്റ്റ് അനുഭാവികൾ ക്ലബ്ബിൽ അംഗമായിരുന്നു. ഇത് ചില തൽപ്പര കക്ഷികൾക്ക് അനിഷ്ടമുണ്ടാവാൻ കാരണമായി. കുമാ രൻ മാസ്റ്ററുടെ അടുത്ത സുഹൃത്തും എ കെ ജിയുടെ കുടുംബാംഗവു മായ ഒരു ഗോപാലൻ നമ്പ്യാർ ക്ലബ്ബിൽ അംഗമായിരുന്നു. കുമാരൻ മാസ്റ്റ റുടെ വിശ്വസ്ത സുഹൃത്തായിരുന്നു അയാൾ. അദ്ദേഹത്തിന് പാനൂരിൽ ഒരു വീട് വേണം. അതിന് വേണ്ട എല്ലാ സഹായവും ചെയ്തിരുന്നത് കുമാരൻ മാസ്റ്ററായിരുന്നു. ഇതും പാനൂരിലെ പി ആർ അനുയായികൾക്ക് അസഹിഷ്ണുതയുണ്ടാവാൻ കാരണമായി.

ഒരു വൈകുന്നേരം പാനൂരിലെ മത്സ്യമാർക്കറ്റിൽ നിന്ന് മത്സ്യം വാങ്ങിവരുന്ന വേളയിൽ കുമാരൻ മാസ്റ്റർ ക്രൂരമായി ആക്രമിക്കപ്പെട്ടു. വസ്ത്രങ്ങളെല്ലാം കീറിപ്പറിഞ്ഞ് രക്തത്തിൽ കുളിച്ച് വഴിയിൽ കിടന്ന കുമാരൻ മാസ്റ്ററെ സഹായിക്കാനെത്തിയത് തെറോത്ത് ചന്ദ്രൻ ഡ്രൈവ റായിരുന്നു. ആരാണിത് ചെയ്തത് എന്നും എന്തിനാണ് ഇത് ചെയ്തത് എന്നും പകൽ പോലെ എല്ലാവർക്കും അറിയാവുന്ന കാര്യമായിരുന്നു. പി ആറിന്റെ പകതീർക്കലിന് പലരൂപങ്ങളുമുണ്ട്. അതിലൊന്നാണ് ഇവിടെ അരങ്ങേറിയത്. ചന്ദ്രൻ അതോടെ നോട്ടപ്പുള്ളിയായി. അന്ന് വൈകുന്നേരം ക്ലബ്ബ് പൂട്ടി താക്കോൽ; പുത്തൂരിൽ പി ആറിന്റെ വീട്ടിൽ എത്തിച്ചുകൊടുക്കുകയും ചെയ്തിരുന്നു.

ക്ലബ്ബ് തുറക്കാൻ താക്കോലിനായി കുമാരൻ മാസ്റ്ററുടെ മകൻ പാതി
രിയാട് ബാലകൃഷ്ണൻ മാസ്റ്റർ, പുത്തൂരിൽ പോയി പി ആറിനോട്
താക്കോലിനാവശ്യപ്പെട്ടു. താക്കോൽ കൊടുത്തില്ല. ബാലകൃഷ്ണൻ
മാസ്റ്ററും കൂട്ടരും പൂട്ട് പൊളിച്ച് ക്ലബ്ബ് പ്രവർത്തിപ്പിക്കാൻ തുടങ്ങി. പക്ഷേ
അത് ആരും പ്രതീക്ഷിക്കാത്ത ഒരു സംഭവമായിരുന്നു. ഓർക്കാപ്പുറത്ത്
അധികാര പ്രമത്തതയുടെ തലക്ക് കിട്ടിയ പ്രഹരമായിരുന്നു ആ പൂട്ടു
പൊളി.

പാതിരിയാട് ബാലകൃഷ്ണൻ പാനൂർ ഹൈസ്കൂൾ അധ്യാപക
നായിരുന്നു. ഒരു ദിവസം ഉച്ചതിരിഞ്ഞ് പാനൂർ ഹൈസ്കൂളിന്റെ ഓഫീസ്
വരാന്തയിൽവെച്ച് അദ്ദേഹം മൃഗീയമായി ആക്രമിക്കപ്പെട്ടു. അധ്യാപ
കരും വിദ്യാർത്ഥികളും നോക്കിനിൽക്കെ നടന്ന ഭീകരമായ ആക്രമണം.
വളരെക്കാലം ബാലകൃഷ്ണൻ മാസ്റ്റർക്ക് ചികിത്സയും വിശ്രമവും
വേണ്ടിവന്നു. ജീവഹാനി ഭയന്ന് അദ്ദേഹത്തിന് പൊലീസ് സംരക്ഷ
ണവും നൽകിയിരുന്നു. കാലം ഏറെ വേണ്ടിവന്നില്ല പാതിരിയാട് കുടും
ബവും പ്രദേശത്തെ ചിന്താശേഷിയുള്ളവരും കമ്മ്യൂണിസ്റ്റ് അനുഭാവി
കളായി. പ്രത്യക്ഷത്തിൽ മൗനം പൂണ്ട് നിന്നവരും പരോക്ഷമായി കമ്മ്യൂ
ണിസ്റ്റ് പാർട്ടിയോട് അടുക്കാൻ തുടങ്ങി. പാനൂരിലെ രാഷ്ട്രീയമാനത്തിൽ
പ്രകടമായ രാസമാറ്റം സംഭവിക്കുകയായിരുന്നു.

പാനൂരിൽ കമ്മ്യൂണിസ്റ്റ് കുടുംബാംഗങ്ങൾക്കോ അനുഭാവികൾക്കോ
പ്രവേശനമുണ്ടായിരുന്നില്ല. പാർട്ടിപ്രവർത്തകരെ കണ്ണിൽ കണ്ടാൽ
കൊന്നുകളയുന്ന കാലം. ആ കാലത്ത് സി പി ചാത്തുക്കുട്ടിയുടെ കുടും
ബങ്ങൾ അനുഭവിച്ച ദുരിതം വിവരണാതീതമാണ്. ഇത്തരം അലിഖിത
നയം നടപ്പിലാക്കാൻ ആരുടെയോ ചിലവിൽ കാവലാളായി കുറെ
രാഷ്ട്രീയ ഗുണ്ടകളും പാനൂരിൽ ഉണ്ടായിരുന്നു. പാനൂർ പ്രാഥമികാരോഗ്യ
കേന്ദ്രത്തിൽ ചികിത്സയ്ക്കും മരുന്നിനുമായി വരുന്നവർ കമ്മ്യൂണിസ്റ്റു
കാരുള്ള പ്രദേശത്തുനിന്നാണെങ്കിൽ അടിച്ചോടിക്കുക പതിവായിരുന്നു.
നിരപരാധിയാണെങ്കിൽകൂടി തല്ലുകിട്ടിയ സന്ദർഭങ്ങളുണ്ടായിരുന്നു. ഒരി
ക്കൽ മൊകേരിയിലെ കെ പി കുഞ്ഞിരാമനെ ആശുപത്രി മുറ്റത്ത് വെച്ച്
ഒരു സംഘം ഗുണ്ടകൾ വളഞ്ഞു. അയാൾ മൊകേരിയിലെ കമ്മ്യൂണിസ്റ്റ്
പാർട്ടിയുടെ പ്രധാന പ്രവർത്തകനുമായിരുന്നു. പക്ഷെ വ്യക്തിബന്ധം
സൂക്ഷിക്കുന്ന തെറോത്ത് ചന്ദ്രൻ ഡ്രൈവർ ഈ സംഗതി മണത്തറി
ഞ്ഞ് ആക്രമണം തടഞ്ഞ് കെ പിയെ രക്ഷിച്ചു. ആ സംഭവത്തോടെ
ചന്ദ്രൻ കുറേക്കൂടി ശത്രുക്കളുടെ നോട്ടപ്പുള്ളിയായി.

പാനൂരിലെ ചില രാഷ്ട്രീയമാന്യന്മാർ മദ്യസേവക്ക് പോകാൻ ഒരു
കാർ വാടകക്കെടുത്തു. രാവിലെ 11 മണിക്ക് പോയ കാർ രാത്രി 12 മണി
ക്കാണ് തിരിച്ചെത്തിയത്. വാടക കൊടുക്കാതെ കാലുറക്കാത്ത അവർ
ഓരോരുത്തരായി സ്ഥലംവിടുകയും ചെയ്തു. ആ കൂട്ടത്തിൽ അവി
ടുത്തെ സിനിമാ ടാക്കീസിലെ ഫിലിം റപ്രസന്റേറ്റീവും ഉണ്ടായിരുന്നു.
ഡ്രൈവർ കാർവാടകയ്ക്ക് അയാളോട് ചോദിച്ചു. ആ പാതിരയുടെ വിജ
നതയിൽ ഡ്രൈവർ ക്രൂരമായി മർദ്ദിക്കപ്പെട്ടു. പിറ്റെ ദിവസം ഈ സംഭ

വമറിഞ്ഞ ഡ്രൈവർമാർ പാനൂരിൽ പ്രതിഷേധ പ്രകടനം നടത്തി. ചന്ദ്രൻ ഡ്രൈവറായിരുന്നു ഇതിന് മുൻകൈയ്യെടുത്തത്. പാനൂരിന്റെ രാഷ്ട്രീയ അധികാരത്തിന് നേരെ നടന്ന പ്രതിഷേധത്തിന്റെ ചുവടുവയ്പ്പുകളുടെ തുടക്കമായിരുന്നു അത്.

ഒരുനാൾ തെരോത്ത് ചന്ദ്രൻ ഡ്രൈവർ തന്റെ കാറിൽ ഒരു പ്രസ വക്കേസുമായി പോകുന്ന വേളയിൽ പാനൂരിൽ വെച്ച് തടയപ്പെട്ടു. പി ആറിന്റെ ഏറ്റവും അടുത്ത അനുയായി കൂലോത്ത് ബാലനായിരുന്നു തടഞ്ഞത്. ബാലനോട് കാര്യത്തിന്റെ ഗൗരവം ബോധ്യപ്പെടുത്തിയിട്ടും അയാൾ കാറിന്റെ മുമ്പിൽ നിന്ന് മാറിയില്ല. പക്ഷെ ചന്ദ്രൻ കാറുമായി മുന്നോട്ട് തന്നെ പോയി. പിന്നീട് പാനൂരിലെ നാലാംപെരിയയിലെ ഓട യിൽ ബാലൻ കിടക്കുന്ന കാഴ്ചയാണ് ജനങ്ങൾ കണ്ടത്. ഒരാൾപോലും ബാലനെ പിടിച്ചെഴുന്നേൽപ്പിക്കാൻ തയ്യാറായില്ല. കാഴ്ചക്കാരായവർ അന്തംവിട്ടുനിൽക്കുകയായിരുന്നു. ആ കാലത്ത് ബാലന് നേരെ വിര ലോങ്ങിയാൽ ആ വിരൽ മാത്രമല്ല ആ കൈ തന്നെ കൊത്തിക്കള യുമായിരുന്നു. പക്ഷേ അധികാര രാഷ്ട്രീയം ഓടയിലും വിഴുപ്പിലും വീഴു കയാണെന്ന് പാനൂരിലെ ജനത മനസ്സിലാക്കിത്തുടങ്ങിയിരുന്നു.

1946 ൽ പാനൂരിൽ സ. എ കെ ജി പ്രസംഗിക്കാൻ വന്നിരുന്നു. പക്ഷേ അദ്ദേഹത്തെ പ്രസംഗിക്കാൻ പി ആർ അനുകൂലികൾ സമ്മതി ച്ചില്ല. പൊതുയോഗം കലക്കാൻ ഒരു അനന്തനായിരുന്നു മുന്നിൽ. കാര്യം മനസ്സിലാക്കിയ എ കെ ജി പ്രസംഗിക്കാതെ മാറിനിന്നു. പക്ഷേ അവിടെ നിന്നും പോയില്ല. പി ആർ വന്നാലേ പോവുകയുള്ളൂ എന്ന വാശിയിലാ യിരുന്നു എ കെ ജി. തന്റെ പ്രസംഗം കേട്ടാൽ തകർന്നുപോകുന്ന താണോ കുറുപ്പിന്റെ രാഷ്ട്രീയം എന്നതായിരുന്നു എ കെ ജിയുടെ സംശ യം. ഒടുവിൽ പി ആറിന് വരേണ്ടിവന്നു. അബദ്ധംപിണഞ്ഞതാണെന്ന് സമ്മതിക്കേണ്ടിയും വന്നു. എ കെ ജി പാനൂരിൽ മറ്റൊരു ദിവസം പ്രസം ഗിച്ചു. അപ്പോൾ പി ആർ കാവലാളായി നിൽക്കേണ്ടിയും വന്നു. ഈ സംഭവം പി ആർ ഭംഗ്യന്തരേണ തന്റെ ആത്മകഥയിൽ വിവരിക്കുന്നുണ്ട്.

ചെറുപ്പം മുതലേ കെ പി മമ്മു സോഷ്യലിസ്റ്റായിരുന്നു. പി ആർ രാഷ്ട്രീയത്തിലെ വിദ്യാർത്ഥി നേതാവുമായി. 1959 ലെ വിമോചന സമര ത്തിലും പങ്കെടുത്തു. കൊളവല്ലൂർ ഹൈസ്കൂളിൽ അധ്യാപകനായി. അധ്യാപക സംഘടനയിൽ പ്രവൃത്തിച്ച് കെ പി ടി യുവിന്റെ നേതാവു മായി. രാഷ്ട്രീയ അവബോധം ഇടതുപക്ഷത്തേക്ക് തിരിഞ്ഞപ്പോൾ പാനൂർ രാഷ്ട്രീയത്തോട് വിരക്തിയായി അത് അയാൾക്ക് നേരെ വിദ്രോ ഷമായി വികസിച്ചു. പ്രതികാരം കള്ളക്കേസായി, അധ്യാപക ജോലി യിൽ നിന്ന് സസ്പെന്റ് ചെയ്യപ്പെട്ടു. മറ്റ് രാഷ്ട്രീയ ഉപദ്രവങ്ങളും തുടർന്ന് ഏൽക്കേണ്ടിവന്നു. കെ പി മമ്മു മാസ്റ്റർ കമ്മ്യൂണിസ്റ്റ് പാർട്ടിയുമായി വളരെവേഗം അടുത്തു. ചെങ്കൊടിത്തണലിൽ പോരാട്ടവീഥികളിൽ മാസ്റ്റ റുടെ സാന്നിധ്യം പാനൂരിൽ നിറഞ്ഞുനിന്നു. പാതിരിയാട് ബാലകൃ ഷ്ണൻ മാസ്റ്ററും കെ പി മമ്മു മാസ്റ്ററും പാർട്ടിയുടെ കരുത്തായി ഏതേതു പ്രതിസന്ധിയിലും ധീരതയോടെ ഐ വി ദാസിനോടൊപ്പം

നിന്ന് നേതാക്കളായി.

കെ പി മമ്മു മാസ്റ്റർ കൂത്തുപറമ്പ് നിയോജക മണ്ഡലത്തിൽ നിന്നും തലശ്ശേരി നിയോജക മണ്ഡലത്തിൽ നിന്നും പാർട്ടി സ്ഥാനാർത്ഥിയായി മത്സരിച്ച് ജയിച്ച് നിയമസഭയിലെത്തി. പാർട്ടിയുടെ പാനൂർ ഏരിയാ കമ്മി റ്റിയംഗം, ജില്ലാ കമ്മിറ്റിയംഗം എന്ന നിലയിലും പ്രവൃത്തിച്ചു. ബാലകൃ ഷ്ണൻ മാസ്റ്റർ പാർട്ടിക്ക്, പാനൂരിലെ ഉരുക്കുമുഷ്ടിയായിരുന്നു. വർഗ്ഗീയ ഫാസിസ്റ്റ് ശക്തികളോട് വിട്ടുവീഴ്ചയില്ലാത്ത പോരാട്ടമായിരുന്നു സഖാ വിന്റേത്. ആയിടയ്ക്കാണ് പാനൂർ ടൗണിൽ വെച്ച് ഒരു കൂട്ടം ആർ എസ് എസ് നരാധമന്മാർ പതിയിരുന്ന് അദ്ദേഹത്തെ ആക്രമിച്ചത്. കൊല്ലുക യായിരുന്നു ലക്ഷ്യം. പക്ഷേ ജീവന്റെ തുടിപ്പ് അപ്പോഴും അവശേഷിച്ചി രുന്നു. തുടർന്നുള്ള ചികിത്സയിലും പരിചരണത്തിലും പൂർണ്ണ ആരോ ഗ്യത്തൊടെ അദ്ദേഹം ധീരനായി തിരിച്ചുവന്നു.

പാനൂർ രാഷ്ട്രീയത്തിൽ യഥാർത്ഥ സോഷ്യലിസ്റ്റുകൾക്ക് സ്ഥാന മുണ്ടായിരുന്നില്ല. ജ: കെ കെ അബുവിന് അധികാര രാഷ്ട്രീയത്തോട് നോട്ടമുണ്ടായിരുന്നില്ല. ഒന്നിച്ചുനിൽക്കാനാവാതെ അദ്ദേഹം നിശ്ശബ്ദനായി സ്വയം പിൻവാങ്ങി. അദ്ദേഹം നല്ലൊരു ഹ്യൂമനിസ്റ്റായിരുന്നു.

പാനൂർ എലാങ്കോട് ഗ്രാമത്തിൽ കളത്തിൽ മൊയാരത്ത് മമ്മുവിന്റെ മകനായി ജനിച്ച കെ.എം.സൂപ്പി ആയുർവേദ ചികിത്സകനായി പഠനം പൂർത്തിയാക്കിയ ശേഷം പാനൂരിന്റെ രാഷ്ട്രീയത്തിലേക്ക് വന്നു. പി.ആ റിന്റെ നിഴൽ പറ്റിനിന്ന് നേതാവായി. രാഷ്ട്രീയ പങ്കാളിയായി. എല്ലാ രാഷ്ട്രീയ മലക്കം മറിച്ചിലിലും ഒപ്പമുണ്ടായി. രണ്ട് തവണ പെരിങ്ങള ത്തിന്റെ എം.എൽ.എയുമായി. പക്ഷെ ഒരു പ്രത്യേക രാഷ്ട്രീയ സാഹച ര്യത്തിൽ ദീർഘകാലത്തെ പാനൂർ രാഷ്ട്രീയത്തിൽ നിന്ന് വുമുക്തി നേടി മുസ്ലീം ലീഗിൽ തലപൊക്കി. സമുദായത്തിന്റെ നേതാവായിമാറി. ഗുരുവും ശിഷ്യനുമായി നടന്നവർ രണ്ട് ചേരിയിലായി പിരിഞ്ഞപ്പോൾ ഓർമ്മ കൾ അയവിറക്കാൻ ജീവിത സായാഹനത്തിൽ ആത്മകഥകളെഴുതിച്ച് നിർവൃതികൊണ്ടു. പാനൂർ രാഷ്ട്രീയത്തിന്റെ നാൾവഴികളിലൂടെയുള്ള യാത്രയിൽ കാലം വിളിച്ചുപറഞ്ഞ സത്യങ്ങളെല്ലാം തമസ്ക്കരിക്കപ്പെ ടുന്ന കാഴ്ചയായിരുന്നു അതിൽ. അധികാര പ്രമത്തതയുടെയും താൻപോരിമയുടെയും കഥപറയുമ്പോൾ രാഷ്ട്രീയ സദാചാരത്തിന്റെ നിഴ ലനക്കങ്ങൾ പോലും അന്യമാകുന്ന കാഴ്ച.

സ്വന്തം പാർട്ടിക്കാരനായാലും തനിക്കെതിരെ നിന്നാൽ എത്രവലി യവനായാലും പാഠം പഠിപ്പിച്ചേ പി.ആർ അടങ്ങുകയുള്ളൂ. അതാണ് പി. ആറിന്റെ ശൈലി. കെ എം സൂപ്പിയുടെ വിവാഹവേളയിൽ സമുദായവു മായി ഉണ്ടായ ഒരു പ്രശ്നത്തിൽ കെ എം സൂപ്പിയുടെ ഉപ്പ ഒരു ഉറച്ച തീരുമാനമെടുത്തിരുന്നു. പക്ഷെ പി ആർ അതിൽ നീരസം പ്രകടിപ്പിച്ചു. ഒരു രാത്രിയിൽ സൂപ്പി സ്ഥലത്തില്ലാതിരുന്ന നേരത്ത് വീട്ടിൽ കയറി ഉപ്പയെ തല്ലുകയുണ്ടായി. അങ്ങനെ നീരസത്തിന് പരിഹാരം കണ്ടു. അന്ന് കെ എം സൂപ്പി വള്ള്യായിയിലായിരുന്നു. പി ആർ തിരുവനന്തപു രത്തും. കെ എം സൂപ്പി തന്റെ 'നേർക്കുനേരെ ഒരു ജീവിതത്തിൽ' വിവ രിച്ചതാണിത്.

കൂടുമാറ്റത്തിന്റെ രാഷ്ട്രീയം

അടിയന്തരാവസ്ഥയുടെ പ്രഖ്യാപനത്തോടെ പാനൂർ മേഖലയിൽ പി ആറിന്റെ രാഷ്ട്രീയം ഒറ്റരാത്രികൊണ്ട് മാറിമറിഞ്ഞു. പി ആർ കൂറുപ്പും കുറേപേരും ഇന്ദിരയുടെ ആരാധകരായി. ഇന്ദിരാ കോൺഗ്രസ്സായി. കുറുപ്പിന്റെ സോഷ്യലിസ്റ്റ് പാർട്ടി പാനൂരിൽ അനാഥമായി. പാനൂരിലെ പാരമ്പര്യമുള്ള കോൺഗ്രസ്സുകാർ അന്തം വിട്ടുനിന്നു. അവരധികം പേരും പടിക്കുപുറത്തുമായി. പാനൂരിലെ സോഷ്യലിസ്റ്റ് പാർട്ടി ഓഫീസ് ഇന്ദിരാഗാന്ധിയുടെ പടം വെച്ച് കൊടിമാറ്റി ഇന്ദിരാ കോൺഗ്രസ് ഗ്രൂപ്പീസായി. പാനൂരിലെ ജനങ്ങൾ ഈ രാഷ്ട്രീയമാറ്റം കണ്ട് അത്ഭുതപ്പെട്ടു. അപ്പോൾ കോൺഗ്രസ്സിന്റെ അധികാര രാഷ്ട്രീയവും ഗുണ്ടാ രാഷ്ട്രീയവും കൈയ്യാളുന്ന നേതാവായി പി ആർ പുതിയ രാഷ്ട്രീയ അധ്യായം രചിക്കാൻ തുടങ്ങി. കോൺഗ്രസ്സിലെ തന്നെ ജില്ലയിലെ പ്രമുഖ നേതാക്കളെ തൊഴിച്ച് പുറത്താക്കാനും പി ആറിന് സാധിച്ചു.

പാനൂർ കേന്ദ്രമാക്കി കേരളത്തിലും മൈസൂർ, ബാംഗ്ലൂർ തുടങ്ങിയ അന്യദേശങ്ങളിലും ശാഖകളുള്ള ഒരു ധനകാര്യ സ്വകാര്യ സ്ഥാപനം പി ആർ സ്വന്തം നിലയിൽ നടത്തിവരുന്നുണ്ടായിരുന്നു. അതാണ് 'സുവർണ്ണ ചിട്ടി ഫണ്ട്'. അതിന്റെ ഇടപാടുകാരായി ഒരുപാടുപേർ പാനൂരിൽ മാത്രമല്ല ശാഖകൾ പ്രവർത്തിക്കുന്നേടത്തെല്ലാം ഉണ്ടായിരുന്നു. ആരംഭ ദശയിൽ സുവർണ്ണ ചിട്ടി ഫണ്ട് നല്ല നിലയിൽ പോയിരുന്നുവെങ്കിലും പിന്നീടതിന്റെ ഇടപാടുകൾ ജനങ്ങളുടെ വിശ്വാസത്തെ മങ്ങലേൽപ്പിച്ചു. കുറിവിളിച്ചവർക്ക് പണം കിട്ടാത്ത നിലയും വെച്ച പണം അക്കൗണ്ടിൽ കാണാതിരിക്കുകയും മറ്റുമായി പല പ്രശ്നങ്ങളും ഉയർന്നു വന്നതായി ആരോപണങ്ങളും ജനസംസാരവും ഉണ്ടായി. പറ്റിക്കപ്പെട്ട വരിൽ എല്ലാ രാഷ്ട്രീയക്കാരും ഉണ്ടായിരുന്നു. ഈ സന്ദർഭത്തിൽ ജന

രോഷത്തെ ഭയന്നും വഞ്ചനയിൽ നിന്ന് രക്ഷപ്പെടാനും ഒരു ഒളിത്താവ ളമായിട്ടാണ് കോൺഗ്രസ്സിലേക്ക് പിൻവാതിൽ തുറന്ന് ചെന്നതെന്ന് അപ്പോഴും ഇപ്പോഴുമുള്ള അവരുടെ പ്രവർത്തകർ തന്നെ പറയുന്നത് ഒരു രാഷ്ട്രീയ യാഥാർത്ഥ്യം തന്നെയാണ്.

പാനൂരിലെയും പരിസരങ്ങളിലെയും രാഷ്ട്രീയ എതിരാളികളെ ഒതു ക്കാൻ പൊലീസ് സ്വീകരിക്കുന്ന ഉപദേശം പി ആറിന്റേതായിരുന്നു എന്ന രാഷ്ട്രീയ വിരോധാഭാസവും അരങ്ങേറുകയുണ്ടായി. പാനൂർ മേഖലയിലെ ഉശിരനായ യുവനേതാവായിരുന്നു സ. ഗോപാലൻ പറമ്പത്ത്. ഗൗരിയ മ്മയുടെ കുടുംബത്തിൽ നിന്നാണ് അദ്ദേഹം വിവാഹം ചെയ്തിരുന്നത്. അടിയന്തരാവസ്ഥയുടെ കാളരാത്രിയിൽ ഗോപാലൻ പറമ്പത്തിനെ പോലീസ് അറസ്റ്റ് ചെയ്ത് ജയിലിലടച്ചു. കത്തിക്കയറുന്ന രാഷ്ട്രീയ പ്രസംഗം കൊണ്ട് ശ്രോതാക്കളെ പിടിച്ചിരുത്തുന്ന ഗോപാലൻ പറമ്പത്ത് തടവറയിൽ വെച്ച് കമ്മ്യൂണിസ്റ്റ് ബോധം, വിപ്ലവ വീര്യം എന്നിവ അടി യന്തരാവസ്ഥയ്ക്ക് അടിയറവെച്ചു; മാപ്പെഴുതിക്കൊടുത്തുകൊണ്ട് തിരിച്ച് വീട്ടിലേക്ക് പോന്നു. പിന്നീട് നാട്ടിലിറങ്ങാതെ ഗോപാലൻ ഖദറിട്ട് സ്കൂൾ മാഷായി മാത്രം നടന്ന് നന്ദി കാണിച്ചു. കുറച്ച് കാലത്തിന് ശേഷം കുറു പ്പിനെ വിട്ട് ബി ജെ പിയിൽ ചേർന്നു. പക്ഷേ, ഇവിടെയൊന്നും മാനവി കത പരിരക്ഷിക്കപ്പെടുന്നില്ലെന്ന ആത്മദുഃഖവുമായി നടന്ന ഗോപാലൻ ബി ജെ പി വിടുകയും ചെയ്തു.

എതിരാളികളെ വിമർശന ശരംകൊണ്ട് തളർത്തിക്കളയുന്ന വാഗ്ധോരണിയുടെ ആൾരൂപമായിരുന്നു പി ആർ എത്രവലിയ ഹൃദയ ബന്ധമുള്ളവരെയും തനിക്കെതിരെ വരുമ്പോൾ നഖശിഖാന്തം എതിർ ക്കുക അദ്ദേഹത്തിന്റെ ശൈലിയായിരുന്നു. പി ആറിന്റെ അനുജനാണ് പി ആർ നായർ (പി രാഘവൻ മാസ്റ്റർ). പി ആറിന്റെ അച്ഛന് രണ്ട് ഭാര്യ മാരുണ്ടായിരുന്നു. അതിലൊരാൾ തിരുവങ്ങാട്ടുള്ള ദേവു എന്ന് പേരുള്ള സ്ത്രീയായിരുന്നു. അവർ നേരത്തെ മരിച്ചുപോയി. അവരുടെ രണ്ട് മക്ക ളാണ് രാഘവനും തങ്കവും. രാഘവൻ വിദ്യാർത്ഥിയായിരിക്കുമ്പോൾ തന്നെ ഇടതുപക്ഷ വീക്ഷണമുള്ള ആളായിരുന്നു. പക്ഷെ രക്ഷിതാവായി മുന്നിൽ നിൽക്കുന്ന ജ്യേഷ്ഠനായ പി.ആറിന്റെ മുമ്പിൽ തന്റെ ആശയ ങ്ങളൊന്നും വെളിപ്പെടുത്തുമായിരുന്നില്ല. എന്നാൽ രാഘവൻ ചെറുപ്പ ത്തിലേ കമ്മ്യൂണിസ്റ്റാണെന്ന് പി ആർ തന്റെ ജീവിതത്തെയും കുടും ബത്തെയും രാഷ്ട്രീയത്തെയും വരച്ചുകാണിച്ച ആത്മകഥയിൽ വിവരി ക്കുന്നുണ്ട്. വിദ്യാഭ്യാസാനന്തരം രാഘവൻ പാനൂർ ഹൈസ്കൂളിൽ അധ്യാപകനായി. സാംസ്കാരിക രംഗത്തും സാമൂഹ്യരംഗത്തും പ്രവർ ത്തിച്ചു. സോഷ്യലിസ്റ്റ് പാർട്ടിയുടെ വേദികളിലും പ്രസംഗിക്കാറുണ്ടാ യിരുന്നു. മനുഷ്യന്റെ സമത്വം, സാഹോദര്യം, ധാർമ്മികത എന്നിവയി ലൂന്നിയ മൂല്യബോധത്തെക്കുറിച്ചുള്ള പ്രബോധനങ്ങളായിരുന്നു പ്രസം ഗവിഷയം. ഒപ്പം സ്വകാര്യസ്വത്ത് സമ്പാദനത്തിന്റെ ദുഷ്യവശങ്ങളും പ്രസംഗത്തിൽ വിഷയമാക്കുമായിരുന്നു. അങ്ങനെ പ്രസംഗത്തിൽ വേറിട്ട

ഒരു സ്വരം രാഘവൻ മാസ്റ്റർ തുടർന്നു. പി ആർ രാഷ്ട്രീയത്തിൽ പല വിധ മലക്കംമറിച്ചിലുകളും അഭ്യാസങ്ങളും കാണിച്ചു. ഒടുവിൽ ഇന്ദി രാഗാന്ധിയുടെ അടിയന്തരാവസ്ഥക്ക് പിന്തുണ പ്രഖ്യാപിച്ച് ഇന്ദിരാ കോൺഗ്രസ്സായി. രാഘവൻ ഈ ഘട്ടത്തിൽ സ്വതന്ത്ര നിലപാടെടുത്തു. അദ്ദേഹം പരസ്യമായി കമ്മ്യൂണിസ്റ്റ് പാർട്ടിയോട് ആഭിമുഖ്യം കാണിച്ചു. 1977 ലെ പാർലമെന്റ് തെരഞ്ഞെടുപ്പിന്റെ രാഷ്ട്രീയ പ്രചരണാർത്ഥം പാർട്ടി വേദികളിൽ പ്രസംഗിക്കുകയും ചെയ്തു. പി.ആറിന് രാഘവന്റെ നിലപാടിനോട് വിയോജിപ്പായിരുന്നു എന്ന് വേണം കരുതാൻ. കാരണം പാത്തിപ്പാലത്ത് കോൺഗ്രസ്സിന്റെ ഒരു സമ്മേളനത്തിൽ ഈ വിഷയം അദ്ദേഹം സംസാരിച്ചു. തന്റെ അനുജനെ ഈ പ്രദേശത്തെ ഒരു രാഷ്ട്രീയ നേതാവും സാഹിത്യകാരനുമായ ഒരാൾ വലയിലാക്കിയിരിക്കുന്നു. എന്റെ അനുജനെയാണ് മാനസാന്തരപ്പെടുത്തിയിരിക്കുന്നത്. അയാളുടെ കൂട്ട ത്തിൽപ്പെട്ടാൽ രാഘവൻ കുഴപ്പത്തിലേക്കാണ് പോവുക. അതാണി പ്പോൾ സംഭവിച്ചിരിക്കുന്നത്. കേട്ടുനിന്നവർക്ക് അറിയാമായിരുന്നു ആരെ ഉദ്ദേശിച്ചാണ് പി ആർ പ്രസംഗിച്ചതെന്ന്. പി ആർ നായർ കർഷക തൊഴി ലാളി സംഘടനയുടെ പ്രവർത്തകനായും നേതാവായും മാറി. ദേശാഭി മാനി സ്റ്റഡി സർക്കിളിന്റെയും തുടർന്ന് പുരോഗമന കലാസാഹിത്യസം ഘത്തിന്റെയും നേതാവായി മാറി. പാനൂർ ഹൈസ്കൂളിലെ പ്രധാനാ ധ്യാപകനായി വിരമിച്ച പി ആർ നായർ പാർട്ടിയുടെയും വിവിധ സാംസ് കാരിക സംഘടനകളുടെയും പ്രവർത്തകനാണ്. മികച്ച സഹകാരിയു മായിരുന്നു അദ്ദേഹം.

കമ്മ്യൂണിസ്റ്റ് സന്യാസി

ഒരേ സമയം ജനങ്ങളിലേക്ക് ഇറങ്ങിച്ചെന്ന് പ്രവർത്തിക്കുന്ന, ഏവ രുടെയും ഇഷ്ട തോഴനായ നേതാവായും സാംസ്കാരിക രംഗത്തെ നിറ സാന്നിധ്യമായും ഐ വി ദാസിനെ കാണാവുന്നതാണ്. ഒരു ഉത്തമനായ കമ്മ്യൂണിസ്റ്റെന്നും 'കമ്മ്യൂണിസ്റ്റ് സന്യാസി' എന്നും മറയില്ലാതെ വിശേ ഷിപ്പിക്കാനുള്ള മൂല്യവും കർമ്മനിരതയും കാത്തുസൂക്ഷിച്ച വ്യക്തിത്വ മായിരുന്നു ദാസിന്റേത്. താൻ വിശ്വസിക്കുന്ന പ്രത്യയ ശാസ്ത്രത്തിന്റെ വിപുലമായ വിശ്വാസ്യത ജനസമൂഹത്തിലെത്തിക്കാൻ ഏതേത് വേഷ പ്രകർച്ചകളണിയാനും അദ്ദേഹത്തിന് വിഷമമുണ്ടായിരുന്നില്ല. അതിന് രാഷ്ട്രീയമെന്നോ സാംസ്കാരികമെന്നോ വ്യത്യാസമില്ല. പല വിശ്വാസ ങ്ങളും ആശയങ്ങളുമായി കഴിയുന്നവരെ കമ്മ്യൂണിസ്റ്റ് ആശയത്തിലേക്ക് ആകർഷിക്കാനുള്ള പ്രത്യയശാസ്ത്ര പ്രതിബദ്ധതയായിരുന്നു ഐ.വി. ദാസ് പ്രകടിപ്പിച്ചിരുന്നത്. ലെനിന്റെ വാക്കുകൾ ഉദ്ധരിച്ചാൽ "I am a party Son" എന്ന പ്രത്യയശാസ്ത്ര വിശ്വാസം ജീവന്റെ അവസാന സ്പന്ദനത്തിലും മുറുകെപ്പിടിച്ച ആളായിരുന്നു ഐ.വി.ദാസ്.

രാഷ്ട്രീയക്കാരനായ സാഹിത്യകാരൻ, സാഹിത്യകാരനായ രാഷ്ട്രീ യക്കാരൻ ഒരു പൊരുത്തക്കേടുമില്ലാതെയാണ് കേരളം മുഴുക്കെ ഐ വി ദാസിനെ സുപരിചിതനാക്കിയത്. ഏത് ആശയഗതിക്കാരനുമായി സംവദിക്കാനും അത് ഒരു ഹൃദയബന്ധമാക്കി വളർത്താനും അദ്ദേഹ ത്തിനുള്ള കഴിവ് അസാധാരണമാണ്. കമ്മ്യൂണിസ്റ്റുകാരല്ലാത്തവരുടെ സ്നേഹാദരവ് ഒരുപാട് നേടിയ വ്യക്തിത്വമായിരുന്നു ഐ വി ദാസിന്റേ ത്. അത് അദ്ദേഹത്തിന്റെ ശവസംസ്കാര ചടങ്ങിൽ കണ്ടതാണ്. ഐ.വി പാനൂർ മേഖലയിൽ ദീർഘകാലം പാർട്ടിക്ക് നേതൃത്വം നൽകി പാർട്ടി യുടെ വളർച്ചയ്ക്ക് അടിത്തറയിട്ടതിൽ സുപ്രധാന പങ്ക് വഹിക്കുകയും

ചെയ്തു. പ്രത്യയശാസ്ത്രത്തിൽ അഗാധമായ അവഗാഹം നേടിയ ഒരു സൈദ്ധാന്തികൻ കൂടിയായിരുന്നു ഐ.വി.ദാസ്. കമ്മ്യൂണിസ്റ്റ് വിരുദ്ധ ആശയങ്ങളോട് എന്നും കർശന നിലപാടുകളായിരുന്നു അദ്ദേഹം സ്വീക രിച്ചിരുന്നത്. പാർട്ടിയിൽ നയവ്യതിയാനം വരുത്തുന്ന പ്രവർത്തകരെയും നേതാക്കളെയും പ്രത്യയശാസ്ത്രത്തിന്റെ ശൈലിയിൽ നിന്നുകൊണ്ട് തിരുത്തുവാൻ ശ്രമിച്ചതും അതിന്റെ ഭാഗമായിരുന്നു. സി.പി.ഐ (എം)ൽ ബദൽ രേഖയുമായി വന്ന എം.വി.രാഘവനെ പ്രത്യയശാസ്ത്രത്തിന്റെ വെളിച്ചത്തിൽ ചോദ്യം ചെയ്യാനും വിമർശിക്കാനും ഐ.വി.ദാസിലെ കമ്മ്യൂണിസ്റ്റിന് മടിയുണ്ടായിരുന്നില്ല. അത് തന്നെയായിരുന്നു അദ്ദേ ഹത്തിന്റെ രാഷ്ട്രീയ പ്രബുദ്ധതയും.

സി എം പി എന്ന ഒരു രാഷ്ട്രീയ പ്രസ്ഥാനം എം വി രാഘവന്റെ നേതൃത്വത്തിൽ ഉടലെടുത്തപ്പോൾ അതിന്റെ രാഷ്ട്രീയ പാപ്പരത്തെ എതിർത്ത് എഴുതുകയും പ്രസംഗിക്കുകയും ചെയ്ത വ്യക്തിയായിരുന്നു ഐ വി ദാസ്. ഒരു കമ്മ്യൂണിസ്റ്റുകാരന്റെ അപച്യുതിയായിട്ടാണ് ആ പാർട്ടിയുടെ നിലപാടുകളെ ദാസ് വിലയിരുത്തിയിരുന്നത്. അതുപോലെ തന്നെ ഭരണവർഗ്ഗത്തിന്റെ കൂടാരത്തിലേക്ക് അധികാരത്തിന് വേണ്ടി കൈനീട്ടാൻ ആ പാർട്ടിക്ക് ഒരു മടിയുമില്ലാതിരുന്നത് കേരളം കണ്ട താണ്. പാനൂർ മേഖലയിൽ നിന്നും എം വി രാഘവന് സി എം പിയി ലേക്ക് ഒരാളെപ്പോലും ലഭിച്ചിരുന്നില്ലെന്നത് എടുത്തുപറയേണ്ട വസ്തു തകൂടിയാണ്. പലരും ശരിയുടെ പക്ഷം ഏതെന്ന് അറിയാതെ അറച്ചു നിന്നപ്പോൾ പ്രത്യയശാസ്ത്രത്തിന്റെ ശരിയായ നിലപാടുകൾ വിശദീ കരിക്കാൻ ഐ.വി.ദാസ് നിരന്തരം ശ്രമിച്ചിരുന്നു.

ഐ വി ദാസിന്റെ ജീവിതം വിപ്ലവ പ്രവർത്തനത്തിനായി നീക്കി വെച്ചതായിരുന്നു. ഒരു "പ്രൊഫഷണൽ റവല്യൂഷനറി" പാനൂരിലെ പ്രത്യേകമായ രാഷ്ട്രീയ അപ്രമാദിത്തത്തിന്റെ മുനയൊടിക്കാൻ ആവി ഷ്ക്കരിച്ച രാഷ്ട്രീയ തന്ത്രങ്ങൾ തന്റെ പ്രത്യയശാസ്ത്ര പ്രബോധനത്തിൽ നിന്നും ആർജ്ജിച്ചെടുത്തതായിരുന്നു. ദാസിന് പിൽക്കാലത്ത് ഏത് രാഷ്ട്രീയ പ്രതിസന്ധികളെയും തന്ത്രപൂർവ്വം മറികടക്കാൻ സാധ്യമാ യതും അതുകൊണ്ടുതന്നെയാണ്.

അടിയന്തരാവസ്ഥയുടെ കാലത്ത് (1975 ൽ) തലശ്ശേരി ഏരിയാ സെക്രട്ടറിയായി പ്രവർത്തിച്ചിരുന്ന അദ്ദേഹം പാർട്ടി പാനൂർ ഏരിയാ രൂപീകരണത്തോടെ പാനൂരിലെ പ്രഥമ സെക്രട്ടറിയായി തെരഞ്ഞെടു ക്കപ്പെടുകയും ചെയ്തു. തുടർന്ന് കണ്ണൂർ ജില്ലാ കമ്മിറ്റിയിലും അംഗ മായി മാറി. പിന്നീട് സംസ്ഥാന കമ്മിറ്റിയിലും അംഗമായി.

സി പി ഐ (എം) പാനൂർ ഏരിയ രൂപീകൃതമായ സമ്മേളനത്തി ലാണ് ഐ വി ദാസ് സെക്രട്ടറിയായത്. മൂന്ന് വർഷത്തിന് ശേഷം പാനു രിന്റെ രാഷ്ട്രീയ ഭൂപടത്തിൽ സി പി ഐ (എം)ന്റെ വളർച്ച വിസ്മയിപ്പി ക്കുന്നതരത്തിലായിരുന്നു. ഒരുകാലത്ത് പാർട്ടിക്കെതിര കൊലവിളി നട ത്തിയ വ്യക്തികളും കുടുംബങ്ങളും പാർട്ടി അനുഭാവികളായിത്തീരുന്ന

കാഴ്ചയായിരുന്നു അത്. ഐ വി ദാസിന് ശേഷം പുതിയ യുവനേതൃത്വ നിരയാണ് പാർട്ടിയെ നയിച്ചത്. സ. പി പി കുഞ്ഞിക്കണ്ണൻ, എ വി ബാലൻ, പി ഹരീന്ദ്രൻ, കെ കെ പവിത്രൻ എന്നിവർ. നിരന്തരം ഉണ്ടാകുന്ന രാഷ്ട്രീയ സംഘട്ടനങ്ങൾ പാനൂരിന്റെ ശാപമാണ്. പഴയകാലത്ത് ഉണ്ടായിരുന്ന സംഘട്ടനങ്ങളും കൊലപാതകങ്ങളും ചരിത്രത്തിന്റെ ശപിക്കപ്പെട്ട ദുർദ്ദിനങ്ങളായിരുന്നു. ഇപ്പോൾ ഹിന്ദുവർഗ്ഗീയവാദികളാണ് സിപിഐ (എം)നെ ഉന്മൂലനം ചെയ്യാൻ കൊലവിളികളുമായി നടക്കുന്നത്. പതിയിരുന്നാക്രമിക്കുകയും സ്ഥാപനങ്ങളും വസ്തുവകകളും നശിപ്പിക്കുകയും ചെയ്യുന്നത് പഴയതിന്റെ തുടർച്ചയായി ഇപ്പോഴും കാണാം. പക്ഷെ അജയ്യ ശക്തിയായി സി പി ഐ (എം) വളരുക തന്നെയാണ്. ചെങ്കൊടിത്തണലിൽ അണിനിരക്കുവാൻ ജനങ്ങൾക്കും ആവേശമാണ്.

ചമ്പാട്ടുകാരനായ കാനബാലൻ ബീഡിത്തൊഴിലാളികളെ സംഘടിപ്പിച്ച് കമ്മ്യൂണിസ്റ്റ് പ്രസ്ഥാനത്തിന്റെ ധീരനായ പ്രയോക്താവായി രാഷ്ട്രീയരംഗത്ത് പ്രവർത്തിക്കുന്നു. സി പി ഐ (എം) പാനൂർ ഏരിയാ കമ്മിറ്റിയംഗമായും ട്രേഡ് യൂണിയൻ നേതാവായും പ്രവർത്തിച്ചുവരുന്നു. കരിയാട് പ്രദേശത്തെ പാർട്ടി നേതാവും ജനപ്രതിനിധിയും ജനസമ്മതനുമാണ് എം സുധാകരൻ മാസ്റ്റർ. സി പി ഐ (എം) ന്റെ പാനൂർ ഏരിയാ കമ്മിറ്റി അംഗമായി പ്രവർത്തിച്ചുരുന്നു. പി കെ കുഞ്ഞനന്തൻ കുന്നോത്ത്പറമ്പ് മേഖലയിൽ എതിരുകളോടേറ്റുമുട്ടി വളർന്നുവന്ന സഖാവാണ്. പാനൂർ രാഷ്ട്രീയത്തിന്റെയും, വർഗ്ഗീയ രാഷ്ട്രീയത്തിന്റെയും ഒളിഞ്ഞും തെളിഞ്ഞുമുള്ള ആക്രമണം സഖാവിന്റെ ജീവിതത്തിന് എന്നും ഭീഷണിയായിരുന്നു. ചെറുത്തുനിൽപ്പിന്റെ പോരാട്ടവീര്യം ഏവർക്കും മാതൃകയാണ്. പാനൂരിന്റെ കിഴക്ക് പാറാട്ട്, ചെറുപ്പം മുതലെ തുന്നൽപ്പണിയെടുത്ത് വളർന്ന ബാലൻ കമ്മ്യൂണിസ്റ്റായി. തന്റെ ചുറ്റു പാടുകളിൽ നിന്നും ആർജ്ജിച്ച അനുഭവങ്ങൾ അയാളെ കമ്മ്യൂണിസ്റ്റാക്കി. അങ്ങനെ സഖാവ് ഏ വി ബാലനായി. സരസഗംഭീരമായ പ്രസംഗം കൊണ്ട് ആരെയും ആകർഷിക്കുന്ന ഏ വി ഐ വി ദാസിന്റെ ഏറ്റവും അടുത്ത സഖാവായിരുന്നു. കർഷകസംഘത്തിന്റെ നേതാവായി പ്രവർത്തിക്കുന്നു. സി പി ഐ (എം) പാനൂർ ഏരിയാ സെക്രട്ടറിയായിരുന്നു. കൂത്തുപറമ്പ് ബ്ലോക്ക് സ്റ്റാന്റിംഗ് കമ്മിറ്റി ചെയർമാനായി പ്രവർത്തിക്കുന്നു. ഐ വി ദാസിന്റെ രാഷ്ട്രീയരംഗത്തെ ഓരോ ചുവടുവെപ്പിലും കരുത്തായി നിഴലായി ഈ സഖാക്കൾ എന്നുമുണ്ടായിരുന്നു.

പാനൂർ മേഖലയിൽ സഖാക്കൾ മൊയാരത്ത് ശങ്കരൻ, വി.എം.കൃ ഷ്ണൻ, മൊട്ടേമ്മൽ ബാലൻ, ഇ രാജുമാസ്റ്റർ, തടത്തിൽ ബാലൻ, യു പി ദാമു, മൂർക്കോത്ത് ചന്ദ്രൻ, കവിയൂർ രാജൻ, മാമൻ വാസു, കേളോത്ത് പവിത്രൻ, സുന്ദരൻ മാസ്റ്റർ, മനോജ്, കനകൻ, കൃഷ്ണൻ നായർ, കുഞ്ഞിക്കണ്ണൻ, അരീക്കൽ അശോകൻ, താഴെയിൽ അഷ്റഫ്, കല്ലായി അനീഷ്, അജയൻ, എം എം ചന്ദ്രൻ, പള്ളിച്ചാൽ വിനോദൻ, ഷൈജു, സുബീഷ് എന്നിവർ വർഗ്ഗീയവാദികളുടെയും രാഷ്ട്രീയ പ്രതിലോമകാ

രികളുടെയും പതിയിരുന്നാക്രമണത്തിൽ ജീവത്യാഗം ചെയ്യേണ്ടിവന്ന
വരാണ്.

കേരളത്തിലെ സ്വാശ്രയവിദ്യാഭ്യാസത്തിലെ നെറികേടുകൾക്കെ
തിരെ പോരാട്ടം സംഘടിപ്പിച്ച യുവജനപ്രസ്ഥാനത്തിന്റെ നേതൃനിരയിൽ
പ്രവർത്തിച്ച സഖാവായിരുന്നു കെ കെ രാജീവൻ. കൂത്തുപറമ്പിൽ വെച്ച്
മന്ത്രി എം.വി.രാഘവനെ കരിങ്കൊടി കാണിച്ച് പ്രകടനം നടത്തുന്ന വേള
യിൽ പൊലീസ് നിർദ്ദാക്ഷിണ്യം വെടിവെപ്പ് നടത്തുകയുണ്ടായി. അതിൽ
അഞ്ച് പേർ തൽക്ഷണം മരിച്ചുവീണു. രണ്ടുപേർ പാനൂർ മേഖലയിലെ
ഉശിരന്മാരായിരുന്നു. സഖാവ് രാജീവനും ഷിബുലാലും. മധു, ബാബു,
റോഷൻ എന്നിവരായിരുന്നു മറ്റുള്ളവർ. 180 ൽപരം സഖാക്കൾക്ക് ആ
പൊലീസ് നായാട്ടിൽ പരിക്കേൽക്കുകയും ചെയ്തിരുന്നു. ഈ രക്ത
സാക്ഷി സഖാക്കളുടെ നാമധേയത്തിൽ, ജ്വലിക്കുന്ന ഓർമ്മകളുടെ
നേർസാക്ഷ്യമായി സാംസ്കാരിക സ്ഥാപനങ്ങളും ഗ്രന്ഥാലയങ്ങളും
പ്രവർത്തിച്ചുവരുന്നു. സ. പുഷ്പൻ അന്നത്തെ കിരാതമായ പൊലീസ്
വെടിവെപ്പിൽ നട്ടെല്ലിന് ക്ഷതമേറ്റ് ഇന്നും കിടപ്പിലാണ്... ജീവിക്കുന്ന
രക്തസാക്ഷിയായി.

മൊകേരിയുടെ വടക്ക്, കിഴക്കെ കതിരൂരിൽ 1999 ആഗസ്ത് 25നാണ്
സി പി ഐ (എം) നേതാവായിരുന്ന പി ജയരാജനെ തിരുവോണ നാളിൽ
വൈകുന്നേരം സ്വന്തം വീട്ടിൽ കയറി ഒരുപറ്റം ആർ എസ് എസ് നരാധ
മന്മാർ അക്രമിച്ചത്. ബോംബെറിഞ്ഞും വടിവാൾകൊണ്ട് വെട്ടിയും ശരീ
രമാസകലം ക്രൂരമായി മുറിവേൽപ്പിക്കുകയായിരുന്നു. മരിച്ചെന്ന് കരുതി
അക്രമിസംഘം തിരിച്ചുപോയി. പക്ഷെ ജീവന്റെ കണിക അൽപ്പമാത്രം
ഇടനെഞ്ചിൽ അവശേഷിക്കുന്നുണ്ടായിരുന്നു. സ്വന്തം ഇച്ഛാശക്തി
കൊണ്ടും സഖാക്കളുടെ പരിചരണം കൊണ്ടും ആ ധീരനായ കമ്മ്യൂ
ണിസ്റ്റുകാരൻ മരണത്തെ തോൽപ്പിച്ചുകൊണ്ട് കമ്മ്യൂണിസ്റ്റ് പ്രസ്ഥാന
ത്തിന്റെ നേതാവായി ജനങ്ങളോടൊപ്പം ജനങ്ങൾക്ക് വേണ്ടി ജീവി
ക്കുന്നു. കമ്മ്യൂണിസ്റ്റ് കരളുറപ്പിന്റെ പ്രതീകമാണ് അജയ്യനായ സ: ജയ
രാജൻ. വർഗ്ഗീയ ശക്തികൾക്ക് കൊടിയ ഭീഷണിയും

പാനൂരിന്റെ രാഷ്ട്രീയത്തിൽ സ. പാട്യം ഗോപാലനും നിർണായക
മായ സ്വാധീനം ചെലുത്തിയിരുന്നു. വിദ്യാർത്ഥിയായിരിക്കുമ്പോൾ
ഗോപാലൻ പുതുശ്ശേരി ഗോപാലൻ എന്ന പേരിൽ കവി സദസ്സുകളിൽ
പങ്കെടുക്കുമായിരുന്നു. പത്തായക്കുന്നിലെ വാഗ്ഭടാനന്ദ ഗുരു സ്മാരക
ത്തിൽ സാഹിത്യ ചർച്ചയിലെ പതിവ് പങ്കാളിയുമായിരുന്നു. വാഗ്ഭടാന
ന്ദന്റെ ആശയങ്ങളിൽ നിന്നും ലഭിച്ച കരുത്താണ് പാട്യത്തെ ഒരു
വാഗ്മിയും വിപ്ലവകാരിയുമാക്കിയത്. തുടർന്ന് രാഷ്ട്രീയത്തിലും പ്രസം
ഗത്തിലും ശ്രദ്ധേയനായി വളർന്നു. 1957 ൽ പാർട്ടി അംഗമായി. പിന്നീട്
മുഴുവൻ സമയ പാർട്ടി പ്രവർത്തകനായി. ബിരുദാനന്തര ബിരുദധാരി
യായ ഗോപാലൻ പാട്യംസ് കോളജിലെ അധ്യാപകനായിരുന്നു. ഒപ്പം
രാഷ്ട്രീയപ്രവർത്തനവും ഇതിനിടയിലാണ് ഡി ഐ ആർ പ്രകാരം

അറസ്റ്റ് ചെയ്യപ്പെടുകയും കണ്ണൂർ ജയിലിൽ 16 മാസം തടവുകാരനാ യതും. 1965 ൽ കേരള നിയമസഭയിലേക്ക് നടന്ന തെരഞ്ഞെടുപ്പിൽ ജയി ലിൽ കിടന്നുകൊണ്ടാണ് സഖാവ് മത്സരിച്ചത്. വമ്പിച്ച ഭൂരിപക്ഷത്തിൽ വിജയിക്കുകയും ചെയ്തു. എതിരാളികളെപ്പോലും ഞെട്ടിച്ച രാഷ്ട്രീയ സംഭവമായിരുന്നു അത്. പാർലമെന്റ് മെമ്പറെന്ന നിലയിലും കേരള നിയമസഭാംഗമെന്ന നിലയിലും അദ്ദേഹത്തിന്റെ പ്രവർത്തനങ്ങളും പ്രസംഗവുമെല്ലാം അനുകരണീയമാണ്. 1978 സപ്തംബർ 27ന് 42-ാമത്തെ വയസ്സിലായിരുന്നു അന്ത്യം. അടിയന്തിരാവസ്ഥയുടെ കാലത്ത് കണ്ണൂർ ജില്ലാ സെക്രട്ടറി പദം ഏറ്റെടുക്കുകയും വളരെ ക്ലേശ കരമായ ഒളിവ് ജീവിതത്തിലൂടെ പാർട്ടിയെ സംരക്ഷിക്കുകയും ചെയ്തു പോന്നു. ക്ലേശപൂരിതമായ ജീവിതമാണ് ആ ഉത്തമ കമ്മ്യൂണിസ്റ്റിന് അകാലത്തിൽ അന്ത്യമുണ്ടാകാൻ കാരണമായത്.

പാനൂരിൽ ദാസ് തന്റെ സാന്നിധ്യം ഉറപ്പിച്ച് രാഷ്ട്രീയ പ്രവർത്തനം നടത്തുന്നതിനിടയിൽ കേരളത്തിലെമ്പാടുമുള്ള സാഹിത്യകാരന്മാരും, ബുദ്ധിജീവികളുമായും നല്ല ബന്ധം സ്ഥാപിച്ചിരുന്നു. ദേശാഭിമാനി സ്റ്റഡി സർക്കിളിന്റെ ഊർജ്ജസ്വലനായ പ്രവർത്തകനായി ഐ.വി.ദാസ് രംഗ ത്തുണ്ടായിരുന്നു. സിമ്പോയിസങ്ങളിലെ വിഷയാവതാരകനായും, വിമർശകനായും നൂറ് നൂറ് വേദികളിൽ ഐ വി ദാസിന്റെ സാന്നിധ്യം ഉണ്ടായിട്ടുണ്ട്. തുടർന്ന് വന്ന പുരോഗമന കലാസാഹിത്യ സംഘത്തിന്റെ ജില്ലാ സെക്രട്ടറിയായും സംസ്ഥാന ഭാരവാഹിയായും അദ്ദേഹം പ്രവർ ത്തിച്ചിരുന്നു.

പാനൂരിന്റെ സാഹിത്യപ്പെരുമ

പാനൂർ പ്രദേശം സ്വാതന്ത്ര്യ പ്രസ്ഥാനത്തിന്റെ ആരംഭകാലത്തിന് മുമ്പ് തന്നെ സാഹിത്യ സാംസ്കാരിക പ്രതിഭകളുടെ ഒരു പ്രദേശം കൂടിയായിരുന്നു. സരസ കവി നാരായണൻ നമ്പ്യാർ പാനൂരിന്റെ യശ സ്സിനെ നാടെങ്ങും വ്യാപിപ്പിച്ച പ്രസിദ്ധനായ കവിയും നാടകകൃത്തുമാ യിരുന്നു. പിൽക്കാലത്ത് മലയാളത്തിലെ നിരൂപക പ്രതിഭയും, ദേശാഭി മാനി വാരിക പത്രാധിപരും, കോളജ് അധ്യാപകനുമായിരുന്ന തായയട്ട് ശങ്കരൻ പാനൂരിന്റെ സംഭാവനയാണ്.

ആലക്കുന്നുമ്മൽ തറവാട്ടിൽ ചന്തുനമ്പ്യാരുടെ മരുമകൻ ശങ്ക രനെയാണ് പിൽക്കാലത്ത് തായയട്ട് ശങ്കരൻ എന്ന സാംസ്കാരിക-വി ദ്യാഭ്യാസ പ്രതിഭയായി കേരളം വാഴ്ത്തിയത്.

ആലക്കുന്നുമ്മൽ ശങ്കരൻ നമ്പ്യാർ തായയട്ട് ശങ്കരനായത് ഇന്ന് അറിയപ്പെടേണ്ട ഒരു കഥയാണെന്ന് ശ്രീ. കെ പാനൂർ അനുസ്മരിക്കു ന്നത് ഇങ്ങനെയാണ്: "മഹാ പിശുക്കനായ തറവാട്ടുകാരണവർ ചുറ്റു മുള്ള പാവങ്ങളായ കർഷകർക്ക് പണം കടംകൊടുത്ത് അമിത പലിശ വസൂൽ ചെയ്ത് സമ്പന്നനായിത്തീർന്ന ആളാണ്. വീട്ടിൽ സന്ധ്യാദീപം കത്തിക്കുന്നതിന് മുമ്പ് പണം തിരിച്ചുകൊണ്ടുവന്നില്ലെങ്കിൽ കൂടുതൽ പലിശ വസൂൽ ചെയ്യുമെന്നായിരുന്നു കാരണവരുടെ വ്യവസ്ഥ. പാവ ങ്ങളെ പറ്റിക്കാൻ സന്ധ്യാദീപം നേരത്തെ തന്നെ കത്തിച്ച സന്ദർഭങ്ങൾ ആ തറവാട്ടിൽ ധാരാളമായിരുന്നു........." മരുമകനായ ശങ്കരന് എട്ടാം ക്ലാസ് പാസായതിന് ശേഷം തുടർന്ന് പഠിക്കാൻ കഴിയാതെ മൂന്ന് കൊല്ലം വെറുതെ വീട്ടിലിരിക്കേണ്ടിവന്നു...... തുടർന്ന് പഠിക്കാനുള്ള ശങ്ക രന്റെ നിർബന്ധം മൂത്തപ്പോൾ അമ്മ സഹോദരനായ തറവാട്ടുകാരണ വരെ ചെന്നു കണ്ടു കാര്യം പറഞ്ഞു. പക്ഷേ, "വേണ്ടാ.... അവന്

ഞാനെന്റെ തൊഴില് നല്കും - എന്റെ കൂടെ വരാൻ പറയൂ" എന്ന ഉഗ്രശാസനം. അങ്ങനെ അമ്മാവനോടൊപ്പം പാലും, മോരും മൺപാത്ര ത്തിലാക്കി അകലെയുള്ള ടൗണിൽ വിൽക്കുവാൻ കാരണവരോടൊപ്പം പോയിത്തുടങ്ങി. തലശ്ശേരിയിലെത്താൻ ആറ് നാഴികയിലധികം വെയി ലേറ്റ് നടക്കണം. ഭക്ഷണമോ, ദാഹജലമോ കാരണവർ വാങ്ങിക്കൊടു ക്കുമായിരുന്നില്ല. ഒരുനാൾ സഹികെട്ട് ചായ കുടിക്കണമെന്ന് പറഞ്ഞ പ്പോൾ "വേണ്ട-വീട്ടിലെത്തിയിട്ട് സംഭാരം കുടിച്ചാൽ മതി"..... അന്ന് ആ അഗ്നിപർവ്വതം പൊട്ടിത്തെറിച്ചു. "ഇനി ഈ പണിക്ക് എന്നെ നോക്കേണ്ട".... കൈയ്യിലെ മൺപാത്രം കാരണവരുടെ മൂക്കിന് താഴെ വയലിലെറിഞ്ഞുടച്ചു....... ആ അമ്മ പിന്നീട് വളരെ ക്ലേശിച്ചാണ് ശങ്ക രനെ കതിരൂർ ഹൈസ്കൂളിൽ അയച്ച് പഠിപ്പിച്ച് ആളാക്കിയത്.

കോൺഗ്രസ്സിന്റെ ശക്തനായ വാഗ്മിയായിരുന്നു ശങ്കരൻ. കവി വി വി കെയുടെ പ്രിയപ്പെട്ട ശിഷ്യനുമായിരുന്നു. ഹൈസ്കൂൾ വിദ്യാഭ്യാസ കാലത്ത് തന്നെ പല വേദികളിലും പ്രസംഗത്തിന് പോകുമായിരുന്നു. മുതിർന്നപ്പോൾ കമ്മ്യൂണിസ്റ്റ് വിരുദ്ധ ചേരിയിൽ ആയിരുന്നു അദ്ദേഹം. എന്നാൽ ഒടുവിൽ തായയട്ട് മാർക്സിസ്റ്റായി. പാർട്ടി അംഗവുമായി. 'ഞാൻ എങ്ങനെ ഒരു കമ്മ്യൂണിസ്റ്റല്ലാതെയായി?' എന്ന് ഉറക്കെ ചിന്തിച്ച വ്യക്തി യെയാണ് ശങ്കരനിലൂടെ രാഷ്ട്രീയ കേരളം കണ്ടത്. 'തായാട്ടിന്റെ സ്വകാര്യ ചിന്തകൾ' എന്ന മുഖപ്രസംഗം ആ കാലത്ത് ദേശാഭിമാനി വാരികയിൽ വരുമ്പോൾ അതിനായി കാത്തിരുന്ന ഒരു ബുദ്ധിജീവി സമൂഹം കേരളത്തിലുണ്ടായിരുന്നു. സാംസ്കാരിക പ്രസിദ്ധീകരണങ്ങ ളിൽ പത്രാധിപർ എഴുതുന്ന മുഖപ്രസംഗങ്ങൾക്ക് എക്കാലത്തും ഒരു മാതൃകയായിരുന്നു തായാട്ടിന്റെ 'സ്വകാര്യ ചിന്തകൾ' എന്നത് ഒരു അതി ശയോക്തിയല്ല.

ഐ വി ദാസിന് തായയട്ട് ശങ്കരൻ ശങ്കരേട്ടനാണ്. ഒരു ജ്യേഷ്ഠസ ഹോദരനെപ്പോലെ.... ഐ വി ദാസുമായി സാംസ്കാരിക രംഗത്തെ അഭേ ദ്യമായ ബന്ധം ഏവർക്കും അറിയാവുന്നതാണ്. കേരള ഗ്രന്ഥശാലാ പ്രസ്ഥാനത്തിന്റെ നേതൃനിരയിൽ നിരവധി വർഷക്കാലം ഒരുമിച്ചുണ്ടാ യിരുന്നവരുമാണ് അവർ.

പാനൂർ സാഹിത്യവേദി കെ പാനൂർ, കെ പൊന്ന്യം, കെ തായട്ട് എന്നീ പ്രതിഭകളും ഉൾക്കൊള്ളുന്നതായിരുന്നു. ശ്രീ. പി ആർ നായർ പറയുന്നത്: ഇത് 'കെ ത്രയ'ത്തിന്റെ സംഗമം എന്നാണ്. ഈ പ്രതിഭക ളുടെ ഒപ്പം സദാ സാംസ്കാരിക സദസ്സിലും സംഘാടനത്തിലും ദാസും ഉണ്ടായിരുന്നു.

കെ പാനൂർ അറിയപ്പെടുന്ന എഴുത്തുകാരനാണ്. സർക്കാർ ഉദ്യോ ഗസ്ഥൻ - ഡെപ്യൂട്ടി കലക്ടർ പദവിയിൽ നിന്നാണ് വിരമിച്ചത്. ആദിവാ സികളുടെ ഉന്നമനത്തിനായി പ്രവർത്തിക്കാൻ സ്വയം സന്നദ്ധത കാണിച്ച വ്യക്തിയാണ് കെ പാനൂർ. *കേരളത്തിലെ ആഫ്രിക്ക* സാംസ് കാരിക രാഷ്ട്രീയ കേരളം ഉറ്റുനോക്കിയതും, ചർച്ച ചെയ്തതും കേരള

സർക്കാർ നിരോധിക്കാൻ ഉത്തരവിട്ടതുമായ പുസ്തകമാണ്. യുനസ്കോ അവാർഡ് ആ പുസ്തകത്തെ തേടി വരികയും ചെയ്തു. ആദിവാസി മേഖലയുമായി ബന്ധപ്പെട്ട് മറ്റ് പുസ്തകങ്ങളും അദ്ദേഹം രചിച്ചിട്ടുണ്ട്. രാമാശ്രമം അവാർഡും ലഭിച്ചിരുന്നു. ഐ വി ദാസുമായി അടുത്ത ബന്ധം പുലർത്തിയ വ്യക്തിയായിരുന്നു അദ്ദേഹം. ഐ വി ദാസ് ഗ്രന്ഥ ശാലാ സംഘത്തിന്റെ സെക്രട്ടറിയായി (കേരള സ്റ്റേറ്റ് ലൈബ്രറി കൗൺസിൽ) ചുമതലയേറ്റപ്പോൾ സർക്കാർ അനുവദിച്ച ശമ്പളം പറ്റാതെ വളരെ കുറഞ്ഞ തുക മാത്രം സ്വീകരിച്ചതിനെ ഒരു ഓർമ്മക്കു റിപ്പിൽ കെ.പാനൂർ വിവരിക്കുന്നുണ്ട്. "തനിക്ക് നിയമാനുസാരം ലഭി ക്കുമായിരുന്ന ശമ്പളത്തിന്റെ വലിയഭാഗം പോലും ഉപേക്ഷിക്കുകയും അത് വലിയ രഹസ്യമാക്കി വെക്കുകയും ചെയ്ത ആളുടെ കുടുംബ ത്തിലെ സ്ഥിതി എന്തായിരുന്നുവെന്നുകൂടി ചിന്തിക്കുമ്പോഴാണ് അവി ശ്വസനീയം....." "മന്ദഹസിക്കുന്ന മാർക്സിസ്റ്റ്" എന്ന ഒരു ലേഖനത്തിൽ ദാസിന്റെ കൊച്ചുവീട്ടിൽ പോയ നേരത്തെ അനുഭവത്തിന്റെ വെളിച്ച ത്തിലാണ് കെ പാനൂർ ഇങ്ങനെ അനുസ്മരിക്കുവാൻ കാരണമായത് എന്ന് വ്യക്തം.

കെ പൊന്ന്യം ഈ സാഹിത്യ കളരിയിൽ അംഗമായിരുന്നു. കവി യായി സാഹിത്യത്തിൽ പ്രവേശിച്ച് കഥാകൃത്തായിത്തീർന്ന പ്രതിഭാധ നനാണ് കെ പൊന്ന്യം. കതിരൂർ ഹൈസ്കൂളിൽ കവി വി വി കെയുടെ ശിഷ്യനായിരുന്നു. പഠനകാലത്ത് ഒപ്പം പഠിച്ച ശങ്കരൻ മുൻഗാമിയാണെ ങ്കിലും കോളജ് മാഷായി. അനുജൻ കെ തായാട്ട് സ്കൂൾ മാഷായി. പക്ഷേ കെ പൊന്ന്യം റെയിൽവെ സ്റ്റേഷൻ മാഷായി എന്ന് കെ പൊന്ന്യം തന്നെ ഒരിക്കൽ പറയുകയുണ്ടായി. ഐ വി ദാസിന്റെ നാമധേയത്തിൽ മൊകേരിയിൽ പാത്തിപ്പാലത്ത് ഐ വി ദാസ് സ്മാരക മന്ദിരം, ഗ്രന്ഥാ ലയം, പഠനകേന്ദ്രം എന്ന സ്ഥാപനത്തിന്റെ ഉദ്ഘാടന ചടങ്ങിൽ പങ്കെ ടുക്കാൻ അദ്ദേഹത്തെ ക്ഷണിക്കാൻ പോയ സന്ദർഭത്തിൽ, ദാസിനെ കുറിച്ചുള്ള ചിന്തകൾ.... ഒടുവിൽ കണ്ണീരായി മാറുകയായിരുന്നു. അത്ര മാത്രം ഹൃദയബന്ധം അവർ തമ്മിലുണ്ടായിരുന്നുവെന്നതിന് ആ കണ്ണീർതുള്ളികൾ സാക്ഷിയായി. 'രമ്യഗോപുരങ്ങൾ പണിയുന്ന നേതാ ക്കന്മാർക്കിടയിൽ സ്നേഹഗോപുരം പണിയുന്നവനാണ് ഐ വി ദാസ് എന്നും പറഞ്ഞുകൊണ്ടായിരുന്നു വിങ്ങിപ്പൊട്ടിയത്'.

തായാട്ട് കുഞ്ഞനന്തൻ - കെ തായാട്ട്. തായാട്ട് ശങ്കരന്റെ അനു ജൻ. അറിയപ്പെടുന്ന കോൺഗ്രസ്സുകാരനാണ്. ഒപ്പം അധ്യാപകനും എഴു ത്തുകാരനും. 'പാനൂർ രാഷ്ട്രീയ'ത്തിന്റെ കയ്പുനീർ കുടിക്കേണ്ടിവന്ന വ്യക്തിയും കൂടിയായിരുന്നു. 'കഥകളുടെ മുത്തച്ഛൻ' എന്ന ബഹുമതി കൊടുത്തുകൊണ്ട് മലയാള സാഹിത്യം അദ്ദേഹത്തെ ആദരിക്കുന്നു. ചമ്പാട് പ്രദേശത്ത് ദാസ് പോയാൽ തായാട്ടിന്റെ വീട്ടിൽ സന്ദർശിക്കാ തിരിക്കില്ല. രാഷ്ട്രീയ നിറവ്യത്യാസം ഉണ്ടെങ്കിലും സ്നേഹാദരവുകൾക്ക് നിറവ്യത്യാസമില്ലായിരുന്നു. ഒരിക്കൽ കെ തായാട്ട് രസം പറഞ്ഞത് ഇങ്ങ

നെയാണ്: ചമ്പാട്ടങ്ങാടിയിൽ ദാസ് പൊതുയോഗത്തിൽ പ്രസംഗിക്കാൻ വന്നാൽ എന്റെയടുത്തുവരും. ഇവിടുന്നു ചില്ലറ ഭക്ഷണവും കഴിച്ചിട്ടാണ് മൂപ്പറ് എന്റെ പാർട്ടിയെ വിമർശിക്കാൻ പോവുക. എത്രയായാലും ദാസ് വലിയ മനുഷ്യസ്നേഹിയാണ് ശുദ്ധഹൃദയനുമാണ്. എനിക്ക് ഉടപ്പിറപ്പ് പോലെയുമാണ്."

പാട്യം ഗുരുദേവവിലാസം വായനശാലയിൽ സാഹിത്യ കൂട്ടായ്മയിലെ പ്രധാന അംഗമായിരുന്നു കെ പി ബി പാട്യം എന്ന ആലമ്പറ്റ ബാലകൃഷ്ണൻ നമ്പ്യാർ. ഭാവനാസമ്പന്നനായ ഒരു കവിയായിരുന്നു, ഐ വി ദാസിന്റെ ഉറ്റമിത്രവും. 'മോഹഭംഗം' കവിയെ ബാധിച്ച ഒരു വികാരമായിരുന്നു. അതായിരുന്നു കവിതകളിലും പ്രതിഫലിച്ചിരുന്നത്. മദിരാശിയിൽ പ്രസിദ്ധീകരിച്ച ജയകേരളം, ലോകവാണി എന്നിവയുടെ പത്രാധിപരായി അദ്ദേഹം പ്രവൃത്തിച്ചിരുന്നു. ഗാനചിത്രങ്ങൾ, കെ പി ബി പാട്യത്തിന്റെ കവിതകൾ എന്നിവ സമാഹാരകൃതികളാണ്. ഉദാത്തമായ മാനവികതയുടെ വിളംബരമായിരുന്നു ഇതിലെ കവിതകൾ. അമ്പതുകളിൽ അദ്ദേഹം എഴുതി

പിറന്നമണ്ണിൽ കുരുതിയൊഴുക്കാൻ കലഹമൊരുങ്ങുന്നു

....

മതാന്ധരേതോ പിശാചുകാട്ടിയോരിരുണ്ട ലോകത്തിൽ

ഐ വി ദാസ് അദ്ദേഹത്തിന്റെ വേർപാടിന് ശേഷം എഴുതിയ അനുസ്മരണത്തിൽ: "എന്റെ മനസ്സിനെ വല്ലാതെ അലട്ടിയിരുന്ന അദ്ദേഹത്തിന്റെ ചിരി എന്റെ ദുഃഖസ്മരണകളിൽ ഒന്നായി ഞാനിപ്പോഴും കാണുന്നു". വിഷാദ രോഗിയായ കെ പി ബി പാട്യം 1969ൽ 41-ാമത്തെ വയസ്സിൽ അന്തരിച്ചു.

വായനയിൽ വിപ്ലവം

തിരുവിതാംകൂർ ഗ്രന്ഥശാലാ സംഘത്തിന്റെ പ്രവർത്തനം നടന്നു കൊണ്ടിരിക്കുന്ന കാലം. കേരളപ്പിറവിയോടുകൂടി 1956ൽ, പി എൻ പണി ക്കർക്ക്, ദാസ് ഒരു കത്തെഴുതി. ആ കത്തിന് പ്രോത്സാഹനജനകമായ ഒരു മറുപടിയും കിട്ടി. അങ്ങനെ, പാട്യം പത്തായക്കുന്നിൽ 'വാഗ്ഭടാ നന്ദ ഗുരുദേവ വിലാസം' ഗ്രന്ഥാലയത്തിൽ ഒരു യോഗം വിളിച്ചുചേർത്തു. ആ യോഗത്തിൽ അന്നത്തെ കോട്ടയം താലൂക്കിലെ ഗ്രന്ഥശാലകളുടെ ഏതാനും പ്രവർത്തകരാണ് എത്തിച്ചേർന്നിരുന്നത്. അവിടെ വെച്ചാണ് മലബാറിൽ, കോട്ടയം താലൂക്ക് ഗ്രന്ഥശാലാ സംഘം രൂപീകൃതമാകു ന്നത്. അതിന്റെ സെക്രട്ടറി ഐ വി ദാസും. ആ യോഗത്തിൽ പി എൻ പണിക്കരുടെ സാന്നിധ്യവും ഉണ്ടായിരുന്നുവെന്നാണ് ചിലരുടെ ഓർമ്മ യിലുള്ളത്. ആ താലൂക്ക് സംഘം തുടർന്ന് കേരള ഗ്രന്ഥശാലാ സംഘ വുമായി ചേർന്ന് പ്രവർത്തനനിരതമായി.

ദേശീയ പ്രസ്ഥാനത്തിന്റെ ഭാഗമായിട്ടാണ് മലബാറിൽ ഗ്രന്ഥശാ ലകൾ വളരുകയും വികസിക്കുകയും ചെയ്തിരുന്നത്. 1901ൽ തലശ്ശേരി യിൽ സ്ഥാപിക്കപ്പെട്ട വിക്ടോറിയാ സ്മാരക ലൈബ്രറി അതിലൊന്നാണ്. പിന്നീട് അത് 1948ൽ ആസാദ് ലൈബ്രെറിയായി. ഇന്നത് താലൂക്ക് ലൈബ്രറി പദവിയിൽ വിപുലമായ സൗകര്യങ്ങളോടെ പ്രവൃത്തിച്ചുവ രുന്ന ഒരു ഗ്രന്ഥപ്പുരയാണ്. തലശ്ശേരി കോട്ടക്ക് സമീപത്താണ് അതിന്റെ കെട്ടിടം സ്ഥാപിതമായത്.

നവോത്ഥാന പ്രസ്ഥാനത്തിന്റെ സ്വാധീനഫലമായി പലയിടങ്ങ ളിലും ഗ്രന്ഥശാലകൾ ഉയർന്നുവന്നിരുന്നു. അന്ന് മലബാർ മേഖലയിലെ ഗ്രന്ഥശാലാ പ്രസ്ഥാനത്തെ കൂട്ടിയോജിപ്പിക്കാൻ പരിശ്രമിച്ചത് കെ ദാ മോദരൻ എന്ന ദാർശനികനായിരുന്നു. 1937 ൽ ജൂൺ 11 ന് കോഴിക്കോട്

ടൗൺ ഹാളിൽ മലബാറിലെ നൂറ്റമ്പതോളം ഗ്രന്ഥശാലകളെ പ്രതിനി ധീകരിച്ച് മുന്നൂറോളം പ്രതിനിധികൾ പങ്കെടുത്ത ഒരു സമ്മേളനം നടന്നു. അതിന്റെ ഉദ്ഘാടകൻ ശ്രീ. കെ കേളപ്പനായിരുന്നു. കെ ദാമോദരൻ കൺവീനറായി ഒരു കമ്മിറ്റിയെ തെരഞ്ഞെടുക്കുകയുണ്ടായി. ആ കമ്മി റ്റിയിൽ മൊയാരത്ത് ശങ്കരനും കെ പി ആർ ഗോപാലനും അംഗമായി രുന്നു. മൊത്തം പതിനേഴ് പേർ ഉൾക്കൊള്ളുന്ന കമ്മിറ്റി. 1958ൽ പന മ്പിള്ളി ഗോവിന്ദ മേനോൻ പ്രസിഡണ്ടും പി എൻ പണിക്കർ സെക്രട്ടറി യുമായി കമ്മിറ്റി നിലവിൽ വന്നു.

1963ൽ തെരഞ്ഞെടുക്കപ്പെട്ട ഭരണ സമിതി അംഗമായിട്ടാണ് കേരള ഗ്രന്ഥശാലാ സംഘത്തിൽ ഐ വി ദാസ് എത്തുന്നത്. അന്ന് പ്രസി ഡണ്ട് ആർ ശങ്കരായിരുന്നു. പി എൻ പണിക്കർ സെക്രട്ടറിയും. അതിന് മുമ്പ് തന്നെ ഗ്രന്ഥശാലാ സംഘത്തിന്റെ ജില്ലാ സമിതികളെ നിയിക്കു ന്നതിൽ ഐ വി ദാസിന്റെ പരിശ്രമം ശ്രദ്ധേയമായിരുന്നു.

1973 ൽ നടന്ന ഗ്രന്ഥശാലാസംഘം തെരഞ്ഞെടുപ്പിൽ ഇടതുപക്ഷ ത്തിന് മുൻതൂക്കമുള്ള ഒരു സമിതി അധികാരത്തിലെത്തി. പക്ഷേ ഭാര വാഹികളുടെ കാര്യത്തിൽ രാഷ്ട്രീയാതീതമായ ഒരു തീരുമാനമായിരുന്നു. തായാട്ട് ശങ്കരൻ പ്രസിഡണ്ട്, തെങ്ങമം ബാലകൃഷ്ണൻ, ആർ.അച്ചുതൻ നായർ വൈസ് പ്രസിഡണ്ടുമാർ, പി എൻ പണിക്കർ സെക്രട്ടറി, ഐ വി ദാസ്, കെ രാജഗോപാലൻ നായർ ജോ. സെക്രട്ടറിമാർ എന്നിവർ അടക്കം ഒമ്പത് പേരുള്ള കമ്മിറ്റിയാണ് ഭരണത്തിലേറിയത്.

വിദ്യാഭ്യാസ സാംസ്കാരിക മേഖലയിൽ ശക്തമായി ഇടപെടുന്ന തിന് സാധിക്കുന്ന ഒരു ജനകീയ പ്രസ്ഥാനമായിട്ടാണ് ശാസ്ത്രീയവും പ്രായോഗികവുമായ കേരള സ്റ്റേറ്റ് ലൈബ്രറി കൗൺസിൽ ബിൽ 1989ൽ കേരളത്തിന് കരഗതമാവുന്നത്. ആദ്യ സ്റ്റേറ്റ് ലൈബ്രറി കൗൺസിൽ പ്രസിഡണ്ട് മലയാളത്തിന്റെ പ്രിയ കവി കടമ്മനിട്ട രാമകൃഷ്ണനും സെക്രട്ടറി പത്രപ്രവർത്തകനും ഗ്രന്ഥകാരനുമായ ഐ വി ദാസും. 1999 ൽ വീണ്ടും രണ്ടാം സ്റ്റേറ്റ് ലൈബ്രറി കൗൺസിലിൽ കടമ്മനിട്ട രാമകൃ ഷ്ണനെ പ്രസിഡണ്ടായും ഐ വി ദാസിനെ സെക്രട്ടറിയായും തെര ഞ്ഞെടുത്തു.

മാറുന്ന കാലത്തിനും ലോകത്തിനും അനുസൃതമായി ഗ്രന്ഥശാല കളെ നവീകരിക്കാനുള്ള ശ്രമങ്ങളാണ് കേരള സ്റ്റേറ്റ് ലൈബ്രറി കൗൺ സിലിന്റെ പിറവിയോടെ സാംസ്കാരിക കേരളത്തിന് കാണാനായത്. സാക്ഷരതാ പ്രവർത്തനം ലൈബ്രറി കൗൺസിലിന്റെ പ്രശംസനീയ മായ ഒരു കർമ്മ പദ്ധതിയുടെ വിജയമായിരുന്നു.

ലൈബ്രറി കെട്ടിടങ്ങൾക്ക് ഗ്രാന്റ് അനുവദിച്ചുകൊണ്ടുള്ള പദ്ധതി കൾ ആവിഷ്ക്കരിച്ചു. എം പിമാരുടെയും, എം എൽ എമാരുടെയും പ്രാദേ ശിക വികസന ഫണ്ട് കൂടി ഗ്രന്ഥശാലകളുടെ വികസനത്തിനായി വിനി യോഗിക്കാമെന്ന പുതിയ ഉത്തരവുകൾ നടപ്പായതോടെ ഗ്രന്ഥശാലക ളുടെ ഭൗതിക സാഹചര്യങ്ങൾ മെച്ചപ്പെടുത്താൻ സഹായകമായി.

ലൈബ്രറി ഗ്രാന്റും,അലവൻസും വർദ്ധിപ്പിച്ചു. ആധുനിക സംവിധാന ങ്ങളും സജ്ജീകരണങ്ങളും ഗ്രന്ഥശാലകളുടെ പ്രവർത്തനത്തിനായി വിനിയോഗിക്കാനുള്ള നടപടികളുമുണ്ടായി.

അക്കാദമിക് സ്റ്റഡി സെന്ററുകൾ, മോഡൽ വില്ലേജ് ലൈബ്രറികൾ, കരിയർ ഗൈഡൻസ് സെന്ററുകൾ, താലൂക്ക് റഫറൻസ് ലൈബ്രറികൾ എന്നിവ രണ്ടാം സ്റ്റേറ്റ് ലൈബ്രറി കൗൺസിലിന്റെ സംഭാവനകളാണ്.

വായനയെ വളർത്തുക, അതുവഴി സമൂഹത്തെ ശുദ്ധീകരിക്കുക, സാംസ്കാരികമായ ഉണർവ്വിലേക്ക് നയിക്കുക. 'ജീവിതം തന്നെയാണ് വായന' എന്നത് സമൂഹത്തെ ബോധ്യപ്പെടുത്താനുള്ള പരിശ്രമവും ഈ കാലത്ത് ശക്തമായി നടന്നിരുന്നു.

"അവിസ്മരണീയമായ കർമ്മങ്ങൾ നിർവ്വഹിച്ചുകൊണ്ടാണ് രണ്ടാം ലൈബ്രറി കൗൺസിൽ അതിന്റെ കാലാവധി പൂർത്തീകരിച്ചത്..... ഗ്രന്ഥ ശാലാ പ്രവർത്തകർക്കുണ്ടാകേണ്ട കർമ്മനിപുണതയും കഠിനാധ്വാന ശീലവും ഗ്രന്ഥശാല പ്രവർത്തകരെ തങ്ങളുടെ പ്രവർത്തികൾകൊണ്ട് പഠിപ്പിക്കുവാൻ പത്ത് വർഷത്തെ നേതൃപാടവം കൊണ്ട് പ്രസിഡണ്ട് കവി കടമ്മനിട്ടയ്ക്കും, പത്രപ്രവർത്തകനായ സെക്രട്ടറി ഐ.വി.ദാ സിനും കഴിഞ്ഞു" എന്ന് ഡോ സി ഉണ്ണികൃഷ്ണൻ 'ഗ്രന്ഥശാലാ പ്രസ്ഥാനം കേരളത്തിൽ' എന്ന കൃതിയിൽ വിവരിക്കുന്നു.

ഗ്രന്ഥശാലാ പ്രസ്ഥാനത്തിന്റെ 'കാരണവർ' എന്ന് പലരും ഐ വി ദാസിനെ വിശേഷിപ്പിച്ചുവരാറുണ്ടായിരുന്നു. ഗ്രന്ഥശാലാ പ്രസ്ഥാന ത്തിന്റെ ആദ്യ പഥികന്മാരിൽ ഒരാൾ എന്ന നിലയിലാണ് ഈ വിശേഷ ണം. പാടൃം പത്തായക്കുന്നിലെ വാഗ്ഭടാനന്ദ ഗുരുദേവ വായനശാല യിൽ നിന്നും ആരംഭിച്ച് കേരളത്തിലെ സംഘടിത സാംസ്കാരിക പ്രസ്ഥാനമായ ഗ്രന്ഥശാലാ സംഘത്തിന്റെ അമരക്കാരനായി വളർന്ന വ്യക്തിത്വമാണ് ഐ വി ദാസിന്റേത്.

1977 മാർച്ച് 16 ന് വിവിധ കാരണങ്ങളാൽ കേരള ഗ്രന്ഥശാലാ സംഘം പിരിച്ചുവിടുകയുണ്ടായി. എന്നാൽ ഗ്രന്ഥശാലാ സംഘത്തിൽ ജനാധിപത്യം പുനഃസ്ഥാപിക്കാൻ വേണ്ട പ്രവർത്തനത്തിലും പുതിയ ഗ്രന്ഥശാലാ നിയമം ആവിഷ്ക്കരിക്കുന്നതിലും നേതൃത്വം വഹിച്ചവരിൽ ഐ വി ദാസിന്റെ പങ്ക് വളരെ വലുതായിരുന്നു.

ഇ ടി മുഹമ്മദ് ബഷീർ വിദ്യാഭ്യാസ മന്ത്രിയായിരുന്ന സന്ദർഭത്തിൽ അന്നത്തെ യു ഡി എഫ് സർക്കാറിന്റെ സമീപനം ഗ്രന്ഥശാലാ പ്രസ്ഥാ നത്തോട് നല്ലരീതിയിലായിരുന്നില്ല. ഗ്രാന്റ് അനുവദിക്കുന്നതിൽ പ്രശ്ന ങ്ങൾ സൃഷ്ടിക്കുക, സംഘത്തിന്റെ നയപരമായ തീരുമാനങ്ങളെ നിഷേ ധിക്കുക, ഒരുതരം അസഹിഷ്ണുത നിലനിൽക്കുന്ന ഘട്ടത്തിൽ ഐ വി ദാസിന്റെ പരിശ്രമത്തിൽ ഇ ടി മുഹമ്മദ് ബഷീറുമായി ഈ കാര്യ ങ്ങൾ ഒരു കൂടിക്കാഴ്ചയിലൂടെ ചർച്ച ചെയ്തപ്പോൾ പ്രശ്നങ്ങൾക്ക് മഞ്ഞുരുക്കമായി. ഒരിക്കലും തള്ളിക്കളയാനാകാത്ത വ്യക്തിയാണ് തന്റെ മുമ്പിലിരിക്കുന്ന ഈ മഹാൻ എന്ന് ഇ ടി മുഹമ്മദ് ബഷീർ ഓർക്കുക

യായിരുന്നു. ആ തിരിച്ചറിവിൽ നിന്നാണ് പ്രശ്നങ്ങൾ പരിഹാര മാർഗ്ഗ
ത്തിലേക്ക് ഉടനെ നയിക്കപ്പെട്ടത്.

1997 ൽ ലൈബ്രറി കൗൺസിൽ സംഘടിപ്പിച്ച സാംസ്കാരിക ജാഥ
യുടെ ക്യാപ്റ്റൻ ഐ വി ദാസായിരുന്നു. ലൈബ്രറി കൗൺസിലിന്റെ
പരാധീനതയുടെ കാലവും കൂടിയായിരുന്നു അത്. തലമുതിർന്ന എഴു
ത്തുകാരേയും പഴയകാല ഗ്രന്ഥശാലാ പ്രവർത്തകരേയും കോർത്തി
ണക്കിക്കൊണ്ടുള്ള സാംസ്കാരിക യാത്ര. കേരളത്തിലെ അപൂർവ്വ സംഭ
വമായിരുന്നു ഇതെന്ന് പലരും പ്രശംസിക്കുകയും ചെയ്തിരുന്നു. 1995ൽ
നടന്ന ലൈബ്രറി കൗൺസിലിന്റെ സുവർണ്ണജൂബിലി ആഘോഷം ഒരു
മഹാസംഭവമായിമാറിയിരുന്നു. ആഘോഷങ്ങളുടെ മികവാർന്ന
പ്രവർത്തനം ആകർഷകവും അർത്ഥപൂർണ്ണവുമായിമാറ്റാൻ ദാസിന്റെ
നേതൃത്വത്തിന് കഴിഞ്ഞു. കേരളത്തിൽ ആ വർഷം നടന്ന ഏറ്റവും
മികച്ച സാംസ്കാരിക സമ്മേളനമായിരുന്നുവത്രെ അതെന്ന് മാധ്യമ
ലോകം പ്രശംസകളോടെ വിലയിരുത്തുകയുണ്ടായി.

ഗ്രന്ഥശാലകൾക്കൊപ്പം പ്രവർത്തിക്കേണ്ട ബാലവേദി, വനിതാ
വേദി, ഗ്രാമീണ വനിതാ പുസ്തകവിതരണ പദ്ധതി എന്നിവയുടെ
പ്രാധാന്യം സംബന്ധിച്ച് അദ്ദേഹം നിരന്തരം ചർച്ചചെയ്യുമായിരുന്നു. മനു
ഷ്യനെ വായനയിലൂടെ വളർത്തുവാനുള്ള ദാസിന്റെ ശ്രദ്ധ അത്രമാത്രം
ഗൗരവത്തിലുള്ളതായിരുന്നു.

'Revolution can only be born from culture and ideas' എന്ന
കാസ്ട്രോയുടെ വാക്യം ദാസിന്റെ മനസ്സിലെന്നും തെളിഞ്ഞുനിന്നിരു
ന്നു. ഒരു നല്ല രാഷ്ട്രീയക്കാരൻ ഒരു നല്ല സാംസ്കാരിക പ്രവർത്തകൻ
കൂടിയായിരിക്കണമെന്നുള്ള മഹദ് വചനത്തിന്റെ ആൾരൂപമായിരുന്നു
ഐ വി ദാസ്. വളരെ കുറച്ച് തുക മാത്രം അലവൻസായി കിട്ടുന്ന
ലൈബ്രേറിയന്മാരാണ്, ലൈബ്രറികളുടെ 'Key Man' എന്നാണ്
അദ്ദേഹം വിശേഷിപ്പിച്ചിരുന്നത്. സേവന തൽപ്പരതയുടെ വലുപ്പത്തെ
യാണ് അദ്ദേഹം ആ പദങ്ങളിലൂടെ വിശേഷിപ്പിച്ചിരുന്നത്. ഗ്രന്ഥശാലാ
പ്രസ്ഥാനത്തിന്റെ പ്രവർത്തകനായി കേരളത്തിന്റെ മുക്കിലും മൂലയിലും
അദ്ദേഹം സഞ്ചരിച്ചു. അദ്ദേഹത്തിന്റെ കൈയ്യൊപ്പ് പതിയാത്ത ഗ്രന്ഥ
ശാലകൾ കേരളത്തിലുണ്ടോ എന്നത് സംശയമാണ്. അത്രമാത്രം കൃത
കൃത്യത പാലിച്ച ഒരു സാംസ്കാരിക പ്രവർത്തകനായിരുന്നു ഐ വി
ദാസ് എന്നത് സാംസ്കാരിക കേരളത്തിന്റെ അഭിമാനവുമാണ്, മായാത്ത
ഓർമ്മയുമാണ്.

വിലപ്പെട്ട സാംസ്കാരിക സംഭാവനകൾ നൽകിയ കവികളെയും
എഴുത്തുകാരേയും കലാകാരന്മാരെയും അവരുടെ ജന്മദേശങ്ങളിൽ
ചെന്ന് ആദരിക്കുകയും ഓർമ്മപുതുക്കുകയും ചെയ്തുകൊണ്ടുള്ളതാ
യിരുന്നു ഗ്രന്ഥശാലാ സംഘം ആവിഷ്ക്കരിച്ച ആദരായണം പരിപാടി.
ഇത് കേരളത്തിൽ സാംസ്കാരിക രംഗത്തെ പുതിയൊരനുഭവമായിരു
ന്നു. ഈ പദ്ധതിയും ആദരായണം എന്ന നാമധേയവും ഐ വി ദാ
സിന്റെ സംഭാവനയായിരുന്നു.

സൗമ്യദീപ്തനായ അക്ഷരോപാസകൻ

ഐ വി ദാസ് എഴുത്തുകാരനാവുന്നതിന്റെ ബാലപാംങ്ങൾ പഠി ക്കാൻ തുടങ്ങിയത് ഹൈസ്കൂൾ പഠനകാലത്തായിരുന്നു. വിദ്യാർത്ഥി കളുടെ സർഗാത്മകതയെ പ്രോത്സാഹിപ്പിച്ചിരുന്ന അധ്യാപകരുടെ ശിക്ഷണവും ലഭിച്ചിരുന്നു. കയ്യെഴുത്തുമാസിക നിർമ്മാണം, കാവ്യരചന, പ്രബന്ധരചന എന്നിങ്ങനെ എഴുത്തിലേക്കുള്ള പ്രോത്സാഹനം. വാസനാസമ്പന്നരായവർക്ക് ഉപദേശ നിർദ്ദേശങ്ങളും വേണ്ടുവോളം ലഭി ക്കുമായിരുന്നു.

സ്കൂൾ പഠനത്തിന് ശേഷം പത്തായക്കുന്ന് വാഗ്ഭടാനന്ദ ഗുരുദേവ വായനശാല കേന്ദ്രീകരിച്ചുള്ള സാംസ്കാരിക-സാഹിത്യപ്രവർത്തനം ദാസിൽ വലിയ സ്വാധിനം സൃഷ്ടിച്ചു. പുതിയ പുസ്തകങ്ങളും എഴു ത്തുകാരും സംവാദങ്ങളുമെല്ലാം ദാസിലെ എഴുത്തുകാരനെയും, പുരോ ഗമന ചിന്തയെയും വളർത്തുകയായിരുന്നു.

'ദേശമിത്രം' വാരികയുടെ ബാലപംക്തി കൈകാര്യ ചെയ്തതോടെ പത്രപ്രവർത്തനത്തിന്റെ വാതായനങ്ങൾ തുറക്കപ്പെടുകയും ചെയ്തു. അക്കാലത്ത് ധാരാളം ലേഖനങ്ങൾ ദാസ് എഴുതി പ്രസിദ്ധീകരിക്കുകയും ചെയ്തിരുന്നു. രാജ്യത്തെ രാഷ്ട്രീയ സംഭവവികാസങ്ങളെ നിരീക്ഷി ച്ചുള്ള ലേഖനങ്ങൾക്ക് പ്രോത്സാഹജനകമായ പ്രതികരണവും ഉണ്ടാ യിരുന്നു.

യാഥാർത്ഥ്യങ്ങളിൽ നിന്നും അന്യമായി പോകുന്ന വായനക്കാരന്റെ മനസ്സിനെ യാഥാർത്ഥ്യ ബോധത്തിലേക്ക് നയിക്കുന്ന പത്രപ്രവർത്ത നവും, ചിന്താസരണിയും വളർത്തുന്നതിനായിരുന്നു ദാസിന്റെ ലക്ഷ്യം. ഇന്നത്തെ കച്ചവട താൽപര്യത്തിൽ മനസ്സുവെച്ചുള്ള പത്ര മാധ്യമങ്ങ ളുടെ തെറ്റായ ശൈലിനെ വിമർശിക്കാനും, മാധ്യമസംസ്കാരം മാറേ ണ്ടതുണ്ടെന്നും ശക്തിയായി അഭിപ്രായപ്പെടാനും ദാസിന് ഒരു മടിയും

ഇല്ലായിരുന്നു. ജനതാല്പര്യം നിഷേധിക്കുകയും പത്രമുതലാളിമാരുടെ മൂലധനതാല്പര്യവും രാഷ്ട്രീയ താല്പര്യവും ജനങ്ങളിൽ അടിച്ചേൽപ്പി ക്കുകയും ചെയ്യുന്ന സമീപനത്തെ ദാസ് തന്റെ എഴുത്തിലൂടെയും വാക്കി ലൂടെയും തുറന്ന് എതിർക്കുകയും ചെയ്തിരുന്നു. ഈ യാഥാർത്ഥ്യങ്ങളെ ഉൾക്കൊണ്ടുകൊണ്ടാണ് ഒരു സമാന്തരമാധ്യമ സംസ്കാരത്തിന്റെ ആരംഭം എന്ന നിലയിൽ 'റോക്കറ്റ്' എന്ന മാസിക തലശ്ശേരിയിൽ നിന്നും പ്രസിദ്ധീകരണം ആരംഭിച്ചത്. ആ മാസികാപ്രവർത്തനവും, രാഷ്ട്രീയ -സാംസ്കാരിക പ്രവർത്തനവുമായി മുന്നോട്ട് പോകുമ്പോഴാണ് ദേശാ ഭിമാനി പത്രത്തിൽ കോഴിക്കോട് സബ് എഡിറ്ററായി നിയോഗിക്കപ്പെ ട്ടത്. സ. കെ പി ആർ ആയിരുന്നു ദാസിനോട് ആ ചുമതല ഏറ്റെടു ക്കാൻ ഉപദേശിച്ചിരുന്നത്.

ദേശാഭിമാനി വാരികയുടെ പത്രാധിപരായി രണ്ട് തവണ ഐ വി ദാസ് ചുമതലയേൽക്കുകയുണ്ടായി. പത്രപ്രവർത്തന രംഗത്ത് വിപുല മായ സാംസ്കാരിക ബന്ധങ്ങൾ അദ്ദേഹത്തിന് ചുറ്റും വളർന്നു പന്ത ലിച്ചിരുന്നു. അദ്ദേഹത്തിന്റെ സമീപനവും പെരുമാറ്റവും സത്യസന്ധ തയും സൃഷ്ടിച്ച പരിവേഷമായിരുന്നു ആ ബന്ധങ്ങൾ.

പുതിയ എഴുത്തുകാരെ കണ്ടെത്തുന്നതിലും വളർത്തുന്നതിലും ഒരു മടിയും കാണിക്കുമായിരുന്നില്ല. ആവശ്യമായ ഉപദേശനിർദ്ദേശങ്ങൾ നൽകുകയും ചെയ്യുമായിരുന്നു. പല പുതിയ എഴുത്തുകാർക്കും കേര ളത്തിലെ പ്രസാധകന്മാരെ പരിചയപ്പെടുത്തിക്കൊണ്ട് ഐ.വി. ദാസ് സഹായിച്ചിരുന്നു. പലരുടെയും ആദ്യ പുസ്തകം വെളിച്ചം കണ്ടത് ദാസിന്റെ ഇടപെടലുകളിലൂടെ ആയിരുന്നു എന്നത് വാസ്തവം.

പടഹം എന്ന പേരിൽ ഒരു മാസിക തലശ്ശേരിയിൽ നിന്നും പ്രസി ദ്ധീകരിച്ചിരുന്നു. തലശ്ശേരിയിലെ പുതിയ എഴുത്തുകാർക്ക് തങ്ങളുടെ സർഗാത്മകതയെ വികസിപ്പിക്കാൻ ഒരവസരം തീർത്ത " പടഹം" ഒരു പാട് പേരുടെ കൈകളിൽ എത്തിയ മാസികയായിരുന്നു. രാഷ്ട്രീയ ലേഖ നങ്ങൾ, കഥകൾ, കവിതകൾ തുടങ്ങിയ ഒരു ഇടതുപക്ഷവായനാ സംസ്കാരത്തിന്റെ ഉത്തമ സൃഷ്ടിയായിരുന്നു പടഹം. ഏറെക്കാലം അതിന്റെ പ്രസിദ്ധീകരണം തുടരുകയും ചെയ്തിരുന്നു.

ദേശാഭിമാനിയിൽ "പ്രതികരണം" എന്ന പംക്തിയൽ ഐ വി ദാസ് എഴുതുന്ന വിഷയങ്ങൾ ഏറ്റവും കാലികവും ജനങ്ങളുടെ മനസ്സറിഞ്ഞ തുമായിരുന്നു. ദാസിന്റെ "പ്രതികരണങ്ങൾക്ക്" വായനക്കാരുടെ പ്രതി കരണവും വളരെ അനുകൂലമായിരുന്നു. ദാസിന്റെ ചില പ്രയോഗങ്ങൾ പലപ്പോഴും നർമ്മത്തിൽ പൊതിഞ്ഞ അർത്ഥഗംഭീരമായ ആശയങ്ങളാ യിരിക്കും. ഒരുതരത്തിൽ ഒരു ബഷീറിയൻ സ്റ്റൈൽ. പ്രസിദ്ധനിരൂപ കനും എഴുത്തുകാരനുമായ പ്രൊഫ. എരുമേലി പരമേശ്വരൻ പിള്ളയുടെ വാക്കുകൾ ശ്രദ്ധിക്കുക. പ്രൗഢ ഗംഭീരമായ സാഹിത്യ നിരൂപണങ്ങ ളെയെല്ല ഐ.വി. ദാസ് ശ്രദ്ധിച്ചിരുന്നത് പകരം സമകാല സംഭവങ്ങളും പ്രശ്നങ്ങളും വായനക്കാരുമായി പങ്കുവെക്കുക എന്ന സദുദ്ദേശമായി

രുന്നു. ആ ഉദ്ദേശ്യത്തിന് അനുഗുണമായ വീക്ഷണവും, വിശകലനവും, ഭാഷാലാളിത്യവും ഒപ്പം ഹാസ്യത്തിന്റെ നേരിയ സ്പർശവും നിറഞ്ഞ വയായിരുന്നു ഐ വിയുടെ രചനകൾ.

നവോത്ഥാന കേരളത്തിന്റെ ശിൽപികളായിരുന്ന ശ്രീനാരായണ ഗുരു, വാഗ്ഭടാനന്ദഗുരു, ബ്രഹ്മാനന്ദ ശിവയോഗി, നിത്യചൈതന്യയതി എന്നിവരുടെ ആശയങ്ങൾക്ക് തന്റെ പത്രപ്രവർത്തന രീതികൊണ്ട് സാധ്യമായ ആശയ പ്രചരണം സന്ദർഭത്തിനൊത്ത് നിർവ്വഹിക്കാൻ ദാസ് എന്നും ശ്രമിച്ചിരുന്നു. കാരണം ആ നവോത്ഥാന നായകരുടെ ആശയ ത്തിന്റെ ഗതിയിലൂടെയാണ് ആധുനിക കേരളം പുരോഗമിച്ചുകൊണ്ടിരു ന്നത്. അതുകൊണ്ടാണ് എഴുത്തിന്റെ ലോകത്തെ കേരളത്തിലെ വായ നക്കാരുടെ മനസ്സുകളിൽ ദാസിന്റെ ആത്മസ്പന്ദനങ്ങളുണ്ടെന്ന് അനു മാനിക്കപ്പെടുന്നത്.

പുസ്തകങ്ങളെയും, എഴുത്തുകാരെയും, വായനക്കാരെയും ഐ വി ദാസിന് ഏറെ വിശ്വാസമായിരുന്നു. കേരള സാഹിത്യ അക്കാദമി സെക്രട്ടറി പദം സ്വീകരിച്ചുകൊണ്ട് നാളിതുവരെയുള്ള രീതിയിൽ നിന്നും വ്യത്യസ്തമായി ദാസ് തന്റെ രീതികൾ അക്കാദമിയുടെ സാംസ്കാരിക വിനിമയപ്രക്രിയയിൽ നിർവ്വഹിച്ചു തുടങ്ങി. ഒപ്പം മലയാളത്തിന്റെ പ്രിയ ങ്കരനായ നോവലിസ്റ്റ് ശ്രീ. എം മുകുന്ദനും അക്കാദമി പ്രസിഡണ്ടായി ഒപ്പമുണ്ടായിരുന്നു. ഐ വി ദാസ് സെക്രട്ടറി ചുമതല ഏറ്റെടുത്തതിന് ശേഷം നടത്തിയ പ്രവർത്തനങ്ങൾ ചിലർ വിലയിരുത്തി പറയുകയു ണ്ടായി. "അരനൂറ്റാണ്ടിനപ്പുറത്തെ കേരളത്തിന്റെ സാസ്കാരിരംഗത്തെ ചലനാത്മക സാന്നിധ്യമായിരുന്നു ഐ വി ദാസ്"

മലയാള സാഹിത്യത്തിൽ മൗലികമായ മാറ്റത്തിനും പുരോഗതിക്കും വഴി തുറന്നത് പുരോഗമന സാഹിത്യ പ്രസ്ഥാനമാണ്. ശക്തമായ ഈ സാസ്കാരിക പ്രവർത്തനത്തിന്റെ സംഘടനാ രൂപമായിരുന്നു പുരോഗ മന സാഹിത്യ പ്രസ്ഥാനം. പക്ഷെ പിന്നീടതിന്റെ യാത്ര ദുർബലമായി രുന്നു. ഈ വേളയിലാണ് അത്യന്താതുനികതയുടെയും അരാജക-ജീ വിതനിഷേധ സാഹിത്യത്തിന്റെയും കടന്നുകയറ്റം സാംസ്കാരിക രംഗത്ത് മൂല്യച്യുതി സൃഷ്ടിച്ചത്. ഈ ഘട്ടത്തിലാണ് ഉൽപ്തിഷ്ണുക്ക ളായ സാഹിത്യകാരൻമാർക്ക് പുരോഗമന സാഹിത്യ സംഘടനയുടെ പുതിയ രൂപരേഖയ്ക്ക് സമയമായി എന്ന് തോന്നിതുടങ്ങിയത്. ഇതിന്റെ ഉൽപന്നമാണ് ദേശാഭിമാനി സ്റ്റഡീ സർക്കിൾ. ഈ സാഹിത്യ രംഗത്തെ പുത്തൻ ഉണർവ്വുകളെ ഊതി കാച്ചിയെടുക്കുന്നതിൽ ഐ.വി.ദാസിന്റെ നിരന്തരമായ ഇടപെടലുകൾ ഉണ്ടായിരുന്നു എന്ന് സഹയാത്രികർ ഓർത്തുവെക്കുന്നു.

ദന്തഗോപുരത്തിൽ വസിക്കുന്ന എഴുത്തുകാരനോട് ദാസിന് താൽപ ര്യമില്ലായിരുന്നു. പക്ഷെ സാഹിത്യത്തെ ദന്തഗോപുരത്തിൽ നിന്ന് വായ നക്കാരന്റെ സമീപത്തേക്ക് പിടിച്ചിറക്കി കൊണ്ടുവരണമെന്ന് ആഗ്രഹി ച്ചവരിൽ ഐ വി ദാസും ഉണ്ടായിരുന്നു. മൺമറഞ്ഞ സാഹിത്യകാ

രന്മാരെ സ്മരിക്കുക അവരുടെ സാഹിത്യ സംഭാവനകളെ പുതിയ തല മുറയ്ക്ക് പരിചയപ്പെടുത്തുക തുടങ്ങിയ നൂതനമായ ശൈലി പുതിയ അക്കാദമി സെക്രട്ടറി ഐ വി ദാസ് മനോഹരമായി നിർവ്വഹിക്കുകയും ചെയ്തു. ഒപ്പം ജീവിക്കുന്ന എഴുത്തുകാരെ ആദരിക്കുകയും ചെയ്യുന്ന പദ്ധതികളും നടപ്പിലാക്കി. എഴുത്തുകാരനും, വായനക്കാരനും പൊതു സമൂഹത്തിന്റെ ഭാഗമാണെന്ന് ഉറച്ചു വിശ്വസിക്കുന്നയാളായിരുന്നു ഐ വി ദാസ്. പക്ഷെ ഇതിനിടയിൽ കാലാവധിക്കു കാത്തുനിൽക്കാതെ കേര ളസാഹിത്യ അക്കാദമിയിൽ നിന്നും എന്തുകൊണ്ടോ അദ്ദേഹം പടിയി റങ്ങിയ കാഴ്ചയാണ് കേരളീയ സമൂഹം കണ്ടത്.

ഒരു കൈയ്യെഴുത്ത് മാസികയുടെ പത്രധിപരായി തുടങ്ങി കേരള ത്തിലെ ഏറ്റവും വലിയ രാഷ്ട്രീയ പ്രസ്ഥാനത്തിന്റെ മുഖപത്രത്തി ന്റെയും സാംസ്കാരിക വാരികയുടെയും പത്രാധിപർ ആവുകയും ഒരു എഴുത്തുകാരൻ എന്നനിലയിൽ നിന്നും മലയാളത്തിലെ എഴുത്തുകാ രുടെ ഏറ്റവും ഉന്നതമായ സാഹിത്യ അക്കാദമി സെക്രട്ടറി സ്ഥാനത്ത് എത്തുകയും ഒരു ഗ്രാമീണ വായനശാലയുടെ സാധാരണ പ്രവർത്തക നിൽ നിന്നും കേരള സ്റ്റേറ്റ് ലൈബ്രറി കൗൺസിലിന്റെ ആദ്യത്തെ സെക്ര ട്ടറിയായിത്തീരുകയും ചെയ്തത് ഈ സാംസ്കാരിക കേരളം ഉറ്റുനോക്കി ആനന്ദിച്ച സന്ദർഭങ്ങളാണ്. ഐ.വി.ദാസെന്ന വലിയമനുഷ്യന്റെ സവി ശേഷതകളുടെ പൊൻതിളക്കമാണത്. ഒരു നല്ല വായനക്കാരന്റെയും, എഴുത്തുകാരന്റെയും, മാധ്യമ പ്രവർത്തകന്റെയും അതിലുപരി ഒരു കമ്മ്യൂണിസ്റ്റിന്റെയും സ്വഭാവ വൈശിഷ്ട്യം എന്നും ജീവിതത്തിൽ അനു കരണീയമായി കൊണ്ടുനടക്കാനും അദ്ദേഹത്തിന് കഴിഞ്ഞിരുന്നു. "സൗമ്യദീപ്തനായ അക്ഷരോപാസകൻ" എന്നും "പുസ്തകങ്ങളുടെ സ്നേഹ ഭാജനമെന്നും അജാത ശത്രുവായ കമ്മ്യൂണിസ്റ്റെ"ന്നുമുള്ള അനേകം വിശേഷണങ്ങളുടെ നിത്യഹരിതഹാരം അദ്ദേഹത്തിന് മല യാളികൾ ചാർത്തിക്കൊടുത്തു.

നൂതനമായ ആവിഷ്ക്കാര രീതികൾ

വർത്തമാന ജീവിതപരിസരങ്ങളിൽ നിന്നും അനുകരണീയങ്ങളായ വ്യക്തിത്വങ്ങളെ തിരഞ്ഞെടുത്ത് അവരുടെ സവിശേഷമായ കഴിവുക ളെയും, കർമ്മശേഷിയെയും ആലേഖനം ചെയ്യുന്ന ഒരു എഴുത്ത് സമ്പ്ര ദായം- നൂതനമായ ആവിഷ്ക്കാര രീതി-മലയാള സാഹിത്യത്തിൽ പരി ചയപ്പെടുത്തിയത് ഐ വി ദാസാണ്. ഒരാളിനെ പലയാളുകൾ വ്യത്യ സ്തമായ കോണിലൂടെ നോക്കിക്കാണുക ആ കാഴ്ചയിലെ ധന്യതയും, സവിശേഷതയും ഖണ്ഡനമായാലും, മണ്ഡനമായാലും സമൂഹത്തിന് അനുഭവവേദ്യമാക്കിക്കൊടുക്കുക ഇതായിരുന്നു ഐ വി ദാസിന്റെ ലക്ഷ്യം. പ്രഗൽഭരായ വ്യക്തികളെ ഇതിനായി തെരഞ്ഞെടുത്ത് ആലേഖനം ചെയ്ത് അത് പുസ്തകമായി വായനക്കാർക്ക് നൽകുകയയും ചെയ്തിട്ടുണ്ട്. സ: ഇ എം എസ്, പ്രൊഫ. ജോസഫ് മുണ്ടശ്ശേരി, പ്രൊഫ. ചെറുകാട്, സ: ഇ കെ നായനാർ, നിത്യചൈതന്യയതി, വാഗ്ഭടാന്ദഗു രു, വി ആർ കൃഷ്ണയ്യർ, തായാട്ട് ശങ്കരൻ, എം എസ് ദേവദാസ് എന്നി വരെപറ്റി എഡിറ്റ് ചെയ്ത ഗ്രന്ഥങ്ങൾ മികച്ച പഠനങ്ങൾതന്നെയാണ്. ഈ രീതികളിലൂടെ മൂർത്തമായ ആശയങ്ങളെ വർത്തമാന പരിതസ്ഥി തിയുമായി ഇണക്കിച്ചേർത്ത് ജനങ്ങൾ എങ്ങനെ പ്രതികരിക്കുന്നു എന്ന് തീരുമാനിക്കുന്നതിനാണ് ഈ "സിമ്പോസിയം" രൂപത്തിലുള്ള കൃതി കളായി എഡിറ്റിംഗ് നടത്തിയിരുന്നത്. വ്യക്തികൾ മാത്രമല്ല ആശയങ്ങ ളെയും ഇപ്രകാരം സമീപിച്ചതിന്റെ ഭാഗമാണ് 'ഗാന്ധിസം ഇന്നലെ ഇന്ന് നാളെ', 'ശങ്കര ദർശനം', 'വിചാര വിപ്ലവത്തിന്റെ വഴികൾ', 'സെക്കുല റിസത്തിന്റെ പ്രശ്നങ്ങൾ' എന്നീ കൃതികൾ.

നിത്യചൈതന്യയതിയുമായി ദാസിന് അടുത്ത ബന്ധമായിരുന്നു.

പാനൂരിലെ നിത്യചൈതന്യ വേദിയുടെ പ്രവർത്തകനുമായിരുന്നു. യതി
യുടെ വിയോഗത്തിന് ശേഷം ആ യതിവര്യനെക്കുറിച്ച് ആഴത്തിലറി
യാൻ ഒരു കൃതി പ്രസിദ്ധീകരിച്ചു അതാണ് 'നിത്യചൈതന്യം" നിത്യ
ചൈതന്യയതിയെ അവലോകനം ചെയ്യുന്ന വ്യത്യസ്ത കാഴ്ചപ്പാടുക
ളുടെ സമാഹാര കൃതിയാണ് 'നിത്യചൈതന്യം'. അതിന്റെ ചീഫ് എഡി
റ്റർ ഐ വി ദാസ് ആയിരുന്നു.

ലളിതം സഫലം

ഐ വി ദാസ് തന്റെ ജന്മനാടായ മൊകേരിയിൽ, മൊകേരി ഈസ്റ്റ് യു പി സ്കൂളിലെ അധ്യാപകനായിരുന്നല്ലോ. അധ്യാപക വൃത്തിയിൽ നിന്നുകൊണ്ടാണ് രാഷ്ട്രീയത്തിലും, സാഹിത്യ- സാംസ്കാരിക മേഖലയിലും എഴുത്തിലും പത്രപ്രവർത്തനത്തിലുമെല്ലാം നിറഞ്ഞുനിന്നത്. സാമൂഹ്യമായ ഇടപെടലുകൾക്ക് സമയം മതിയാവാത്ത നില വലന്ന പ്പോൾ അധ്യാപക വൃത്തിയോട് സ്വയം വിടപറയുകയായിരുന്നു അദ്ദേ ഹം. ആറു വർഷത്തിൽ അധികം ബാക്കിയിരിക്കെ 1982ൽ സ്വയം വിരമി ക്കുകയായിരുന്നു. പാർട്ടിയുടെ 'ഫുൾ ടൈമർ' ആവുകയായിരുന്നു ലക്ഷ്യം.

ഐ വി ദാസ് വിരമിക്കുന്ന ദിവസം മൊകേരിയിലും പരിസരത്തും ആഘോഷത്തിന്റെ പ്രതീതിയായിരുന്നു. സിമ്പോസിയം, കലാപരിപാ ടികൾ, പൊതുസമ്മേളനം എന്നിങ്ങനെ ജനപങ്കാളിത്തം നിറഞ്ഞ പക ലുകൾ രാവുകൾ.

വിവിധ രാഷ്ട്രീയ പാർട്ടികളുടെ നേതാക്കൾ, സാസ്കാരിക നായ കന്മാർ, സ്വാമി ആനന്ദതീർത്ഥൻ എന്നിവരെല്ലാം എത്തിച്ചേർന്നിരുന്നു. സി.പി.എം നേതാക്കളുടെ ഒരു നിരതന്നെ യാത്രയയപ്പ് വേളയിൽ സംബ ന്ധിക്കാൻ എത്തിയിരുന്നു. അദ്ദേഹം അധ്യാപകനായ പാറേമ്മൽ, മൊകേരി ഈസ്റ്റ് യു.പി. സ്കൂളിൽ സംഘടിപ്പിച്ച സിമ്പോസിയത്തിൽ പ്രൊഫ. തായാട്ട് ശങ്കരൻ, വി വി ദക്ഷിണാമൂർത്തി, ഡോ. ടി പി സുകു മാരൻ, കെ.തായാട്ട് എന്നിവരുടെ സാന്നിധ്യവും ഓർമ്മയിൽ നിൽക്കുന്നു.

പൊതു സമ്മേളന വേദിയിൽ സി പി ഐ (എം)ന്റെ നേതാ ക്കൾക്കൊപ്പം സാമൂഹ്യപരിഷ്ക്കർത്താവായ സ്വാമി ആനന്ദതീർത്ഥനും പ്രസംഗിച്ചിരുന്നു. ആ സ്വയം വിരമിക്കൽ വേള ഐ) വി ദാസിന്റെ

രാഷ്ട്രീയ ജീവിതം സമൂഹത്തിന് നൽകിയതിന്റെ പ്രതിഫലനം തുള്ളു
ബിനിന്നാതായിരുന്നു അത്രമാത്രം ജനപങ്കാളിത്തം കൊണ്ട് സമൃദ്ധമാ
യിരുന്നു എന്ന് ചുരുക്കം.

സ്വാമി ആനന്ദതീർത്ഥന് ഐ.വി.ദാസിനോട് വലിയ വാത്സല്യമാ
യിരുന്നു. ശ്രീനാരായണ ആശയങ്ങൾ പ്രചരിപ്പിച്ച് ജീവിതം മുഴുവൻ
മനുഷ്യ സേവനത്തിനായി വിനിയോഗിച്ച മഹാൻ. തലശ്ശേരിയിൽ 1905ൽ
ജനിച്ച അനന്തഷേണായി 1927ൽ ശ്രീനാരായണ ഗുരു അദ്ദേഹത്തെ ആന
ന്ദതീർഥനെന്ന് പുനർനാമധേയം നൽകി. ആനന്ദതീർത്ഥരുടെ പ്രവർ
ത്തന ശൈലി വ്യത്യസ്തമായിരുന്നു. പ്രഭാഷണങ്ങളോ, സുവിശേഷ
ങ്ങളോ അദ്ദേഹം സ്വീകരിച്ചില്ല. എവിടെയെല്ലാം ജാതിയുടെ പേരിൽ
അനാചാരങ്ങൾ നിലനിന്നിരുന്നുവോ അവിടെ ഓടിയെത്തും ഇടപെടും.
പലയിടങ്ങളിൽ നിന്നും നിരവധി മർദ്ദനങ്ങൾ ഏറ്റുവാങ്ങേണ്ടിയും വന്നി
രുന്നു.

പാരമ്പര്യത്തിന്റെ ഭാഗമായുള്ള ചടങ്ങുകളും ആചാരങ്ങളും സമ്പ്ര
ദായങ്ങളും എന്നേ കൈയ്യൊഴിഞ്ഞവ്യക്തിയാണ് ഐ വി ദാസ്. അത്
സ്വന്തം കുടുംബത്തിലായാലും മറ്റ് കുടുംബത്തിലായാലും അനാവശ്യ
ചടങ്ങുകളോടോ സമ്പ്രദായങ്ങളോടോ അദ്ദേഹത്തിന് സന്ധിയില്ല.
ഈകാലത്ത് വിവാഹം, ഗൃഹപ്രവേശം എന്നിവക്ക് പുറമേ അനാവശ്യ
മായ എന്തെല്ലാം ചടങ്ങുകളാണ് ധൂർത്തിനായി ആചരിക്കുന്നത്. ഇത്ത
രത്തിലുള്ള ധൂർത്തിനോടും ആർഭാടത്തിനോടും അദ്ദേഹത്തിന് യോജി
പ്പുണ്ടായിരുന്നില്ല. താൻ പറഞ്ഞാൽ ഉൾക്കൊള്ളുന്നു എന്ന് തോന്നുന്ന
സഖാക്കളോടും കുടുംബങ്ങളോടും ലളിതമായി കാര്യങ്ങൾ ചെയ്യാൻ
ഉപദേശിക്കുമായിരുന്നു. ലാളിത്യം തന്റെ ജീവിതത്തിലെന്നും പുലർത്തി
പോന്നയാളാണ് ദാസ്. അദ്ദേഹത്തിന്റെ വിവാഹം തന്നെ അതിനൊരു
ഉദാഹരണമാണ്. വാഗ്ഭടാനന്ദഗുരുവിന്റെ ആശയങ്ങളും, ആത്മവിദ്യാ
സംഘത്തിന്റെ സന്ദേശവുമാണ് അദ്ദേഹത്തിന്റെ ലാളിത്യത്തിന്റെ പിറ
കിലെ ചേതോവികാരം.

മകൻ ബാബുവിന്റെ വിവാഹവേളയിൽ പോലും അതിൽ നിന്ന്
വ്യതിചലിച്ചിരുന്നില്ല. വടകരയിൽ ആയിരുന്നു ബാബുവിന്റെ വധൂഗൃ
ഹം. രാവിലെ വരനോടൊപ്പം വധൂഗൃഹത്തിലേക്ക് പോയത് വളരെ കുറ
ച്ചുപേർ. വീട്ടിൽ പ്രത്യേകിച്ച് സദ്യയൊന്നും ഇല്ല. വിവാഹ ദിവസം
വൈകിട്ട് 4 മണിമുതൽ റിസപ്ഷൻ. അകലെയുള്ള ബന്ധുക്കൾ,
അടുത്ത സുഹൃത്തുക്കൾ, അടുത്ത അയൽവാസികൾ അത്രമാത്രം.

അന്ന് വൈകുന്നേരം 5 മണിയോടെയയാണ് ഞെട്ടിപ്പിക്കുന്ന വാർത്ത
ലോകം കേൾക്കാനിടയായത്. കേരളത്തെയും കമ്മ്യൂണിസ്റ്റ് പ്രസ്ഥാന
ത്തെയും ആ വാർത്ത നടുക്കി., കണ്ണീരണിയിച്ചു. സ. ഇ എം എസ് ഈ
ലോകത്തോട് യാത്ര പറഞ്ഞു. അറിഞ്ഞ ഉടനെ അവിടത്തെ കാര്യങ്ങ
ളെല്ലാം പരിസരത്തെ പാർട്ടി സഖാക്കളെ ഏൽപിച്ചുകൊണ്ട് കരഞ്ഞു
കലങ്ങിയ കണ്ണുമായി സ. ഇ എം എസിന്റെ അടുത്തേക്ക് പോവുകയാ

യിരുന്നു ദാസ്. "അദ്ദേഹത്തിന്റെ അമ്മ മരിച്ച നാളിൽ പോലും ഇത്ര മാത്രം ദുഃഖിച്ചിരുന്നില്ല". എന്നാണ് അദ്ദേഹത്തിന്റെ ഭാര്യ സുശീലേടത്തി തന്നെ പിന്നീട് പറഞ്ഞത്.

എഴുത്തുകാരും, രാഷ്ട്രീയ നേതാക്കളും, മാധ്യപ്രവർത്തകരും, നാട്ടുകാരും, പാർട്ടിപ്രവർത്തകരും, സന്ദർശിക്കാറുണ്ടായിരുന്ന വീടായി രുന്നു ഐ വി ദാസിന്റെത്. എന്നാൽ അസൗകര്യം കണ്ട് "എന്താമാ ഷേ...... ഈ വീടൊന്ന് പരിഷ്കരിക്കാത്തത്" എന്ന് ചോദിക്കാത്തവർ ചുരുക്കമായിരുന്നു. " ഞങ്ങൾക്ക് ഈ വീട്ടിൽ ഒരസൗകര്യവുമില്ല " എന്ന മധുരം നിറഞ്ഞ മറുപടിയായിരിക്കും തിരികെ കൊടുക്കുക.

വർഷങ്ങൾക്ക് മുമ്പ് ചെറുകാട് എന്ന വലിയ എഴുത്തുകാരൻ ദാസിന്റെ വീട്ടിൽ താമസത്തിനായി വന്നു. വീടിന്റെ അസൗകര്യം കണ്ട് അവിടെ നിർബന്ധമായും ചെയ്യേണ്ട കാര്യങ്ങൾ ദാസിനോട് പറയുക യുണ്ടായി. അതിനു ശേഷമാണ് നിലവിലുള്ള വീടിന് ചേർന്ന് ഒരു ഓഫീസ് മുറി, തൊട്ടടുത്ത് ടോയിലറ്റ് സൗകര്യത്തോടെ കുളിമുറി എന്നിവ പണിതത്. ഒറ്റനില വീടിന്റെ മേൽക്കൂര മാറ്റി മുകളിൽ രണ്ട് കിടപ്പു മുറി പണിതുയർത്തി ഓട് വെച്ചു. എന്തായാലും ഇന്നും ആ വീട്ടിൽ ചെല്ലുന്നവർക്ക് വീട് സൗകര്യപ്രദമല്ലെന്ന് തോന്നാതിരിക്കില്ല. ദാസിനെക്കുറിച്ച് കേട്ടറിഞ്ഞവർ അദ്ദേഹത്തിന്റെ വീട്ടിൽ വരുമ്പോൾ അതിശയിച്ചു പോയിട്ടുണ്ട് എന്നത് സ്വാഭാവികമായ ഒരു സംഗതിമാത്ര മാണ്.

ആദർശം വെളിയിൽ പ്രസംഗിച്ചു നടക്കുന്നവർക്കുപോലും ചടങ്ങു കളും, ആചാരങ്ങളും കയ്യൊഴിയാൻ കഴിയാത്ത കാലമാണിത്. അതിന് ഇഛാശക്തിനിന്നാണ് വേണ്ടത്. ആചാരങ്ങളെപ്പറ്റി പറയുമ്പോൾ ദാസിന്റെ മകൻ ബാബു ഇപ്പോഴും ഓർക്കുന്ന ഒരു സംഗതി ഉണ്ട്.

"അച്ഛന് വലിയ തിരക്കില്ലാതിരുന്ന ഒരു ദിവസം രാവിലെ, ഒരു അഞ്ചു വയസ്സുകാരൻ അച്ഛന്റെ പുറത്തു കയറി ആന കളിച്ചു കൊണ്ടിരിക്കു മ്പോഴാണ് അച്ഛമ്മ പതിവ് പരാതിയുമായി വന്നത്. എട്ടോൻപത് വർഷം കാത്തിരുന്നുണ്ടായ കുട്ടിയാണ്. അതിനെ അടുത്ത വർഷം സ്കൂളിൽ ചേർക്കണം. ഇതുവരെ എഴുത്തിനിരുത്തിയിട്ടില്ല ഇതായിരുന്നു പരാതി യുടെ ചുരുക്കം. ഉടനെ ഉണ്ടായി അച്ഛന്റെ പരിഹാരം. ഉറങ്ങിയെഴുന്നേറ്റ് പല്ല് തേക്കുകപോലും ചെയ്യാതെ കളിച്ചു കൊണ്ടിരുന്ന ആ അഞ്ചുവയ സ്സുകാരനോട് വേഗം പോയി മുഖം കഴുകി വാ എന്നായി അച്ഛൻ. മുഖം കഴുകി വന്ന അഞ്ചു വയസ്സുകാരനെ മടിയിലിരുത്തി ഒരു നോട്ട് ബുക്കിൽ വരയിട്ട വെള്ളത്താളിൽ അവനെ ഒരു ഹീറോ പേന കൊണ്ട് അച്ഛൻ എഴുതിച്ചു. "ലോകാ സമസ്താ സുഖിനോ ഭവന്തു" അവന്റെ അരിയിൽ എഴുത്ത് കഴിഞ്ഞു. എന്ന അച്ഛന്റെ പ്രഖ്യാപനം കേട്ട് അന്ധാളിപ്പോടെ തൊട്ടടുത്ത് മൂക്കത്ത് വിരൽ വെച്ചു നിന്നു അച്ഛമ്മ.

സാമൂഹ്യമായും സാംസ്കാരികമായും മാറിക്കൊണ്ടിരിക്കുന്ന ലോകത്ത് ആചാരങ്ങളിൽ നിന്നും അന്ധവിശ്വാസങ്ങളിൽ നിന്നും വിമോ

ചിതമാകണമെന്ന ശാസ്ത്രീയ ബോധത്തിലേക്ക് നയിക്കാൻ ദാസ് സ്വന്തം ജീവിതത്തിൽ പകർത്തിയ ഈ പ്രവൃത്തി എത്രമാത്രം പുരോഗമനാത്മകമാണെന്ന് ചിന്തിച്ചു നോക്കൂ.

ഐ വി ദാസിന്റെ വീട്ടിലെത്തിച്ചേർന്ന പാർട്ടി നേതാക്കളുടെയും എഴുത്തുകാരുടെയും പത്രപ്രവർത്തകരുടെയും എണ്ണമോ പേരോ ഓർക്കാൻ പോലും കഴിയില്ല. അത്രയും അധികമാണ്. വീട്ടിലെത്തുന്ന വരെ പരിചയപ്പെടുത്തുവാനൊന്നും അദ്ദേഹം തുനിയാറില്ല. "സുശീ ലേ...... ചായ" അത് കേൾക്കുമ്പോൾ അറിയാം വന്നത് കാര്യമായ ആരെ ങ്കിലും ആണെന്ന്. പിന്നീട് വന്ന ആളിനെ പത്രത്തിൽ കണ്ടോ മറ്റേതെ ങ്കിലും അവസരത്തിലോ മാത്രമാണ് തിരിച്ചറിയാനാവുക.

ഒരിക്കൽ പി ആർ കുറുപ്പ് ഐ വി ദാസിന്റെ വീട്ടിൽ വന്ന കാര്യം സുശീലേടത്തി ഓർക്കുന്നു. കേരളത്തിലെ രാഷ്ട്രീയ സമവാക്യങ്ങളിൽ പുതിയൊരു മാറ്റം ഉണ്ടായിരിക്കുന്ന കാലം അതുവരെ പി ആറിനെ നേരിട്ടു കണ്ടിരുന്നില്ല. എന്ത് നല്ല പെരുമാറ്റം ആ സ്നേഹ പ്രകടന ത്തിന്റെ മുമ്പിൽ ആരും തല കുനിച്ചു പോകും. ഈ വ്യക്തിയാണോ ഇത്രമാത്രം രാഷ്ട്രീയ വൈരാഗ്യം വെച്ചു പുലർത്തുന്ന പി ആർ കുറു പ്പെന്ന് വിശ്വസിക്കാനായില്ല. പക്ഷേ ഐ വി ദാസിന് നേരെയോ അദ്ദേ ഹത്തിന്റെ വീട്ടിന് നേരെയോ ഒരു ഭീഷണിയോ അക്രമമോ ഉണ്ടായിരു ന്നില്ല. അകത്ത് വന്ന് ഒരു ചോദ്യം "ഇവിടെ വരുന്നവർക്കെല്ലാം വെച്ചു വിളമ്പികൊടുത്തിട്ട് നീ ഒന്നും കഴിക്കാറില്ലേ സുശീലേ................ ?" സുശീ ലയേടത്തിയുടെ ഓർമ്മയിൽ .... ആ ചോദ്യം ഇന്നും അവശേഷിക്കു ന്നു. കാരണം, ഞാൻ ഇന്നത്തെക്കാളും മെലിഞ്ഞ പ്രകൃതക്കാരിയായി രുന്നു. എന്റെ ശരീര പ്രകൃതി കണ്ടാൽ ആരും അങ്ങനെ ചോദിച്ചു പോവു കയും ചെയ്യും.

ഗോപാലൻ പറമ്പത്ത് ദാസിന്റെ വീട്ടിലെ സ്ഥിരം സന്ദർശകനായി രുന്നു. ഒരിക്കൽ ദാസ് ഗോപാലൻ മാഷിനെ ഉപദേശിക്കുന്നത് കേട്ടത് സുശീലേടത്തി ഓർക്കുന്നു. എതിരാളികൾ രാഷ്ട്രീയം പ്രസംഗിക്കു മ്പോൾ ഉള്ളതും ഇല്ലാത്തതും പുലഭ്യവും പറയും. ചിലപ്പോൾ തനിതെ റിയും പറഞ്ഞെന്നു വരും. അതാണ് അവരുടെ രാഷ്ട്രീയം എന്നു കരു തുക. അതിന് അതേ നാണയത്തിൽ മറുപടി പറയാൻ പോയാൽ ആ പറഞ്ഞവനും നമ്മളും തമ്മിലെന്തു വ്യത്യാസമാണ് ? അതാണോർക്കേ ണ്ടത്. നമുക്ക് നമ്മുടെ പ്രത്യയശാസ്ത്രത്തോട് ആദരവുണ്ട് ഈ നാട്ടിലെ ജനങ്ങളോട് കൂറുമുണ്ട്. അതോർത്തു കൊണ്ട് മാത്രമേ സംസാ രിക്കാൻ പാടുള്ളൂ. ഒരു രാഷ്ട്രീയ നേതാവ് എന്ന നിലയിൽ മറ്റു രാഷ്ട്രീയ പാർട്ടിയോടോ അതിന്റെ പ്രവർത്തകരോടോ ഒരു ബഹുമാ നക്കുറവും മാഷിന് ഉണ്ടായിരുന്നില്ല. അതുകൊണ്ട് തന്നെ മറ്റ് രാഷ്ട്രീയ പ്രവർത്തകർക്കോ നേതാക്കൾക്കോ ദാസിനെ ഏറെ ബഹുമാനം തന്നെ യായിരുന്നു.

രാത്രി വൈകിയാണ് പലപ്പോഴും മാഷ് വീട്ടിലെത്തുക. സുശീലേ

ടത്തി ഓർക്കുന്നു. കൂടെ ഒന്നോ രണ്ടോ ആളുകൾ ഉണ്ടായിരിക്കും. മാഷിനെ വീട്ടിലെത്തിക്കാനോ, എന്തെങ്കിലും പാർട്ടികാര്യം സംസാരി ക്കാനോ മറ്റോ ആയിരിക്കും. ചിലപ്പോൾ ഏതെങ്കിലും പരിപാടി കഴിഞ്ഞ് രാത്രി പോകാൻ കഴിയാത്തവരും ആയിരിക്കും ഒപ്പമുണ്ടാവുക. പല പ്പോഴും മുമ്പ് സംഘർഷം നിറഞ്ഞ നാളുകളിൽ മാഷിനോടൊപ്പം രണ്ടോ മൂന്നോ പേർ വീട്ടിൽ വന്ന് താമസിക്കാറുണ്ടായിരുന്നു. മാഷിനെ വീട്ടി ലെത്തിച്ചവരെ തിരികെ പോകാൻ അദ്ദേഹം സമ്മതിക്കുമായിരുന്നില്ല. ദുർഘടം പിടിച്ച വഴികൾ ശത്രുക്കളുടെ ഭീഷണി എന്നിവ കൊണ്ടാണ് പോകാൻ സമ്മതിക്കാതിരിക്കുക. അത്തരം സന്ദർഭങ്ങളിൽ കോണി കയറി വന്ന് കോലായിൽ കയറിയാൽ ഉടനെ അകത്തേക്ക് നോക്കി വിളിക്കും" സുശീലേ............... ഭക്ഷണം വേണം" വന്നവർ കോലായിൽ ഇരുന്ന് അല്പം നേരത്തെ സംഭാഷണം പൂർത്തിയാകുമ്പേഴേക്കും കഞ്ഞിയും, ചമ്മന്തിയും, ചുട്ടപപ്പടവും, ഉണക്കമീൻ വറുത്തതും ഒക്കെ യായി മേശമേൽ വെക്കും. അങ്ങനെ അതും കഴിച്ച് പോയവർ എത്രയോ ആണ്. ചിലർക്ക് നന്നേ പുലർച്ചയ്ക്ക് പോകുമ്പോഴേക്കും ചായ വേണം. ചിലർക്ക് കട്ടൻ ചായ മതി. പോകേണ്ടവർക്ക് നേരം ആകുമ്പോൾ മാഷിന്റെ ഒരു വിളി ഉണ്ടാവും "സുശീലേ..... ഇവർക്ക് പോകാൻ ....? എന്നും വീട്ടിൽ വരുന്ന മാഷിന്റെ സഖാക്കളെ സ്വീകരിച്ചും സൽക്കരിച്ചും യാത്രയാക്കാൻ കഴിഞ്ഞതിൽ എനിക്കിന്നും ഓർക്കുമ്പോൾ സന്തോഷമേ ഉള്ളൂ. അവരുടെയെല്ലാം സ്നേഹവും പരിഗണനയും എനിക്കും കുടും ബത്തിനും ഇപ്പോഴും ലഭിച്ചു വരുന്നുണ്ട്.

ഏതൊരാൾക്കും സ്വതന്ത്രമായി കടന്നു വരാവുന്ന വീടാണ് ദാസി ഭന്റേത്. അതുപോലെ ദാസിനോട് എത്രയോ സ്വതന്ത്രമായിട്ടാണ് ജന ങ്ങൾ ഇടപഴകുന്നത്. ഒരിക്കൽ തിരക്കു പിടിച്ച ഒരു സായാഹ്നത്തിലെ ഓർമ്മ ജ: കെ.എം സൂപ്പി മുൻ എം എൽ എ അനുസ്മരിക്കുന്നുണ്ട്. "ഒരേകാലത്ത് ജീവിച്ച രണ്ട് സഹൃത്തുക്കളാണ് ഞാനും ഐ വി ദാസും. ഃഹസ്കൂൾ വിദ്യാഭ്യാസ കാലത്താണ് ഞങ്ങൾ പരിചയപ്പെടുന്നതും ബന്ധപ്പെടുന്നതും. ആ കാലത്തെ കലാസാംസ്കാരിക വാസനയുള്ള ഒരു കൂട്ടം യുവാക്കൾ പാനൂരിൽ ഒത്തുചേരുമായിരുന്നു. അക്കൂട്ടത്തിൽ ദാസും. ഒരിക്കൽ ഞാനും ദാസൻ മാസ്റ്ററും പാനൂർ അങ്ങാടിയിലൂടെ നടന്നു പോകുന്ന സന്ദർഭം മധ്യവയസ്കയായ ഒരു സ്ത്രീ ഓടി വന്ന് അദ്ദേഹത്തിന്റെ രണ്ട് തോളിലും പിടിച്ച് പരിഭവിച്ചുകൊണ്ട് പറഞ്ഞു എന്താ മാസ്റ്ററേ, എത്ര ദിവസമായി നിങ്ങളെ കണ്ടിട്ട് ഞങ്ങളെയൊക്കെ മറന്നോ? ഇതും പറഞ്ഞ് അവർ അദ്ദേഹത്തിന്റെ പോക്കറ്റിൽ കൈയ്യിട്ട് 10 രൂപയും എടുത്ത് നടന്നു പോയി. അതും നോക്കി നിന്ന അദ്ദേഹം എന്നോട് പറഞ്ഞു. ഇതാണ് നമ്മുടെ ജീവിത സാഫല്യം. സാധാ രണക്കാരിലുള്ള ഈ അംഗീകാരമാണ് നമ്മുടെ പൊതു ജീവിതത്തിലെ അംഗീകാരം. ഒരുപാട് അവാർഡുകൾ എനിക്കു കിട്ടിയിട്ടുണ്ട് അതി ലൊക്കെ വലിയ അവാർഡാണ് താൻ ഇപ്പോൾ കണ്ടത്." ഒരു തികഞ്ഞ

കമ്മ്യൂണിസ്റ്റുകാരന്റെ തനിരൂപമായിരുന്നു ഞാനവിടെ ദാസൻ മാസ്റ്ററിൽ ദർശിച്ചത്.

പത്രപ്രവർത്തകൻ എന്ന നിലയ്ക്കും ചില അവാർഡ് നിർണ്ണയസ മിതി അംഗമെന്ന നിലയ്ക്കും അദ്ദേഹം ചില സന്ദർഭങ്ങളിൽ അന്യസം സ്ഥാനങ്ങളിലും, സൗദി അറേബ്യ തുടങ്ങിയ രാജ്യങ്ങളിലും സന്ദർശി ച്ചിരുന്നു. സാംസ്കാരിക പരിപാടികൾക്കുള്ള ക്ഷണം സ്വീകരിച്ചുകൊ ണ്ടുള്ളതാണ് ഈ യാത്രകൾ. ഈ യാത്രകൾ കഴിഞ്ഞ് മടങ്ങുമ്പോൾ ശിഷ്യന്മാരുടെ, സഖാക്കളുടെ, ആ നാട്ടുകാരുടെ വകയായി പല സാധ നങ്ങളും മാഷിന് നൽകുക പതിവാണ്. പക്ഷേ സ്നേഹത്തോടെ എന്നും നിരസിച്ച പതിവാണ് ദാസിനുണ്ടായിരുന്നത്. വാച്ചോ, പേനയോ മറ്റോ ചില നിർബന്ധങ്ങൾക്കു വഴങ്ങി മാഷിന് സ്വീകരിക്കേണ്ടി വന്നാൽ, നാട്ടി ലെത്തിയാൽ ആദ്യം കാണുന്ന സഖാവിന് ഉള്ളതാണ് ആ വാച്ച് അല്ലെ ങ്കിൽ പേന്. അതാണ് ദാസിന്റെ രീതി. ഒരിക്കൽ ഒരു ഗൾഫ് യാത്ര യ്ക്കിടയിൽ ഗൾഫിലെ ചിലർ ദാസിന് ഒരു ക്ലോക്ക് ഓർമ്മയ്ക്കായി നൽകുകയുണ്ടായി. പക്ഷെ അത് പാനൂരിലെ പാർട്ടി ഓഫീസിൽ കൊണ്ടുപോയി കൊടുക്കുകയായിരുന്നു. ഇവിടെ ഒരു ക്ലോക്കിന്റെ ആവ ശ്യമില്ല. ഓഫീസിൽ ധാരാളംപേർ വരുന്ന സ്ഥലമാണ്. അതുകൊണ്ട് സമയമറിയാൻ അതവിടെയിരിക്കട്ടെ..." ഇതാണ് എന്റെ മാഷ്, ഒരു നെടു വീർപ്പോടെ സുശീലേടത്തി പറഞ്ഞുനിർത്തി.

മറ്റൊരിക്കൽ ഗൾഫ് യാത്ര കഴിഞ്ഞുവരുമ്പോൾ കൊണ്ടുവന്നത് ഈത്തപ്പഴമായിരുന്നു. അത് കുഞ്ഞുങ്ങൾ തിന്നട്ടെ. അടുത്ത വീട്ടിലെ കുട്ടികൾക്കും മറ്റുമായി വിതരണം ചെയ്ത് തീർത്തു. അതാണ് ദാസൻ മാഷ്.

ഗ്രന്ഥശാലാ സംഘത്തിന്റെ സെക്രട്ടറിയായിരുന്നപ്പോൾ വടക്കൻ ജില്ലകളിൽ പരിപാടിക്കെത്തുമ്പോൾ മാഷ് വീട്ടിൽ വന്ന് താമസിച്ചാണ് പോവുക. ചിലപ്പോൾ പ്രസിഡണ്ട് ബഹുമാന്യനായ കവി കടമ്മനിട്ടയും ഒപ്പമുണ്ടായിരിക്കും. മൂപ്പർക്ക് മാഷിനെപ്പോലെ കഞ്ഞിയും ചമ്മന്തിയും മതിയാവില്ല. ചോറും സാമ്പാറും മീനും മറ്റും വേണം. ഒക്കെ 'ക്ഷ യായി' എന്ന മട്ടിലാണ് മൂപ്പരുടെ രീതി. ഒരിക്കലല്ല ഒരുപാട് തവണ വന്നിട്ടുണ്ട്. അദ്ദേഹത്തിന്റെ ഭാര്യയെ കണ്ടിട്ടില്ല. പക്ഷേ ഫോണിൽ പലതവണ സംസാരിച്ചിട്ടുണ്ട്. "കുളി കഴിഞ്ഞ് ഈറൻ മുടി കോതുന്ന ശാന്തയെ ഞാൻ ഓർമ്മയിൽ ഇന്നും സൂക്ഷിക്കുന്നുണ്ട്". എന്നാണ് സുശീലേടത്തി പറയുന്നത്.

സായാഹ്ന സൂര്യൻ

സ്വന്തം ആരോഗ്യത്തെ കുറിച്ച് കരുതലുണ്ടായിരുന്ന വ്യക്തിയാണ് ഐ വി ദാസ്. നേരിയ ശാരീരിക പ്രശ്നമുണ്ടായാലും തന്റെ സൗഹൃദ വലയത്തിലുള്ള ഒരു ഡോക്ടറെ സമീപിക്കുകയാണ് പതിവ്. കേരള ത്തിലെ ഏത് ഡോക്ടറേയും കാണാൻ മറ്റുള്ളവരെ പോലെ കാത്തു നിൽക്കേണ്ടി വരാറില്ല. അതുതന്നെയാണ് പ്രധാന കാര്യം. രാവിലെ യുള്ള നടത്തം, വ്യായാമം, യോഗ, ഭക്ഷണക്രമീകരണം എന്നിവ പാലി ക്കുന്നതിൽ വലിയ നിഷ്ക്കർഷയുണ്ടായിരുന്നു.

കോഴിക്കോട് *ദേശാഭിമാനി* വാരിക പത്രാധിപരായി ചുമതല നിർവ ഹിക്കുന്ന ഘട്ടത്തിലാണ് മാഷിന് അൽപ്പസ്വൽപ്പം അനാരോഗ്യത്തിന്റെ ലക്ഷണം തുടങ്ങിയിരുന്നത്. എന്നാൽ അത് ചികിത്സയ്ക്ക് വിധേയമാ ക്കിയതുമാണ്. അകാരണമായ ക്ഷീണം – "സോഡിയം ഡെഫിഷ്യൻസ്" അതിൽ നിന്നും തുടങ്ങിയതാണ്. ചിലപ്പോൾ ബോധക്ഷയം ഉണ്ടായിരു ന്നു. "യൂറിനൽ" പ്രശ്നങ്ങളുമുണ്ടായി. ഇടക്കിടെ മൂത്രമൊഴിക്കാനുള്ള പ്രവണത പലപ്പോഴും ദീർഘയാത്ര വെട്ടിച്ചുരുക്കേണ്ടിവന്നു. അധികവും തീവണ്ടിയിലായിരുന്നു യാത്ര. പക്ഷേ, അതൊന്നും ദാസിന്റെ ദൈനം ദിന പ്രവർത്തനങ്ങൾക്ക് ഒരു തടസ്സവും സൃഷ്ടിച്ചിരുന്നില്ല. പൊതുയോ ഗങ്ങളിൽ പ്രസംഗിക്കുവാനോ, സാഹിത്യസാംസ്കാരിക സദസ്സുകളിൽ പങ്കെടുക്കുന്നതിനോ ഒരു വിഷമവും കാണിച്ചിരുന്നില്ല. ജീവിത സായാ ഹ്നത്തിൽ ഇതെല്ലാം സ്വാഭാവികം മാത്രം എന്നതായിരുന്നു മാഷിന്റെ പ്രതികരണം.

ഒരിക്കൽ കൂത്തുപറമ്പിൽ സുകുമാർ അഴീക്കോട് പങ്കെടുക്കുന്ന ഒരു സാംസ്കാരിക പ്രഭാഷണ പരിപാടിയിൽ ഐ വി ദാസായിരുന്നു അധ്യക്ഷൻ. പക്ഷേ, അന്ന് രാവിലെ 10 മണിയോടെ ധ്രനിക്ക് വരാൻ കഴിയില്ലെന്ന് സംഘാടകരെ അറിയിക്കുകയായിരുന്നു. അഴീക്കോടിന്റെ

ഉറ്റമിത്രമായ ദാസ് ഒരുവിധം കഴിയുമായിരുന്നെങ്കിൽ ആ പരിപാടിയിൽ സംബന്ധിക്കുമായിരുന്നു. അവശതയുടെ ഏറ്റം അദ്ദേഹത്തെ തളർത്തു കയായിരുന്നുവെന്ന് അന്ന് അറിയുമായിരുന്നില്ല. ഐ വി ദാസിന്റെ ദേഹാ സ്വാസ്ഥ്യം മനസ്സിലാക്കിയ പാർട്ടി പ്രവർത്തകർ അദ്ദേഹത്തെ നിർബ ന്ധിച്ച് കൂട്ടി തലശ്ശേരി സഹകരണ ആശുപത്രിയിൽ പ്രവേശിപ്പിച്ചു. ഏതാനും നാൾ കഴിഞ്ഞ് വീട്ടിലേക്ക് മടങ്ങി. പക്ഷേ അതൊരു പൂർണ്ണ മായ ആരോഗ്യത്തോടെയുള്ള തിരിച്ചുവരവായിരുന്നില്ല. തുടർന്ന് നിര ന്തരമായ ചികിത്സയും മരുന്നും; പാർട്ടി സഖാക്കളുടെയും സാംസ്കാ രിക പ്രവർത്തകരുടെയും ശ്രദ്ധ മാഷിന് വേണ്ടിവന്നു.

അനാരോഗ്യത്തിന്റെ തുടക്കത്തിൽ ഇടക്ക് ബോധക്ഷയം സംഭവിച്ച ഘട്ടത്തിൽ ഡോക്ടർമാർ യാത്രയൊഴിവാക്കാൻ പറഞ്ഞിരുന്നു. പക്ഷേ ദാസിന് ഉത്തരവാദിത്ത നിർവ്വഹണത്തിൽ നിന്നും തൽക്കാലം പോലും മാറിനിൽക്കാൻ സാധിക്കുന്നില്ല. അപ്പോൾ മകൻ ഐ വി ബാബു അച്ഛന്റെ മുമ്പിൽ ഒരു അഭിപ്രായം പറഞ്ഞു: "നമുക്ക് സ്വന്തമായി ഒരു കാർ വാങ്ങാം. അച്ഛന് യാത്രയും ചെയ്യാം. അല്ലാത്തപ്പോൾ ടാക്സി യായി ഓടിക്കുകയും ചെയ്യാം." പക്ഷേ ദാസിന് സമ്മതമായിരുന്നില്ല. ഒരുപാട് പേർ നടന്നും ബസ്സിൽ തിരക്കിൽ ക്ലേശിച്ചും യാത്ര ചെയ്യു മ്പോൾ അവരുടെ നാട്ടിലെ ഐ വി ദാസ് കാറിൽ.... ബാബുവിന്റെ അഭി പ്രായത്തെ പാടെ നിഷേധിക്കുകയായിരുന്നു ആ കമ്മ്യൂണിസ്റ്റ് മനസ്സ്.

ഐ വി ദാസിന് രോഗാതുരത ഏറിയപ്പോൾ തലശ്ശേരിയിലേയും കണ്ണൂരിലേയും ചികിത്സ മതിയാവാതെ കോഴിക്കോട് മെഡിക്കൽ കോള ജിലേക്ക് പ്രവേശിപ്പിച്ചു. പക്ഷെ അവിടെനിന്നും ബേബി മെമ്മോറിയൽ ആശുപത്രിയിലാണ് ഒടുവിൽ ചികിത്സ തേടിയത്. മകൻ ബാബു എപ്പോഴും അരികിൽ തന്നെയുണ്ട്. പാർട്ടി സഖാക്കളും ഒപ്പമുണ്ടായി രുന്നു.

പക്ഷേ 2010 ഒക്ടോബർ 30ന് രാവിലെ 9 മണിയോടെ ഏവർക്കും പ്രിയങ്കരനായിരുന്ന ഐ വി ദാസ് എന്ന മനുഷ്യസ്നേഹി തന്റെ 78-ാമത്തെ വയസ്സിൽ എല്ലാവരേയും കണ്ണീരിലാഴ്ത്തിക്കൊണ്ട് ഈ ലോകത്തോട് വിടപറഞ്ഞു. കണ്ണൂരിലെ പാർട്ടി സഖാക്കളും കോഴി ക്കോട്ടെ പാർട്ടി സഖാക്കളും *ദേശാഭിമാനി*യിലെ പ്രവർത്തകരും അറി ഞ്ഞുകേട്ടവരെല്ലാം ആശുപത്രിയിലേക്കൊഴുകുകയായിരുന്നു. 9.30 മണി യോടെ കേരളത്തിലെ പ്രധാന ടി വി ചാനലുകൾ ദുഃഖവാർത്തയായി ഐ വിദാസ് അന്തരിച്ച വിവരം ജനങ്ങളെ അറിയിച്ചുകൊണ്ടിരുന്നു. ബേബി മെമ്മോറിയൽ ആശുപത്രിയിൽ നിന്നും ഏറ്റുവാങ്ങിയ മൃതദേഹം അരനൂറ്റാണ്ടിന്റെ ആത്മബന്ധമുള്ള *ദേശാഭിമാനി*യുടെ അങ്കണത്തി ലേക്ക് പൊതുദർശനത്തിനായി കൊണ്ടുവന്നു. പിന്നീട് പാനൂരിലേക്കും. ഐ വി ദാസിന്റെ കർമ്മ ഭൂമിയിലേക്ക്.....

സി പി ഐ (എം) പാനൂർ ഏരിയാ കമ്മിറ്റി ഓഫീസിന്റെ മുന്നിൽ പ്രത്യേകം സജ്ജമാക്കിയ സ്ഥലത്താണ് പൊതുദർശനത്തിന് വെച്ചിരു

ന്നത്. തങ്ങളുടെ പ്രിയങ്കരനായ നേതാവിനെ, സഖാവിനെ, ഗുരുനാഥനെ കാണാൻ ആയിരങ്ങൾ അണമുറിയാതെ പ്രവഹിക്കുകയായിരുന്നു. രാത്രി ഏറെ വൈകുവോളം ഐ വി ദാസിന്റെ ഓർമ്മച്ചിത്രം നെഞ്ചിൽ ചേർത്ത് വിതുമ്പലടക്കാനാവാതെ നിൽക്കുന്ന ജനാവലിയെ നോക്കി അന്നത്തെ സായാഹ്നം കണ്ണീർ വാർത്ത് വിഷാദിച്ചുനിന്നു.

രാത്രി 9 മണിയോടെ മൃതദേഹം സ്വന്തം ഭവനത്തിൽ, മൊകേരി പാറേമ്മൽ കൊണ്ടുവന്നു. അവിടെയും കാത്തിരിക്കുന്നത് ആയിരങ്ങൾ..... ആബാലവൃദ്ധം ജനങ്ങൾ. രാത്രി വൈകുന്നതിലല്ല അവരുടെ ഉറ്റവനെ, സ്നേഹനിധിയായ ദാസൻ മാഷിനെ അവസാനമായി കാണാനുള്ള തിര ക്കായിരുന്നു എല്ലാ കണ്ണുകളിലും മനസ്സുകളിലും. അതിരുകളില്ലാത്ത ആദരവുകൾ കണ്ണീർമഴയായി പെയ്യുകയായിരുന്നു.

ആ രാത്രി ഒരു നാട് ഉറങ്ങാതെ വിഷാദിച്ചു കഴിച്ചുകൂട്ടി. പിറ്റേ ദിവസം പാനൂരും പരിസര പ്രദേശങ്ങളുമെല്ലാം പരിപൂർണ്ണമായ നിശ്ശ ബ്ദതയിലേക്ക് വഴുതിവീണു. കടകമ്പോളങ്ങൾ അടഞ്ഞുകിടന്നു. വാഹ നങ്ങൾ പോലും ഓട്ടം നിർത്തി.... ഇതൊന്നും ആരും ആരേയും തീരു മാനിച്ചറിയിച്ചിട്ടായിരുന്നില്ല. സ്വമേധയാ ഐ വി ദാസിനോടുള്ള ആദര സൂചകം മാത്രം.

ഐ വി ദാസ് 29 വർഷം അധ്യാപകവൃത്തി ചെയ്ത മൊകേരി ഈസ്റ്റ് യു പി സ്കൂളിൽ അദ്ദേഹത്തിന്റെ മൃതദേഹം പൊതുദർശന ത്തിനായി എത്തി. രാവിലെ 8 മണിയോടെ സ്കൂൾ ഹാളിൽ പുഷ്പാ ലംകൃതമായ ശയ്യയിൽ മനുഷ്യ ബന്ധങ്ങളുടെ ആഴങ്ങളിൽ അഭിരമി ച്ചിരുന്ന വിപ്ലവകാരി, പ്രത്യയശാസ്ത്ര പ്രതിബദ്ധതയുടെ പതാകവാ ഹകനായ ആ കമ്മ്യൂണിസ്റ്റ് നിതാന്ത നിശ്ശബ്ദതയിൽ വീണുറങ്ങുക യാണ്.

ജനപ്രവാഹം ഒഴുകിയെത്തുകയാണ്. പാർട്ടി നേതാക്കൾ, സഖാ ക്കൾ, സാംസ്കാരിക പ്രവർത്തകർ, ഗ്രന്ഥശാലാ പ്രവർത്തകർ, പത്ര മാധ്യമ പ്രവർത്തകർ, യുവജനങ്ങൾ, വിദ്യാർത്ഥികൾ, ജനപ്രതിനിധി കൾ, മന്ത്രിമാർ, ഉയർന്ന പോലീസ് ഉദ്യോഗസ്ഥർ, ജില്ലാ ഭരണാധികാ രിയായ കലക്ടർ..... നാടിന്റെ സമസ്ത മേഖലയിൽ നിന്നുമായി വന്നെ ത്തിക്കൊണ്ടിരുന്നു.

സമയം രാവിലെ 11 മണിയോടെ വിലാപയാത്രയായി മൃതദേഹം വഹിച്ചുകൊണ്ട് പാത്തിപ്പാലത്തേക്ക്.... മുമ്പിൽ അനൗൺസ്മെന്റ് വാഹ നം. അതിന് പിന്നിൽ ആയിരക്കണക്കിന് ആളുകളുടെ അകമ്പടിയോടെ അന്ത്യവിശ്രമത്തിനായി പുറപ്പെടുകയായി.

സി പി ഐ (എം) മൊകേരി ലോക്കൽ കമ്മിറ്റി വിലകൊടുത്ത് വാങ്ങിയ സ്ഥലത്താണ് (പൊതുസ്ഥലത്തിന് വേണ്ടി അന്വേഷിക്കുന്ന ഘട്ടത്തിൽ പാത്തിപ്പാലത്തെ റോഡ് സൈഡിൽ തന്നെയുള്ള മാർക്സ് കുമാരൻ സൗജന്യ നിരക്കിൽ മൊകേരി ലോക്കൽ കമ്മിറ്റിക്ക് കൈമാ റിയ സ്ഥലത്താണ് ദാസിനെ സംസ്കരിച്ചത്) ചിതയൊരുക്കിയിരുന്നത്.

പാത്തിപ്പാലം പാർട്ടിയുടെ ലോക്കൽ കേന്ദ്രവുമാണ്. പാനൂർ കൂത്തുപ റമ്പ് റോഡിൽ പാത്തിപ്പാലത്ത് വലതുവശത്ത് സംസ്കാരത്തിനുള്ള ഒരു ക്കങ്ങൾ പൂർത്തിയായി. കേരള സർക്കാറിന്റെ ആദര ബഹുമതിയോടെ പോലീസ് സേനയുടെ ഗാർഡ് ഓഫ് ഓണർ ഏറ്റുവങ്ങി.... ആകാശ ത്തേക്ക് വെടിയൊച്ച മുഴങ്ങിയപ്പോൾ ജനസമുദ്രം ആർത്തലച്ച് ഇളകി മറിഞ്ഞു. ഐ വി ദാസ് സിന്ദാബാദ്.... ഐ വി ദാസ് സിന്ദാബാദ്. ആകാ ശവിതാനങ്ങൾക്കപ്പുറം ദിഗന്തങ്ങൾ ഭേദിച്ചുകൊണ്ട് മുദ്രാവാക്യം മുഖ രിതമായി.

മകൻ ഐ വി ബാബു ചിതയ്ക്ക് തീ കൊളുത്തി.

പാത്തിപ്പാലത്ത് തൊട്ടപ്പുറത്തെ വിശാലമായ പറമ്പിൽ അനുശോ ചന യോഗത്തിനായി എല്ലാവരും ഒത്തുകൂടി.

സഖാവ് പിണറായി വിജയൻ, കോടിയേരി ബാലകൃഷ്ണൻ, മന്ത്രി കെ.പി മോഹനൻ, കെ എം സൂപ്പി, മുൻ എം എൽ എ സി എൻ ചന്ദ്രൻ അങ്ങനെ വ്യത്യസ്ത രാഷ്ട്രീയ നേതാക്കൾ, മാധ്യമ സാംസ്കാരിക രംഗത്തെ പ്രമുഖർ അനുശോചനത്തിൽ ഓർമ്മകളും അനുഭവങ്ങളും പങ്കുവെച്ച് വിടവാങ്ങി. വിയോഗവേളയിൽ ഓർമ്മപ്പെടുത്തലുകൾ കേട്ടു നിന്നവരുടെ കരളിൽ അടക്കിനിർത്താനാവാതെ ദുഃഖം ഒരു കടലായി ഇരമ്പുകയായിരുന്നു.

ഐ.വി.ദാസ് അന്ത്യവിശ്രമം കൊള്ളുന്ന പാത്തിപ്പാലത്ത് ഇന്ന് ഒരു സ്മൃതി മണ്ഡപം ശിരസ്സുയർത്തിനിൽക്കുന്നു. വലിയ ഒരു ഗ്രന്ഥശേഖ രവുമായി പഠനഗവേഷണ സൗകര്യത്തോടെ.... അക്ഷരങ്ങളിൽ നിന്ന് അറിവിന്റെ അത്യുന്നതങ്ങളിലേക്കുയരാൻ പുസ്തകങ്ങളിൽ നിന്ന് അറി വിന്റെ വാതായനങ്ങൾ തുറക്കാൻ എന്നും ആഹ്വാനം ചെയ്ത ഐ.വി. ദാസിന്റെ സ്മരണയ്ക്ക് വേണ്ടി വായന ജീവിതമാണ് എന്ന സന്ദേശവു മായി.....

"ഐ വി ദാസ് സ്മാരക മന്ദിരം ഗ്രന്ഥാലയം പഠന ഗവേഷണ കേന്ദ്രം - പാത്തിപ്പാലം - മൊകേരി"

ഈ സ്മൃതി മണ്ഡപത്തിന്റെ ശിലാസ്ഥാപനം ചെയ്തുകൊണ്ട് സ: പിണറായി വിജയൻ പറഞ്ഞു. സി പി ഐ(എം) സംസ്ഥാന കമ്മിറ്റിയം ഗവും ദേശാഭിമാനി വാരിക പത്രാധിപരുമായിരിക്കെയാണ് ഐ വി ദാസ് നമ്മെ വിട്ടുപിരിഞ്ഞത്. കമ്മ്യൂണിസ്റ്റുകാരല്ലാത്തവരുടെയടക്കം ആദരവ് നേടിയെടുക്കാൻ ഉത്തമ കമ്മ്യൂണിസ്റ്റായ അദ്ദേഹത്തിന് കഴിഞ്ഞിരുന്നു. സാഹിത്യരംഗത്തും പത്രപ്രവർത്തന രംഗത്തും വ്യക്തിമുദ്ര പതിപ്പിച്ച സഖാവ് അധ്യാപന വൃത്തിയിലൂടെ വൻ ശിഷ്യസമ്പത്തിന്റെ ഉടമയും ആയിരുന്നു.... (മനുഷ്യസ്നേഹിയും ഉത്തമ കമ്മ്യൂണിസ്റ്റുമായ ഐ.വി. ദാസിന്റെ സ്മരണയ്ക്ക് മുമ്പിൽ ആദരാഞ്ജലികളർപ്പിക്കുന്നു)

മനോഹരമായി രൂപകൽപ്പന ചെയ്ത ആ സ്ഥാപനം തൊട്ടടുത്ത വർഷം ഉദ്ഘാടനം ചെയ്തതും സ. പിണറായി വിജയൻ തന്നെയായി രുന്നു.

"ദാസൻ മാഷ് എന്നും എനിക്ക് ഒരു കാരണവരായിരുന്നു" മുൻ കൃഷിമന്ത്രിയും പി ആർ കുറുപ്പിന്റെ മകനുമായ കെ പി മോഹനൻ ഓർക്കുന്നു. "മുലപ്പാലിനേക്കാൾ പരിശുദ്ധമായ ജീവിതവും പ്രവർത്ത നശൈലിയും അന്ത്യനിമിഷം വരെ കാത്തുസൂക്ഷിച്ച കേരളത്തിന്റെ സാംസ്കാരിക മണ്ഡലത്തിൽ നിറഞ്ഞുനിന്ന ഈ മനുഷ്യൻ എന്നും എപ്പോഴും എന്റെ കാരണവരായിരുന്നു".

ഏത് പാതിരാത്രിയിലും ഏത് വീട്ടിലും കയറിച്ചെല്ലാനുള്ള സ്വാതന്ത്ര്യം ചിലപ്പോൾ കേരള രാഷ്ട്രീയത്തിൽ അപൂർവത്തിൽ അത്യ പൂർവ്വമായി നേടിയ ഒരു വ്യക്തിത്വം. തന്റെ പതിറ്റാണ്ടുകൾ പഴകിയ വിനയവും, ലാളിത്യവും, ആത്മാർത്ഥതയും കൊണ്ട് നേടിയ സദ്ഗുണ സമ്പന്നത കൊണ്ട് ഏത് തിരക്കിനിടയിലും ഏത് പാതിരാത്രിയിലും നമ്മുടെ നെഞ്ചിലിറങ്ങി നമ്മുടെ ഹൃദയത്തോട് സംസാരിക്കാൻ മാഷിന് സാധിച്ചിരുന്നു.

ഓർമ്മയിൽ ഒളിമങ്ങാതെ

അതാ അകലെ നിന്നും ഒരാൾ നടന്നുവരുന്നു. വെണ്ണിലാവിന്റെ ശോഭയാർന്ന മൃദു മന്ദഹാസം വിരിയുന്ന മുഖം. ചീകിയൊതുക്കി വെള്ളി കെട്ടിയ മുടിയും കറുത്ത ഫ്രെയിമുള്ള കണ്ണടയും. മുണ്ടും മടക്കിക്കുത്തി; മുറിക്കയ്യൻ ഷർട്ടും ധരിച്ച് സദാ സഞ്ചിയും തൂക്കി സഞ്ചരിക്കുന്നയാൾ.... വയൽ വരമ്പിലൂടെ ഊടുവഴിയിലൂടെ പുഴയോരത്തുകൂടി അങ്ങാടിയിലെ ആൾക്കൂട്ടത്തിലൂടെ.... തലശ്ശേരിയുടെയും പാനൂരിന്റെയും മൊകേരിയു ടെയും ഗ്രാമീണ മേഖലയിലൂടെ പൊതുയോഗങ്ങളിൽ ഗ്രന്ഥാലയങ്ങ ളിൽ സാഹിത്യവേദികളിൽ സഹൃദയസദസ്സുകളിൽ അങ്ങനെ കേരളം മുഴുക്കെ ചിലപ്പോൾ അന്യദേശത്തും പിന്നെ വിദേശത്തും എവിടെയും ജനങ്ങൾക്കിടയിൽ! സ്നേഹസൗഹാർദ്ദങ്ങളുടെ പച്ചത്തലപ്പുകൾ തലോടി മാനവികതയുടെ മഹാസന്ദേശവുമായി ഒരു കമ്മ്യൂണിസ്റ്റ് സന്യാസി.

ഐ വി ദാസ് സഞ്ചരിക്കുന്നതെല്ലാം വഴികളും കണ്ടുമുട്ടുന്നവരെല്ലാം പരിചിരിതരുമായിരുന്നു. നടന്നുപോവുകയെന്നതായിരുന്നു അദ്ദേഹ ത്തിന്റെ വിനോദം. എന്നാൽ വാഹനത്തിൽ കയറാൻ മടിയൊട്ടുമില്ല. ചില നേരങ്ങളിൽ ദാസിന്റെ യാത്രക്കിടയിൽ വാഹനം നിർത്തി 'മാഷ് ഇതിൽ കയറിക്കോളൂ. ഞാൻ എത്തിക്കാം' അങ്ങനെ പറയാൻ സഖാ ക്കൾ, സുഹൃത്തുക്കൾ, ശിഷ്യഗണങ്ങൾ എത്രയോ.....! 'എനിക്കിവിടെ ഒരാളെ കാണാനുണ്ട്. നിങ്ങൾ പോയ്ക്കോളൂ' എന്ന് സ്നേഹപൂർവ്വം പറഞ്ഞൊഴിയുന്നു. അപ്പോൾ ഐ.വി.ദാസ് നടന്നുചെല്ലുന്നത് ഒരു ഗ്രന്ഥ ശാലയിലേക്കോ അസുഖം ബാധിച്ച് കിടക്കുന്ന ഒരാളിനെ കണ്ട് സാന്ത്വ നിപ്പിക്കാനോ ആവാം. അല്ലെങ്കിൽ കേസുകളിൽ പെട്ട് ജയിലിൽ കിട ക്കേണ്ടിവന്ന സഖാക്കളുടെ കുടുംബത്തിലേക്കാവാം. എത്ര തിരക്കേറിയ ബസ്സിലായാലും ഐ.വി.ദാസ് കയറിയാൽ അദ്ദേഹത്തിന് ഒഴിഞ്ഞുകൊ

ടുക്കുന്നത് ഒരു സീറ്റല്ല ഒട്ടേറെ സീറ്റുകളാണ്. 'സാറിന് ഇവിടെയി രിക്കാം.........' 'സഖാവേ ഇവിടെ ഇരിക്കാം......' 'മാഷിന് ഇവിടെ.....' പല കോണുകളിൽ നിന്നും ക്ഷണിക്കുകയാണ്. യാത്രയിൽ ഏത് തിരക്കി നിടയിലും പരിചിതരെ പേർ വിളിച്ച്, കൈയ്യെത്താവുന്ന ദൂരത്തുള്ളവരെ തൊട്ടുവിളിച്ച് സ്നേഹാന്വേഷണങ്ങൾ, നർമ്മത്തിൽ പൊതിഞ്ഞ കുശ ലാന്വേഷണങ്ങൾ- ഐ വി ദാസിന്റെ ഒരു ശീലമാണ്.

ദാസിന് യാത്ര മധുരമാണ്. നർമ്മമധുരമായി വർത്തമാനം പറഞ്ഞു കൊണ്ട് കണ്ടുമുട്ടുന്നവരോട് സ്നേഹസൗഹാർദ്ദങ്ങൾ കൈമാറിക്കൊ ണ്ടുള്ള യാത്ര. വലുപ്പച്ചെറുപ്പമില്ലാതെ ഏത് പക്ഷക്കാരനെന്നുനോ ക്കാതെ ദൂരത്ത് കാണുമ്പോൾ തന്നെ കൈയ്യുയർത്തി ഉറക്കെ വിളിച്ച് വർത്തമാനം തുടങ്ങുകയായി. കലവറയില്ലാതെ സ്നേഹാദരവുകൾ പങ്കു വെച്ചുകൊണ്ടുള്ള യാത്ര.....! മാനവികതയുടെ സൗരഭ്യം പരത്തി ആദർശ ശുദ്ധി കൈമോശം വരാതെ മനുഷ്യരുടെ ഇടയിലേക്ക്.... മനുഷ്യ ഹൃദ യങ്ങളിലേക്കുള്ള യാത്ര. അങ്ങനെ ഐ വി ദാസ് തന്റെ ജീവിതം കൊണ്ട് കാലദേശങ്ങൾക്കതീതനാവുകയായിരുന്നു.

ഐ.വി.ദാസിന്റെ സൗഹൃദ വലയം ആകാശം പോലെ അപ്രമേയ മാണ്. ഏത് കുടുംബത്തിലും ഏത് നേരത്തും കയറിച്ചെന്ന് വിശേഷ ങ്ങൾ ആരായാനും സൗഹൃദം പങ്കുവെക്കുവാനുമുള്ള സ്വാതന്ത്ര്യം. അതിന് ജാതിയോ മതമോ രാഷ്ട്രീയം പോലും തടസ്സവുമല്ല. അത്തരം വീടുകളിലെത്തിയാൽ തങ്ങളുടെ ഏറ്റവും പ്രിയപ്പെട്ടവർക്ക് നൽകുന്ന സ്വീകരണവും ആദരവും തന്നെയാണ് അദ്ദേഹത്തിന് ലഭിക്കുന്നത്. പകൽനേരങ്ങളിൽ തന്റെ ഉത്തരവാദിത്തങ്ങൾക്ക് ശേഷം, കമ്മിറ്റിയോ ഗങ്ങൾ, പൊതുപരിപാടികൾ, സാംസ്കാരിക പ്രവർത്തനങ്ങൾ അങ്ങ നെയുള്ളവ കഴിയുമ്പോൾ ഏറെ വൈകുന്നത് പതിവായിരുന്നു. എന്നാലും അതാത് ദിവസങ്ങളിൽ ചെയ്യേണ്ട കർത്തവ്യങ്ങളെ കുറിച്ച് ഐ വി ദാസിന് വല്ലാത്ത തിടുക്കമായിരുന്നു. അത്തരം സന്ദർഭങ്ങളിൽ രാത്രി ഏ(ത്ര)യ്ക്കുവെകിയാലും ചെല്ലേണ്ടിടത്ത് എത്തുവാനും ബന്ധപ്പെടേ ണ്ടവരെ കാണുവാനും ഒരു ശാഠ്യം തന്നെയാണ് അദ്ദേഹം പ്രകടിപ്പിച്ചി രുന്നത്.

രാത്രി വൈകി സഖാക്കളുടെ വീടുകളിൽ സുഹൃത്തുക്കളുടെ അടുത്ത് ചെല്ലുമ്പോൾ കോണികയറുന്ന വേളയിൽ തന്നെ ഉറക്കെ പേരു വിളിക്കാൻ തുടങ്ങും..... ' ഉറങ്ങിയോ? ഇത്ര നേരത്തെ ഉറങ്ങാൻ കിട ന്നാൽ.... ?' യഥാർത്ഥത്തിൽ അപ്പോൾ സമയം പത്തു പത്തരയെങ്കിലും ആയിട്ടുണ്ടാകും. അൽപ്പനേരം ഇരിക്കും. എന്തെങ്കിലും കുടിക്കാൻ നിർബന്ധിച്ചാൽ ഒരു ഗ്ലാസ് ചുടുവെള്ളം മാത്രം കുടിക്കും. വന്ന കാര്യം മറക്കാതെ ചെയ്യാൻ ചുമതലപ്പെടുത്തി ഒരിക്കൽ കൂടി ഓർമ്മിപ്പിച്ച് ആ കുടുംബത്തോട് സ്നേഹാന്വേഷണങ്ങൾ നടത്തി പുറപ്പെടുകയായി. 'മാഷ് തനിച്ച് പോകേണ്ട.....' 'സമയം ഏറെ വൈകി ഞാൻ കൂടെ വരാം.' 'ഏയ് അതുവേണ്ട.' സമ്മതിക്കില്ല എന്നാലും ഒപ്പം നടക്കാനിറങ്ങും.

നടത്തത്തിനിടയിൽ കുടുംബകാര്യങ്ങൾ, നാട്ടുവിശേഷങ്ങൾ, രാഷ്ട്രീയ കാര്യങ്ങൾ, സാംസ്കാരിക പ്രശ്നങ്ങൾ എല്ലാം വിഷയമാവുകയും ചെയ്യും. ചിലപ്പോൾ ആ യാത്രയിൽ ഒന്നോ രണ്ടോ കുടുംബങ്ങളെ കൂടി സന്ദർശിച്ചു എന്നും വരാം.

മരണം നടന്ന വീടുകൾ, കല്ല്യാണം കഴിഞ്ഞ വീടുകൾ, അസുഖം ബാധിച്ച് കിടപ്പിലായവരുടെ വീടുകൾ എന്നിവ എത്ര വലിയ തിരക്കിനി ടയിലും സ്ഥലത്തുണ്ടെങ്കിൽ എത്തിച്ചേരുക അദ്ദേഹത്തിന്റെ നിർബന്ധ മായിരുന്നു. സ്ഥലത്തില്ലാതിരുന്നുവെങ്കിൽ എത്ര ദിവസം കഴിഞ്ഞാണെ ങ്കിൽപോലും അത്തരം വീടുകളിലെ സന്ദർശനങ്ങൾക്ക് ശേഷം മാത്രമേ സ്വന്തം വീട്ടിലേക്ക് പോവുക പതിവുള്ളൂ. ആ സന്ദർഭങ്ങളിൽ വഴിയിൽ നിന്നും സഖാക്കളെ ആരെയെങ്കിലും ഒപ്പം കൂട്ടും. 'നമുക്ക് ആ കല്ല്യാണം നടന്ന വീടുവരെ ഒന്നുപോകണം'. 'അല്ല സഖാവെ അതിന് കല്ല്യാണം നടന്നിട്ട് ഒരാഴ്ച കഴിഞ്ഞുവല്ലോ..... ഇനി...? 'ഏയ് അതൊന്നും സാര മില്ല ക്ഷണിച്ചപ്പോൾ പോകാൻ കഴിഞ്ഞില്ല. ക്ഷണിക്കുന്നത് സദ്യയു ണ്ണാൻ മാത്രമാണെന്ന് വിചാരിക്കുന്നത് കൊണ്ടാണ് തനിക്കൊക്കെ' എന്നും പറഞ്ഞ് ഒപ്പം നടക്കുന്നവന്റെ ചെവിക്കൊരു പിടുത്തവും തലക്ക് ഒരു കൊട്ടും വച്ചുകൊടുക്കും. എന്നിട്ട് പറയും 'ബന്ധങ്ങൾ പിന്നെയും ബാക്കിയുണ്ട് അത് നിലനിർത്തണം'. ആ വീട്ടിൽ ചെന്നുകഴിഞ്ഞാൽ ആ കുടുംബത്തിന്റെ സ്വീകരണവും ആദരവും അതിശയിപ്പിക്കുന്നതു മായിരിക്കും. അവരുടെ സംതൃപ്തിയും സന്തോഷവും പറഞ്ഞറിയി ക്കാൻ കഴിയാത്തവിധമായിരിക്കും. യാത്ര പറഞ്ഞിറങ്ങിയാൽ അദ്ദേഹം കൂടെയുള്ളയാളിന്റെ ചെവിക്ക് വീണ്ടും പിടിക്കും. എന്നിട്ട് ചോദിക്കും 'കണ്ടില്ലേ.....? ആ കുടുംബത്തിന്റെ സ്നേഹവും സന്തോഷവും. ചെന്നി ല്ലെങ്കിൽ അവരുടെ മനസ്സിൽ എന്തായിരിക്കും?' ശരിയാണ്. ഇവിടെ ദാസ് തന്നെയാണ് ശരി. അനുകരണീയമായ മാതൃകയും. ഇത്തരം അനുഭവ ങ്ങൾ അയവിറക്കാൻ ഓരോ പ്രദേശത്തുമുള്ള സഖാക്കൾക്കുമുണ്ടാകും. ഒഴിവുകിട്ടുന്ന വേളകളിൽ രോഗശയ്യയിൽ കിടക്കുന്നവരെ ചെന്നുകണ്ട് ആവശ്യമായ ഉപദേശങ്ങളും പറ്റിയ ഡോക്ടർമാരെ നിർദ്ദേശിക്കുന്നതിലും ഡോക്ടർമാർക്ക് കത്ത് കൊടുത്ത് പരിചയപ്പെടുത്തുന്നതിനും വലിയ ശുഷ്ക്കാന്തി കാണിക്കുമായിരുന്നു. ആ കുടുംബത്തിന്റെ മറ്റ് കാര്യങ്ങൾ നിർവ്വഹിച്ച് കൊടുക്കുന്നതിൽ അവിടത്തെ പാർട്ടി പ്രവർത്തകരെ ചുമ തലപ്പെടുത്തുകയും ചെയ്യുമായിരുന്നു. സാന്ത്വന പരിചരണ പ്രക്രിയ യുടെ ഏകാന്ത ദൗത്യം ദാസിന്റെ കർമ്മമണ്ഡലത്തിലെ ത്രമാത്രം മുമ്പേ പ്രകാശിച്ചിരുന്നുവെന്ന് അനുഭവിച്ച ആളുകൾക്കറിയാം.

രാഷ്ട്രീയ വ്യത്യാസമില്ലാതെ സാംസ്കാരിക രംഗത്തെ പല പ്രഗ ത്ഭമതികളുമായി ദാസിന് അടുത്ത ബന്ധമുണ്ടായിരുന്നു. അത്തരം ആളു കളിൽ ചിലർക്ക് ഇടതുപക്ഷത്തോടും മാർക്സിസ്റ്റ് പ്രത്യയശാസ്ത്ര ത്തോടും നല്ല സമീപനമായിരുന്നില്ല. അത്തരം ആളുകളുമായി വ്യക്തി ബന്ധങ്ങളുടെ ഇഴയടുപ്പംകൊണ്ട് നിരന്തരമായ സമ്പർക്കത്തിലൂടെ

സാഹിത്യത്തിന്റെ ലക്ഷ്യവും സാഹിത്യകാരന്റെ പ്രതിബദ്ധതയും അവരെ ഓർമ്മിപ്പിക്കാൻ ദാസ് നടത്തിയ ശ്രമങ്ങളും ചെറുതൊന്നുമാ യിരുന്നില്ല. എഴുത്തുകാരൻ കമ്മ്യൂണിസ്റ്റായാൽ അവന്റെ സർഗാത്മക തയും അസ്തിതവും നിശ്ചേതനമാവുമെന്ന അബദ്ധവിശ്വാസങ്ങളെ തിരുത്തിക്കാനും അവരെ ജനകീയ സാഹിത്യത്തിന്റെ മുഖ്യധാരയിലേക്ക് ആകർഷിക്കാനും ദാസിനുണ്ടായിരുന്ന സവിശേഷത പലരും ആദര വോടെ ഓർക്കുന്നുണ്ടാവും. പുരോഗമന സാഹിത്യസംഘം മുതൽ ഇങ്ങോട്ട് ദാസിന്റെ ഈ ഇടപെടൽ ഇടതുപക്ഷ സാഹിത്യപ്രവർത്തന ത്തിന് വലിയ മുതൽക്കൂട്ടുണ്ടാക്കാൻ കഴിഞ്ഞിരുന്നു. അത്തരം എഴു ത്തുകാരും കലാകാരന്മാരും പിന്നീട് ഇടതുപക്ഷ സഹയാത്രികരായി ത്തീർന്ന അനുഭവവുമുണ്ട്.

സമൂഹത്തിന് നിത്യഭാസുരമായ മാനവികതയുടെ പ്രകാശനമായി ഐ വി ദാസ് മാറിയത് സ്വന്തം കർമ്മനിരതയിലുള്ള ആത്മവിശ്വാസം കൊണ്ടാണ്. ഈ കർമ്മനിരതയും ആത്മവിശ്വാസവുമാണ് ഐ.വി.ദാ സിനെ ഹൃദയപക്ഷത്തിന്റെ സൂര്യശോഭയായി ജനമനസ്സുകളിൽ പ്രതി ഷ്ഠിക്കാൻ ഇടയാക്കിയത്.

പ്രത്യയശാസ്ത്രത്തിൽ നിന്ന് വ്യതിചലിക്കുന്നവരോടും പാർട്ടിക്ക് അവമതിപ്പുണ്ടാക്കുന്നവരോടും ഐ.വി.ദാസ് ശക്തിയായി പ്രതികരിച്ചി രുന്നു. നേതാവിന്റെ വലിപ്പമോ ശേഷിയോ അദ്ദേഹം നോക്കിയിരുന്നില്ല. അത്തരം ആളുകളുടെ വ്യക്തിബന്ധങ്ങൾക്ക് പോലും വിലകല്പിച്ചിരു ന്നുമില്ല. അത്രമാത്രം അഗാധമായ പാർട്ടി കൂറ് അദ്ദേഹം വെച്ചുപുലർത്തി യിരുന്നു എന്നത് പകൽവെളിച്ചംപോലെ യാഥാർത്ഥ്യമാണ്. അദ്ദേഹ ത്തിന്റെ മകൻ ബാബു വ്യക്തിപരമായി ചിലരുമായുള്ള ഭിന്നാഭിപ്രായ ത്തിന്റെ ഭാഗമായി ദേശാഭിമാനിയിൽ നിന്നും രാജിവെച്ചപ്പോൾ പത്ര ക്കാർ അദ്ദേഹത്തെ സമീപിച്ച് ഒരുപാട് ചോദ്യങ്ങളുന്നയിച്ചു. ദാസിന് ഒറ്റമറുപടിയേ ഉണ്ടായിരുന്നുള്ളൂ. 'എനിക്ക് എന്റെ വഴി അവന് അവ ന്റേധും' പക്ഷെ, 'എന്നും നീയൊരു കമ്മ്യൂണിസ്റ്റായിരിക്കണം എന്ന ഉപദേശം മാത്രമാണ് ഐ വി ദാസ് മകൻ ബാബുവിന് നൽകിയത്'.

ഒരു കമ്മ്യൂണിസ്റ്റുകാരന്റെ പ്രത്യയശാസ്ത്ര പ്രബുദ്ധതയും വിശു ദ്ധിയും നിറംകെടാതെ അവസാനകാലം വരെ ഐ വി ദാസ് കാത്ത് സൂക്ഷിച്ചിരുന്നു.

മൊയാരം എന്നെ കമ്മ്യൂണിസ്റ്റാക്കി

ഗാന്ധിജിയെപ്പോലുള്ള മഹാന്മാരായ നേതാക്കൾ അഹിംസയെ ക്കുറിച്ച് ധാരാളം പ്രസംഗിക്കുകയും എഴുതുകയും ചെയ്തിട്ടുണ്ട്. എന്നാൽ സ്വാതന്ത്ര്യ സമരകാലത്തും സ്വാതന്ത്ര്യലബ്ധിയെ തുടർന്നുള്ള നാളുകളിലും ഉണ്ടായ നിരവധി കഥകളും അനുഭവങ്ങളും പരിശോധി ച്ചാൽ ഒരു വിഭാഗം കോൺഗ്രസ്സുകാർ അക്രമാസക്തരും ഹിംസാവാദി കളും ആയിരുന്നുവെന്നു കാണാം. കോൺഗ്രസ്സിനകത്ത് ആദ്യകാലം മുതൽ വലത്-ഇടതുപക്ഷങ്ങൾ തമ്മിലുള്ള ചേരിതിരിവും അതിനെ തുടർന്ന് ആശയപരമായ ഭിന്നത പൊട്ടിപ്പുറപ്പെടുകയും ശാരീരികമായ ഏറ്റുമുട്ടലുകൾ ഉണ്ടാവുകയും ചെയ്തിട്ടുണ്ട്.

സമ്പത്തിന്റെയും അധികാര ശക്തിയുടെയും പിന്തുണയുണ്ടായി രുന്ന വലതുപക്ഷ വിഭാഗം എപ്പോഴും നിസ്വവർഗ്ഗ താൽപര്യം ഉയർത്തി പ്പിടിച്ച ഇടതുപക്ഷക്കാരോട് കടുത്ത അസഹിഷ്ണുതയും വെറുപ്പുമാണ് പ്രകടിപ്പിച്ചുപോന്നത്. കേരളത്തിലെ കമ്മ്യൂണിസ്റ്റ് പ്രസ്ഥാനത്തിന്റെ സംഘാടകനായിരുന്ന സ. പി കൃഷ്ണപ്പിള്ളയെ കണ്ണൂർ നഗരത്തിൽ വെച്ച് കോൺഗ്രസ്സുകാരായി അറിയപ്പെട്ട റൗഡികൾ ഭീകരമായി ആക്ര മിച്ച് അവശനാക്കിയ കഥ പഴയ തലമുറക്കാരിൽ ഇന്നും ജീവിച്ചിരിക്കുന്ന പലരും ഓർക്കുന്നു. എ കെ ജിയെപ്പോലുള്ള സമുന്നതരായ നേതാക്കൾ പ്രസംഗിക്കുന്ന പൊതുയോഗങ്ങൾ കലക്കിയ കഥകളും കേട്ടിട്ടുണ്ട്. സി. എച്ച്.കണാരൻ, എൻ ഇ ബൽറാം തുടങ്ങിയ നേതാക്കൾ റോഡിലൂടെ നടന്നുപോകുമ്പോൾ ക്രൂരമായി ആക്രമിക്കപ്പെട്ട സംഭവങ്ങളും ഉണ്ടാ യിട്ടുണ്ട്. കമ്മ്യൂണിസ്റ്റ് വിരുദ്ധ മർദ്ദന പരമ്പരകൾ അസഹ്യമായ അവ സ്ഥയിലെത്തിയപ്പോൾ കമ്മ്യൂണിസ്റ്റ് പാർട്ടിയുടെ ആദ്യകാല സെക്രട്ട റിയായിരുന്ന പി സി ജോഷി തലശ്ശേരിയിൽ നടന്ന ഒരു പൊതുയോഗ

ത്തിൽ ഇങ്ങനെ പ്രഖ്യാപിച്ചു: ഒരടിക്ക് പത്തടിയെന്ന്, എന്നുവെച്ചാൽ കമ്മ്യൂണിസ്റ്റുകാർക്ക് ഒരടി കിട്ടിയാൽ അതിന് തിരിച്ചടി പത്താകുമെന്ന്. ഇതോടെ കോൺഗ്രസ്സുകാരുടെ അടി പരിപാടി അൽപ്പം കുറഞ്ഞു.

സ്വാതന്ത്ര്യലബ്ധിയെ തുടർന്നുള്ള കാലത്ത് പൊതുവെ കോൺഗ്ര സ്സുകാർ വല്ലാത്ത അക്രമാസക്തിയാണ് പ്രകടിപ്പിച്ചുപോന്നത്. ഭരണം ലഭിച്ചതിനെ തുടർന്നുണ്ടായ ഹുങ്കും ഭരണകൂടത്തിന്റെ പിന്തുണയും ചേർന്നുണ്ടായ മാനസികാവസ്ഥ എന്തും ചെയ്യാൻ മടിക്കാത്ത ഭ്രാന്ത മായ നിലയിലേക്ക് ഒരു വലിയ വിഭാഗം കോൺഗ്രസ്സുകാരെ എത്തിച്ചു. പോലീസിന്റെ പിന്തുണയോടെ മറക്കാനും പൊറുക്കാനും കഴിയാത്ത എത്രയോ ഭീകര സംഭവങ്ങളാണ് കോൺഗ്രസ്സുകാർ സംഘടിപ്പിച്ചത്. ആ കൂട്ടത്തിൽപ്പെടുന്ന ഒരു ദുരന്ത സംഭവമായിരുന്നു ധീരനായ സ്വാത ന്ത്ര്യസമര നായകനും ഇന്ത്യൻ നാഷണൽ കോൺഗ്രസ്സിന്റെ ചരിത്ര രചയിതാവും ഗ്രന്ഥകാരനും പത്രപ്രവർത്തകനുമായിരുന്ന മഹാനായ മൊയാരത്ത് ശങ്കരന്റെ അരുംകൊല....!

മൊയാരത്ത് ശങ്കരനെ ജനങ്ങൾ മൊയാരം എന്നാണ് വിളിച്ചുപോ ന്നിരുന്നത്. മൊയാരം തന്റെ ജന്മദേശമായ നെടുമ്പ്രത്ത് നിന്ന് തന്റെ ഭാര്യാഗൃഹം സ്ഥതിചെയ്യുന്ന കണ്ണൂർ താലൂക്കിലെ കോയ്യോട്ടേക്ക് പോവു കയായിരുന്നു. 1948 മെയ് 13 കോൺഗ്രസ്സുകാരുടെയും ഭരണകൂടത്തി ന്റെയും കമ്മ്യൂണിസ്റ്റ് വിരുദ്ധ നരനായാട്ട് മൂർദ്ധന്യത്തിലെത്തി നിൽക്കുന്ന കാലം. ഇന്നത്തെ പോലെ യാത്ര ചെയ്യാൻ അക്കാലത്ത് മോട്ടോർ വാഹനങ്ങൾ ഇല്ലായിരുന്നു. അങ്ങനെ നടന്ന് ക്ഷീണിച്ച് മൊയാരം എടക്കാട് പൊലീസ് സ്റ്റേഷനടുത്തെത്തിയപ്പോൾ അദ്ദേ ഹത്തെ തിരിച്ചറിഞ്ഞ ഫോൺഗ്രസ്സ് കശ്മലന്മാർ ആ ധീരപുരുഷനെ തടഞ്ഞുവെക്കുകയും അടിച്ചുവീഴ്ത്തുകയും ചെയ്തു. കരിക്കും തേങ്ങയും തോർത്ത് മുണ്ടിന്റെ അറ്റത്ത് കെട്ടി വീശിയടിച്ചുവീഴ്ത്തുക യായിരുന്നു. വിവരമറിഞ്ഞ് ഓടിയെത്തിയ പോലീസ് നരാധമന്മാരും അവ രുടേരായ പങ്കുവഹിച്ചു. അടിച്ചും ഇടിച്ചും കരിക്ക് കൊണ്ട് കുത്തിച്ചീച്ചും മൊയാരത്തിനെ ജീവച്ഛവമാക്കി. മൃതതുല്യമായ ആ ശരീരത്തെ പിന്നീട് കണ്ടവരില്ല. ആ മൃതദേഹം പോലും എവിടെയോ മറവ് ചെയ്തു.

മൊയാരത്തിന്റെ ദുരന്തമരണം അക്കാലത്ത് മനുഷ്യമനസ്സുകളെ പിടിച്ചുകുലുക്കി. പത്രങ്ങൾ വലിയ തലക്കെട്ടിൽ ഈ മരണവാർത്ത നൽകി. മലബാറിന്റെ മുക്കിലും മൂലയിലും കോൺഗ്രസ്സിന്റെ സന്ദേശ മെത്തിച്ച ദേശീയ സ്വാതന്ത്ര്യസമരത്തെ ഊർജ്ജസ്വലമാക്കിയ ആ ധീര ദേശാഭിമാനിയെ ഓർത്ത് പലരും വിലപിച്ചു. കമ്മ്യൂണിസ്റ്റുകാരെ നായാ ടാൻ കോൺഗ്രസ്സുകാരുടെ ശാന്തിസേന സംഘടിപ്പിച്ച് നേതൃത്വം നൽകിയ കേരള ഗാന്ധി കെ കേളപ്പൻ മൊയാരത്തിന്റെ അരുംകൊല യിൽ കടുത്ത രോഷം പ്രകടിപ്പിച്ചു. ഈ കൊടും പാതകത്തിൽ ശക്ത മായി പ്രതിഷേധിച്ച് പ്രസ്താവന പുറപ്പെടുവിക്കുകയും ചെയ്തു. കേര ളത്തിൽ പൊതുവെയും മലബാറിൽ പ്രത്യേകിച്ചും കോൺഗ്രസ്സിന്റെ

അടിത്തറയിളക്കിയ ഒരു സംഭവമായിരുന്നു മൊയാരം കൊല. ഒരു കാലത്ത് മലബാറിൽ അജയ്യമായി പ്രവർത്തിച്ച കോൺഗ്രസ്സ് ഇതോടെ വളരെയേറെ ദുർബ്ബലമായി കേരളത്തിൽ കോൺഗ്രസ്സിന്റെ അവരോഹ ണഘട്ടം ഇതോടെ തുടങ്ങിയെന്നുപറയാം.

പഠിക്കുന്ന കാലത്ത് എന്റെ മനസ്സ് കോൺഗ്രസ്സിന്റെ കൂടെയായി രുന്നു. ഗാന്ധിജി, ജവഹർലാൽ നെഹ്റു, നേതാജി സുഭാഷ് ചന്ദ്രബോസ് മുതലായ ദേശീയ നേതാക്കൾ എന്റെ ആരാധനാ പാത്രങ്ങളായിരുന്നു. കൂത്തുപറമ്പ് ഹൈസ്കൂളിൽ സ്റ്റുഡന്റ് കോൺഗ്രസ്സ് സംഘടിപ്പിക്കുന്ന തിൽ എനിക്കും നേതൃത്വപരമായ പങ്കുണ്ടായിരുന്നു. ഇതെല്ലാം കഴിഞ്ഞ് ചുറ്റും കണ്ണുതുറന്ന് നോക്കുമ്പോഴാണ് ഭരണലബ്ധിയെ തുടർന്ന് കോൺ ഗ്രസ് നേതൃത്വം ചീഞ്ഞുനാറാൻ തുടങ്ങിയ കഥകളും കാര്യങ്ങളും കണ്ടു തുടങ്ങിയത്. കോൺഗ്രസ്സിനെ ബാധിച്ച മാരകമായ മൂല്യച്യുതിയുടെ സ്പഷ്ടമായ ദൃഷ്ടാന്തങ്ങളിലൊന്നായിരുന്നു മൊയാരത്തിന്റെ വധം.

മൊയാരത്തിന്റെ ദാരുണമായ അന്ത്യം പലരേയും എന്നതുപോലെ എന്നെയും പിടിച്ചുലച്ചു. വല്ലാത്തൊരു മാനസികാവസ്ഥയിലായിരുന്നു ഞാൻ അക്കാലത്ത്. ഈ ഘട്ടത്തിലായിരുന്നു കമ്മ്യൂണിസ്റ്റ് മാനി ഫെസ്റ്റോ വായിക്കാനെനിക്ക് കഴിഞ്ഞത്. ആ കൂട്ടത്തിൽ 'ഭരണകൂടവും വിപ്ലവവും' എന്ന ലെനിന്റെ കൃതിയും വായിക്കാൻ കഴിഞ്ഞു. മൊയാര ത്തിന്റെ ദുഃഖകരമായ മരണവും കമ്മ്യൂണിസ്റ്റ് മാനിഫെസ്റ്റോയിലൂടെ നേടിയ ആശയപരമായ അവബോധവും ചേർന്നൊരുക്കിയ രാസപരി ണാമ പ്രക്രിയയുടെ ഉൽപ്പന്നമാണ് എന്റെ കമ്മ്യൂണിസ്റ്റ് ബോധം. ഞാൻ അങ്ങനെ ഒരു കമ്മ്യൂണിസ്റ്റായി! അതിനുള്ള ആദ്യ പ്രേരണ മൊയാര ത്തിന്റെ കൊല തന്നെയാണ്. അതുകൊണ്ടാണ് മൊയാരം എന്നെ കമ്മ്യൂണിസ്റ്റാക്കി എന്ന തലക്കെട്ട് ഈ ലേഖനത്തിന് നൽകിയത്.

ഐ വി ദാസ് – ജീവിതരേഖ

1932 ജൂലൈ 7ന് ജനനം

മൊകേരി കൂരാറയില്ലത്ത് ശിവരാജ വർമ്മ എന്ന ത്രിവിക്രമൻ നായ രുടെയും പാർവ്വതിയമ്മ എന്ന അമ്മാളു അമ്മ എന്നവരുടെയും മൂത്ത മകനായി ത്രിഭുവനദാസൻ ജനിച്ചു.

കഴുങ്ങുംവള്ളി എൽ പി സ്കൂൾ, ചമ്പാട് കുന്നുമ്മൽ യു.പി സ്കൂൾ, കൂത്തുപറമ്പ് ഹൈസ്കൂൾ, ഗവ. ബ്രണ്ണൻ കോളജ്, കണ്ണൂർ ടീച്ചേഴ്സ് ട്രെയിനിംഗ് ഇൻസ്റ്റിറ്റ്യൂട്ട്, കൃഷിവകുപ്പിൽ ഗുമസ്തൻ, കോഴിക്കോട്ടേക്ക് സ്ഥലംമാറേണ്ടിവന്നപ്പോൾ ജോലി ഉപേക്ഷിച്ചു.

കണ്ണൂരിൽ അധ്യാപക പരിശീലനം, അധ്യാപകൻ, പത്രാധിപർ, ഗ്രന്ഥകാരൻ, ഗ്രന്ഥശാലാ പ്രവർത്തകൻ, കേരളാ സ്റ്റേറ്റ് ലൈബ്രറി കൗൺസിൽ സെക്രട്ടറി, കേരള സാഹിത്യ അക്കാദമി സെക്രട്ടറി, ദേശാ ഭിമാനി വാരിക പത്രാധിപർ, ദേശാഭിമാനി പത്രം സബ് എഡിറ്റർ, സി പി ഐ(എം) തലശ്ശേരി ഏരിയാ സെക്രട്ടറി, സി പി ഐ(എം) പാനൂർ ഏരിയാ സെക്രട്ടറി, സി പി ഐ(എം) കണ്ണൂർ ജില്ലാ കമ്മിറ്റിയംഗം, സി പി ഐ(എം) സംസ്ഥാന കമ്മിറ്റിയംഗം,

മുന്നണി, റോക്കറ്റ്, പടഹം എന്നിവയുടെ പത്രാധിപർ, തലശ്ശേരി കേന്ദ്രമായി പ്രസിദ്ധീകരിച്ചു. ദേശാഭിമാനി പത്രത്തിൽ 'പ്രതികരണം' എന്ന കോളമിസ്റ്റ്. 20ൽ പരം ഗ്രന്ഥങ്ങളുടെ കർത്താവ്. നിരവധി ഓർമ പുസ്തകങ്ങളുടെ എഡിറ്റർ. അവാർഡ് കമ്മിറ്റിയുടെ ചെയർമാൻ

ഐ വി ദാസിന്റെ കൃതികൾ

ഐ വി ദാസിന്റെ രാഷ്ട്രീയ ലേഖനങ്ങൾ

റാഗ്ഭടാനന്ദ ഗുരുദേവൻ, ലേഖമാല, നിരീക്ഷണക്കുറിപ്പുകൾ, സമ

രങ്ങളും പ്രതികരണങ്ങളും, പ്രതികരണങ്ങൾ, വായന മരിക്കുന്നില്ല, ഗാന്ധിസം ഇന്നലെ ഇന്ന് നാളെ, ശങ്കരദർശനം, വിചാരവിപ്ലവത്തിന്റെ വഴി, നീണ്ട കുറിപ്പുകൾ, വിയറ്റ്നാം കവിതകൾ (എഡിറ്റർ)

ചെറുകാട് സ്മരണിക, ജോസഫ് മുണ്ടശ്ശേരി, നിത്യചൈതന്യ യതി, ഇ.കെ.നായനാർ വ്യക്തിയും ജീവിതവും, സെക്യുലറിസത്തിന്റെ പ്രശ്നങ്ങൾ, ഇ.എം.എസ്സിന്റെ ജീവിതവും കാലവും, വി.ആർ.കൃഷ്ണയ്യർ: നന്മയുടെ പ്രകാശ ഗോപുരം, തായാട്ട് ശങ്കരൻ: സ്മരണകൾ പഠനങ്ങൾ, എം.എസ്.ദേവദാസ്: സിദ്ധാന്തവും പ്രയോഗവും, എ എസ് എൻ ജീവിതം-കല-രാഷ്ട്രീയം.

വഹിച്ച സ്ഥാനമാനങ്ങൾ

സെക്രട്ടറി - സി പി ഐ (എം) തലശ്ശേരി ഏരിയാ കമ്മിറ്റി
സെക്രട്ടറി -   „   പാനൂർ ഏരിയാ കമ്മിറ്റി
സി.പി.ഐ(എം) കണ്ണൂർ ജില്ലാ കമ്മിറ്റിയംഗം
സി.പി.ഐ(എം) സംസ്ഥാന കമ്മിറ്റിയംഗം
താലൂക്ക് സെക്രട്ടറി - ഗ്രന്ഥശാലാസംഘം, കോട്ടയം താലൂക്ക്
ജോയിന്റ് സെക്രട്ടറി - സംസ്ഥാന ഗ്രന്ഥശാലാ സംഘം
സെക്രട്ടറി - കേരള സ്റ്റേറ്റ് ലൈബ്രറി കൗൺസിൽ
സെക്രട്ടറി - കേരള സാഹിത്യ അക്കാദമി
പത്രാധിപർ - മുന്നണി, റോക്കറ്റ്, പടഹം
ദേശാഭിമാനി പത്രാധിപ സമിതിയംഗം
ദേശാഭിമാനി സബ് എഡിറ്റർ ദിനപത്രം
പത്രാധിപർ - ദേശാഭിമാനി വാരിക
സെക്രട്ടറി - വാഗ്ഭടാനന്ദ ആത്മവിദ്യാസംഘം ട്രസ്റ്റ്
പുരോഗമന കലാസാഹിത്യ സംഘം സംസ്ഥാന കമ്മിറ്റി അംഗം

തേടിവന്ന പുരസ്ക്കാരങ്ങൾ

റീഡേഴ്സ് അവാർഡ്, പി എൻ പണിക്കർ അവാർഡ്, അക്ഷര അവാർഡ്, സദ്ഗമയ പുരസ്ക്കാരം, ബാംഗ്ലൂർ സി പി എ സി അവാർഡ്, രാജാറാം മോഹൻ റോയ് അവാർഡ്.

ഐ വി ദാസ്

ഐ വി ദാസ് സ്മാരകഗ്രന്ഥാലയം ആന്റ് പഠന ഗവേഷണകേന്ദ്രം

ഐ.എ വി ദാസ് സ്മാരകസ്തൂഭം

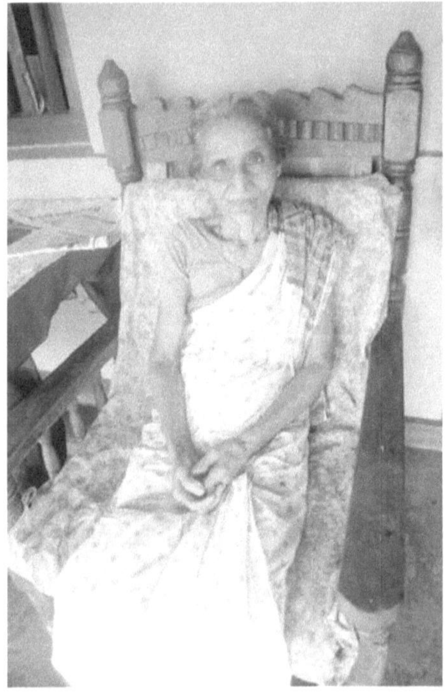

ഐ വി ദാസിന്റെ ഭാര്യ സുശീല